பொய்த் தேவு

க.நா.சுப்ரமண்யம்

பொய்த் தேவு
Poi Thevu 2020 Ka.Na.Subramanyam

First Edition : 1946
First Edition by Ezutthu Prachuram: January 2020
(An imprint of Zero Degree Publishing)

ISBN: 978-93-88860-68-0

Title No. EP: 117

Zero Degree Publishing
No. 55(7), R Block, 6th Avenue,
Anna Nagar,
Chennai - 600 040

Website : www.zerodegreepublishing.com
E Mail : zerodegreepublishing@gmail.com
Phone : 98400 65000

Cover Art: Humshini
Layout: R. Prakash

க.நா. சுப்ரமண்யம் (1912 - 1988)

க.நா.சு. எனப்படும் கந்தாடை நாராயணசாமி சுப்ரமண்யம் தஞ்சை வலங்கைமானில் பிறந்தவர். எழுத்தாளராக வாழ்வது என்ற முடிவை இளம் வயதிலேயே தேர்ந்து கொண்டு வாசிப்பிலும் எழுத்திலும் நிறைவடைந்தார்.

க.நா.சு. படைப்புகளில் சர்மாவின் உயில், வாழ்ந்தவர் கெட்டால், ஒருநாள், பொய்த் தேவு, அசுரகணம் முதலான பல நாவல்கள் முக்கியமானவை. தமிழ் இலக்கியம் உலக இலக்கியத்துக்கு நிகராக நிற்க வேண்டும் என்ற கவலையில், பல உலக இலக்கியங்களைத் தமிழுக்கு மொழியாக்கம் செய்தார்.

சிறுகதை, நாவல், கவிதை, கட்டுரை, மொழிபெயர்ப்பு, விமர்சனம் முதலான பல துறைகளிலும் தரமாக இயங்கிய க.நா.சு. தன் காலத்துக்கு மேலான பல பரிசோதனை முயற்சிகளைச் செய்திருக்கிறார்.

நவீன இலக்கிய முயற்சிகளுக்கான சங்கமாகச் செயல்பட்ட மணிக்கொடியின் முக்கிய அங்கத்தினர் இவர்.

1986ஆம் ஆண்டு சாகித்ய அகாதமி பரிசு பெற்றார். தமிழக அரசின் விருது, குமாரன் ஆசான் விருது போன்றவற்றால் கௌரவிக்கப்பட்டார். 1988ஆம் ஆண்டு டிசம்பர் 16ஆம் தேதி தில்லியில் மறைந்தார்.

முன்னுரை

நான் அளவுக்கு அதிகமாகச் சிரமம் எடுத்துக்கொண்டு எழுதிய நாவல் பொய்த் தேவு. ஒருவரின் ஜீவிய சரித்திரத்தை நேரடியாகச் சொல்லுகிற மாதிரி முதல் 900 பக்கங்கள் எழுதி அது சரியாக வரவில்லை என்று கும்பகோணம் கிருஹப் பிரவேசத்தில் தொடங்கி 300 பக்க நாவலாக எழுதினேன். இரண்டாவது பாகமும் திருப்தி தரவில்லை. அவதாரம் என்று தொடங்கி முடிவு என்று நேரடியாகவே முதல் பாகத்தின் பகுதிகளை வைத்துக்கொண்டு, காலத்தின் போக்கை இரண்டு இடைவேளைகளில் குறுக்கி எழுதி இன்றுள்ள உருவத்தில் முடித்தேன். திருப்தியாக வந்திருப்பதாகத்தான் எண்ணுகிறேன்

சிதம்பரத்திலிருந்த ஒரு வியாபாரியிடம் - அவரையே சோமு முதலாளியாக நான் கற்பனை பண்ணிக்கொண்டு நாவல் வெளி வந்தவுடன் படிக்கக் கொடுத்து அபிப்பிராயம் கேட்டேன். அவர், “நான் பண்டாரமாகப் போக மாட்டேன்” என்றார். அவர் உண்மையில் பண்டாரமாகப் போகவில்லை தான். அதற்குள் வியாபாரம் நொடித்துவிடவே ஊரைவிட்டோ போய்விட்டார்.

சுதந்திரம் வருவதற்குமுன் இந்தியாவில் நமது பகுதிகளில் முக்கியமாகத் தஞ்சை ஜில்லாவில் இருந்த மக்களையும் போக்குகளையும் கவனித்து, அவற்றுடன் வளர்ந்து அவற்றை புரிந்து கொள்ளச் செய்த முயற்சியாக இந்த நாவலைக் கரு”, முடியும். பொருள் சம்பாதிக்கவே தவம் இருந்து, அதை சாதிக்கிற சக்தியும் இருக்கிற இடத்தில் எல்லாவற்றையும் பொம் கென்று உதறிவிட்டு நகர்ந்து விடக்கூடிய மனோபாவமா இருக்கும் என்று நான் கண்டறிந்த உண்மை. பொருள் என்று மட்டுமல்ல; மனிதன் ஏற்றுக்கொள்கிற எல்லா லட்பியாகளையுமே இப்படிப் புறக்கணிக்க முடியும் என்பதுதான் திருவாசகத்தின் வரிகள் எனக்குச் சொன்ன மனித உண்மை

க.நா. சுப்ரமண்யம்

சென்னை

பொருளடக்கம்

முதற் பகுதி

உதயம்

இடைவேளை

இரண்டாம் பகுதி

உச்சி

இடைவேளை

மூன்றாம் பகுதி

முதற்பகுதி

உதயம்

01

மேட்டுத் தெரு

மேட்டுத் தெரு என்று பெயரே தவிர உண்மையில் சாத்த னூரிலே அதுதான் மிகவும் பள்ளமான இடம். அரைக் காவேரி ஓடினால் போதும்; தெருவெல்லாம் ஜலம் ஊற்றெடுத்துவிடும். வெள்ளம் வந்துவிட்டாலோ கேட்கவேண்டியதே இல்லை.

மேட்டுத் தெருவின் தோற்றமே அலாதியானது. அதன் நாற்றமும் அப்படித்தான். ஆனால் அதை எல்லாம் விவரித்துக் கொண்டிருப்பது ஆகாத காரியம். தவிரவும் அது அவ்வளவாக அவசியமானதும் அல்ல. ஏனென்றால் ஊருக்கு ஊர் ஒரு மேட்டுத் தெரு இன்னமும் இருக்கத்தான் இருக்கிறது.

தெருவைப் போலவேதான் தெருவாசிகளும் என்று சொல்லவும் வேண்டுமா? சாத்தனூர் கிராம ஜன சமூகத்திலே மேட்டுத் தெருவாசிகள் மிகவும் தாழ்ந்தவர்கள். ஏழைகள் என்பதனால் மட்டுமின்றிக் குணாதிசய விசேஷங்களாலும் அவர்கள் இந்த ஸ்தானத்துக்கு உரியவர்களாக இருந்தார்கள்.

மேட்டுத் தெருப் பெண்களைப் பெண்கள் என்று சொல்லுவது பொருந்தாது - பொருந்தவே பொருந்தாது. அவர்களைப் பேய்கள் என்று சொல்லுவதும் பொருந்தாது தான் - பேய்களுககுத் தெரிந்தால் சண்டைக்கு வந்தாலும் வந்து விடலாம். அவர்களுள் பெரும்பாலோர் அண்டையிலுள்ள பிள்ளைமார் தெருவிலும் அக்ரஹாரத்திலும் உள்ள வீடுகளில் வேலை செய்கிறார்கள். அவர்களில் சிலர் அந்த வீடுகளில் வேலை செய்வதுடன் திருப்தி அடைந்துவிடுவதில்லை.

பல காரண காரியங்களால் அந்த வீடுகளிலே மறைமுகமாகவோ நேரடியாகவோ ஆட்சி செலுத்தவும் செலுத்தினார்கள்.

மேட்டுத் தெரு ஆண்களில் பலர் அன்றாடம் அகப்படுகிற வேலையைச் செய்து பிழைப்பவர்கள். ஒரு வண்டியும் ஜோடிக்காளையும் வைத்திருப்பவர்கள் நாள் பூராவும் ஹை ஹை 'என்று வண்டி ஓட்டியே தினம் அரை, ஒன்று சம்பாதித்து விடுவார்கள். மாட்டுக்கும் மனிதனுக்கும் வயிறார உண்ணப் போதியதைச் சம்பாதித்து விடுவார்கள். ஒரு சிலர் பகலெல்லாம் தோட்டத்திலோ, வயலிலோ, தோப்பிலோ, துரவிலோ நெற்றி வேர்வை வழிந்தோட வேலைசெய்து கூலி வாங்கிக் கஞ்சி காய்ச்சிச் சாப்பிட்டு வயிற்றை நிரப்புவார்கள்.

வேறு சிலர் நாணயமான வேலையில் நம்பிக்கை இல்லாதவர்கள். வருஷத்தில் ஏதாவது சில இரவுகளில் சந்தடி செய்யாமல் யார் கண்ணிலும் படாமல் வேலை செய்து கிடைப்பதைக் கொண்டு போதுமென்ற மனசுடன் மறு சந்தர்ப்பம் வாய்க்கும் வரையில் காத்திருப்பார்கள். இப்படிக் காத்திருக்கத் தெம்பும் போதுமென்ற மனசும் படைக்காதவர்கள் சிலர் அடிக்கடி இரவு வேளைகளில் ஈடுபட்டு அகப்பட்டுக்கொண்டு இரண்டொரு வருஷமோ, அதிகமோ, சிறைவாசம் அனுபவித்து விட்டு வந்திருக்கிறார்கள். தெருவிலே இவர்கள் பெரிய மனுஷ்யர்கள். இவர்களுக்கு ஆத்திரம் வரும்படியாக யாரும் நடந்து கொள்ள மாட்டார்கள். ஊரிலே பெரிய மிராசுதார்களில் யாராவது இருவருக்கிடையே விவகாரம் ஏற்பட்டால் இவர்களுக்கும் இவர்களைப் போன்றவர்களுக்கும் குஷிதான். இவர்கள் கையில் சில்லறை தாராளமாகப் புழங்கத் தொடங்கி விடும். கள்ளுத் தண்ணிக்கும் பஞ்சம் இராது.

வேலை எதுவுமே செய்யாமல் தங்கள் அகடவிகட சாமர்த்தியத்தால் பிறர் காரியங்களில் தலையிட்டுத் தரகு அடித்துப் பிழைப்பவர்களும் மேட்டுத் தெருவில் பலர் உண்டு. கை வலுவைக் காட்டி ஏமாந்தவர்களிடம் சமயம் நேரும் போதெல்லாம் பணம் பறித்துப் பிழைப்பவர்கள் - உலகில் எங்கும் உள்ளது போல - அங்கும் சிலர் உண்டு.

இவர்களை எல்லாம் தவிர வேலை செய்யாமலும் பிழைக்கவே மாட்டாமலும் ஆயுள் பூராவும் நடைப் பிணங்களாகவே நடமாடித் திரிந்துவிடத் தயாராக உள்ள மனித ஜந்துக்களுக்கும் அந்தத் தெருவிலே குறைவில்லை.

வேலை செய்பவர்கள் எப்படியோ தினம் ஒரு ரூபாய்க்கு மேல் சம்பாதித்து விடுவார்கள். ஆனால் அன்று சம்பாதித்ததற்கு மேல்

ஒன்றிரண்டு அணா அதிகமாகவே தினம் மாலையில் கீழ மாங்குடிக் கள்ளுக் கடையில் செலவும் செய்து விடுவார்கள்.

காவேரி ஆற்றின் எதிர்க்கரையில் இருக்கிறது கீழ மாங்குடிக் கள்ளுக்கடை. காவேரிக் கரையில் தென்னஞ் சோலையின் நடுவே மிகவும் அழகான இடத்திலே அமைந்திருக்கிறது. காவேரியில் ஜலம் வந்து விட்டால் அந்தத் துறையிலே தருமத் தோணி விடுவார்கள். யாரோ ஒருவன் ஜனங்களுக்கு நன்மை செய்யும் உத்தேசத்துடன் புண்ணியம் சம்பாதித்து மூட்டை கட்டிக்கொள்ளவேண்டி அந்தத் துறையில் தருமத் தோணி விட நில மான்யம் வைத்திருக்கிறான். காவேரியில் ஜலம் இல்லாத நாட்களில் கவலையே கிடையாது. சாத்தனூர் மேட்டுத் தெருவுக்கும் கீழ மாங்குடிக் கள்ளுக் கடைக்கும் இடையில் உள்ள தூரம், குடித்துவிட்டு வீடு திரும்புகிறவனுக்கு மிகவும் அவசியமான, ஏற்ற தூரம். கையிலுள்ள சில்லறைக்குத் தக்கபடி குடித்துவிட்டு நண்பர்களுடன் ஆடிப் பாடிக்கொண்டு உல்லாசமாக வீடு திரும்பும்போது குடித்தவனின் மனசும் உடம்பும் கனிந்திருக்கும். வீட்டிலே பெண்டாட்டி சம்பாதித்து வந்து சோறாக்கி வைத்திரா விட்டால் அவளைப் போட்டு நையப்புடைத்து மனசும் பசியும் ஆறுவதற்கு ஏற்ற மனப்பக்குவம் அவ்வளவு தூரம் நடப்பதிலே அவனுக்கு ஏற்பட்டிருக்கும்.

ஏற்கனவே சொன்னபடி சாத்தனூர் மேட்டுத் தெருவிலே வேலை செய்யாதவர்களும் உண்டு; சம்பாதிக்காதவர்களும் உண்டு. ஆனால் குடிக்காதவர்கள் மட்டும் இல்லை.

இது சாத்தனூர் மேட்டுத் தெருவின் இன்றைய நிலை. நேற்றும் இப்படித்தான். ஐம்பது வருஷங்களுக்கு முன் சாத்தனூர் மேட்டுத் தெருவுக்குத் தனிப் பெருமை ஒன்று இருந்தது; அந்தப் பிராந்தியத்திலே அந்த நாளில் தீவட்டிக் கொள்ளைக்காரனாகத் தொழில் நடத்திப் பெரும் பேரும் புகழும் படைத்திருந்த பிச்சாண்டி என்பவன் மேட்டுத் தெருவில் பிறந்தவன் தான். அவனையே அந்தப் பக்கத்துத் தீவட்டி கொள்ளைக்காரர்களில் கடைசி மன்னனாகச் சொல்லவேண்டும்.

02

அவதாரம்

புண்ணிய பூமியாகிய பரத கண்டத்திலே, தேன்மொழியாம் தமிழ் மொழி வழங்கும் தென்னாட்டிலே எல்லா வளங்களும் ஒருங்கே செழித்துக் கொழிக்கும் காவேரி நதியின் தீரத்திலே, திவ்விய க்ஷேத்திரமாகிய சாத்தனூரிலே ஆயிரம் நாப்படைத்த அந்த ஆதிசேஷனும் அளவிட்டுச் சொல்ல முடியாத சுமார் ஐம்பது ஐம்பத்திரண்டு வருஷங்களுக்கு முன் அவதாரம் செய்தருளினான் சோமு.

அவன் அவதாரத்துக்கு முக்கியக் காரணமானவர்கள் அவன் பெற்றோர் - கறுப்ப முதலியும் வள்ளியம்மையுந்தாம். கறுப்ப முதலி என்பவன் வள்ளியம்மையின் கணவன் அல்ல. ஆதிகாலத்தில் வள்ளியம்மைக்குக் கணவன் என்று ஒருவன் இருந்ததுண்டு. ஆனால் அந்தக் கணவன் சோமுவின் திருவ வதாரத்துக்கு ஏழெட்டு வருஷங்களுக்கு முன்னமே வள்ளியம் மையுடன் சேர்ந்து வாழ்வதில் உள்ள சிரமங்களைப் பரிபூரணமாக உணர்ந்து 'நம்மால் இது ஆகாது என்று தீர்மானித்து ஒதுங்கிவிட்டான்; சொல்லிக்கொள்ளாமல் ஓடிவிட்டான். பருவத்தில் சுதந்திரமாக வள்ளியம்மை தன்னைச் சேர்த்துக் கொள்வாருடன் சேர்ந்து கொண்டு காலம் கழித்து வந்தாள். இது போன்ற காரியங்கள் - அன்றும் சரி, இன்றும் சரி - மேட்டுத் தெருவிலே மிகவும் சகஜமானவைதாம். கறுப்ப முதலியுடன் அவள் வாழ்ந்த காலத்தில் இரண்டு குழந்தைகளுக்குத் தாயானாள் - மூத்தது பெண், ஐந்து வயசில் மரித்து விட்டது இரண்டாவது பிள்ளை, சோமு என்கிற சோமசுந்தரம்.

சகல விதங்களிலும் வள்ளியம்மை மேட்டுத்தெருப் பெண்களின் பிரதிநிதியாக இருக்க லாயக்கானவள். மேட்டுத் தெரு வாரின் குணாதிசயங்கள் எல்லாமே - ஆண் பெண் இருவ ருடைய குணாதிசயங்களுமே - வள்ளியம்மையிடம் அடைக்கலம் புகுந்திருந்தன என்று சொல்லலாம். யாரும் நிகரில்லை என்று பேசுவாள் - யாரும் நிகரில்லை என்றுதான் நடப்பாள். உருவத்திலே அவள் பெண்தான் - சற்று வசீகரமான பெண் என்று கூடச் சொல்லலாம். நல்ல உறுதியும், வலுவும் பெற்ற தேகக்கட்டு; பளபளவென்று இருண்ட மேனி; சிக்குப் பிடித்த நீண்ட கூந்தல்; தைரியமாக நிமிர்ந்து யாரையும் உருட்டிப் பார்க்கும் அகன்ற விழிகள்; இடுப்பிலே சிவப்புத் துணி. நெற்றியிலே ரத்தச் சிவப்பான குங்குமமும், இருண்ட மேனியும், அகன்ற கண்களும் பளபளக்க அவள் தெருவிலே பவனி வரும்போது, சக்தி பக்தர்களுக்குக் கை எடுத்துக் கன்னத்திலே போட்டுக் கொள்ள வேண்டும் என்றுதான் தோன்றும் - மகமாயி ஆதி மகமாயி உருவத்திலே சற்றேறக்குறைய இவளைப் போலத்தான் இருப்பாள் என்று பக்தர்கள் எண்ணியதில் தவறில்லை என்று தான் சொல்லவேண்டும்.

வாய்த் துடுக்கிலும், அட்டகாசத்திலும், உடல் வலுவிலுங் கூட அவள் மேட்டுத் தெரு ஆண்களுக்குச் சரி நிகர் ஆனவள் தான். அவளுக்குக் கணவனாக ஆதியில் வந்து வாய்த்தவன் அது எப்படியோ நேர்ந்துவிட்டது ஒரு நோஞ்சான். எவ்விதத்திலும் வள்ளியம்மைக்குக் கணவனாக இருந்து ஈடு சொல்ல மாட்டாதவன் அவன். இருவரும் சேர்ந்து கணவனும் மனைவியுமாக வாழ்ந்ததெல்லாம் நாலைந்து மாசங்கள்தாம். மனைவிக்குப் பயந்துதான் ஓடிவிட்டான் அவன். நாகப்பட்டினம் சேர்ந்து அக்கரைச் சீமைக்குக் கப்பல் ஏறும் வரையில் மேற்குப் பக்கம் திரும்பிக்கூடப் பார்க்கவில்லை. அவ்வளவு பயம் அவனுக்கு என்று ஊரார் சொல்லிக் கொண்டார்கள். தன்னைத் தொட்டுத் தாலி கட்டினானே என்பதால், திரும்பி வந்தால் அவனைச் சரியானபடி உரிய மரியாதைகளுடன் வரவேற்கவேண்டுமே என்று வள்ளியம்மை இரண்டொரு மாசங்கள் காத்திருந்தாள். பிறகு காத்திருந்தது போதும், இனிவரமாட்டான் என்று தீர்மானித்து தன் இஷ்டப்படி திரியத் தொடங்கி விட்டாள்.

அவளுடைய காதல் நாடகங்கள் எண்ணிக்கையில் அடங்காதவை. அவை பற்றி விரிவாக எதுவும் சொல்லி இங்கே கணக்கெடுக்க வேண்டிய அவசியம் இல்லை. சித்திரபுத்திரன் கணக்கெழுதி வைத்திருப்பான். ஆனால் அவனால் கூடப் பூராவும் எதுவும் விடாமல் எழுதியிருக்க முடியுமா என்பது சந்தேகந்தான். சலிப்பெய்தி ஒன்றிரண்டு சம்பவங்களை அவன்கூட விட்டிருந்தாலும் விட்டிருப்பான்!

எல்லா விதங்களிலுமே அவளுக்கு ஏற்றவனாக கறுப்ப முதலியுடன் சிநேகம் ஏற்படும் வரையில் அவள் தன் இஷ்டப் படியெல்லாம் திரிந்து கொண்டிருந்தாள். கறுப்பனைச் சந்தித்துச் சிநேகம் செய்து கொண்ட பிறகு ஏதோ புரோகிதர் எதிரே அக்னி சாட்சியாக, அருந்ததி பார்த்துக் கல்யாணம் செய்து கொண்ட மாதிரி தான் இருவரும் மனம் ஒத்துச் சேர்ந்து குடித்தனம் நடத்த ஆரம்பித்துவிட்டார்கள். அதற்குப் பிறகு வள்ளியம்மை பிற புருஷனைக் கண்ணெடுத்தும் பார்த்ததில்லை என்று சொல்லத்தான் வேண்டும்.

தினம் பொழுது விடிந்தால் பொழுது சாய்ந்தால் கறுப்ப னுக்கும் வள்ளிக்கும் இடையே நடக்கும் சண்டைகளுக்கும் குறைவில்லை; சல்லாபங்களுக்கும் குறைவில்லை. இரண்டும் பகிரங்கமாகத் தெருவிலேதான் நடக்கும். அவர்களுக்கிடையே நடப்பது எதற்குமே ஒளிவு மறைவுக்கு அவசியமே இல்லை!

மேட்டுத் தெருவிலே இந்த மாதிரிக் காட்சி சகஜந்தான் என்றாலும், மேட்டுத் தெரு வாசிகள் கூடக் கறுப்பனும் வள்ளியும் சண்டை போடுகிறார்கள் என்றால் தூரத்தில் நின்று, பயபக்தியுடன், அதை ஒரு லட்சியச் சண்டையாகப் பாவித்துக் கவனித் துப் பல புதுப் புது விஷயங்களைத் தெரிந்துகொள்வார்கள்.

இதெல்லாம் எப்படி இருந்தால் என்ன? வள்ளி என்றால் கறுப்பனுக்கு உசிரு. கறுப்பன் என்றால் வள்ளிக்கும் அப்படியே.

காதல் என்கிற இந்த விஷயத்திலே மட்டும் ஏன், எப்படி என்றெல்லாம் கிண்டிக் கிண்டித் தத்துவ ஆராய்ச்சி செய்து பார்ப்பதிலே லாபம் இருப்பதே இல்லை. ஈசுவர சிருஷ்டி என்னவோ அப்படித்தான்!

கறுப்ப முதலி வெறும் அட்டகாசத்தினாலேயே வாழ்க்கைப் போரை மிகவும் வெற்றிகரமாக நடத்தி வந்தவன். மேட்டுத் தெரு மட்டும் அல்ல - சாத்தனூர் முழுவதிலுமே அவன் அட்டகாசம் செலாவணி ஆகிவந்தது. சின்ன விஷயங்கள் முதல் பெரிய காரியங்கள் வரையில் எல்லாமே அவன் சக்திக்கு உட்பட்டவைதாம்.

அக்ரஹாரத்திலே போய் வாழைத்தாறு விலை கேட்பான். விலை படியாது. "பூமாலை மவன் கறுப்பன் கிட்டேயா சாமி நீ இப்படிப் பேரம் பண்றே? உம். நாளைக் காலையில் அந்தத் தாறு அந்த மரத்திலே இருந்திடுமா?" என்று மீசையில் கை போட்டபடியே கேட்டுவிட்டுத் திரும்பி அலட்சியமாக ஆடி அசைந்து கொண்டு அங்கிருந்து நகருவான். அதற்குள், "இதேதடா வம்பில் மாட்டிக் கொண்டோமே?" என்று தோட்டக்கார ஐயருக்குத் தோன்றிவிடும். கறுப்பனைத் திருப்பிக்

கூப்பிட்டு நயமாகப் பயபக்தியுடன் பேசி அவன் கேட்ட விலைக்குக் காலணா அரையணாக் குறைவாகவே அவனிடம் வாழைத்தாறை விற்று விடுவார். "ஆம்புள்ளைச் சிங்கமாக்கும், இந்தக் கறுப்பன்!" என்று மீசைமேல் போட்ட கையை எடுக்காமலே முணுமுணுத்துவிட்டுப் பிறகு அந்த வாழைத்தாறைத் தூக்க மாட்டாமல் தூக்கிக்கொண்டு போய்க் கறுப்பன் கடைத் தெருவில் விற்றுவிடுவான். வாங்கியது போலத்தான் விற்பதும். வாங்கிய விலைக்குச் சரியாக இரண்டு பங்கு கேட்பான். சரியாக இரண்டு பங்கு; அதற்கு மேலும் கேட்கமாட்டான்; குறைவாகவும் கேட்கமாட்டான்; வாழைத்தாற்றுடன் கறுப்பனைக் கண்டதுமே கடைக்காரர்கள் பயந்து போவார்கள்; யார் மடியில் இன்று கை வைக்கப் போகிறானோ என்று அந்தரங்கத்தில் பீதி அடைவார்கள். "என்ன கறுப்பண்ணே? நீயே தூக்கிக்கிட்டு வரணுமாங்காட்டியும் இத்தே! சொன்ன காசைக் கொடுத்திட்டு நான் போய் எடுத்திட்டு வந்திட மாட்டேன்!" என்று மரியாதையாகப் பேசிக்கொண்டே கடைக் காரன் கறுப்பன் கேட்ட காசை எடுத்து மறு பேச்சு பேசாமல் அவனிடம் கொடுத்து விடுவான். கடைக்காரன் மனசில், "நல்ல வேளை; இன்னிச் சனியன் ஒரு வழியாக விட்டது. அதிகமாகக் கேக்காமே போனானே! என்னிக்கித்தான் இந்தக் கறுப்பு ஊரிலேருந்து ஒழியுமோ?" என்று இருக்கும். இன்னும் என்ன வெல்லாமோ கூட இருக்கும். ஆனால் அதையெல்லாம் மனம் விட்டு வெளியே சொல்லிவிட முடியுமா?

ஊரில் அநியாய விவகாரம் செய்ய முயலுபவர்கள் எல்லோருக்கும் உற்ற துணைவன் கறுப்ப முதலிதான். முந்திக் கொண்டு அவனைத் தன் கட்சியில் சேர்த்துக்கொள்ளுகிறவன் தான் அதிருஷ்டசாலி. அவன் பக்கந்தான் இறுதி வெற்றி என்பது நிச்சயம். கொஞ்சம் நிலபுலங்களும், நிறைப் பொழுதும், அரை குறைச் சட்டஞானமும், அளவற்ற பொருளாசையும் படைத்த மிராசுதாரர்கள் நிறைந்த சாத்தனூரிலே நாள் தப்பினாலும் விவகாரம் தப்பாது. நாளொரு மேனியும் விவகாரத்திற்கு ஒரு வண்ணமுமாகக் கறுப்ப முதலியின் செல்வாக்கு, சாத்தனூர்க் கிராமத்திலே வளர்ந்துகொண்டிருந்தது.

சிலம்ப வித்தையிலே சூரன் என்று புகழ் அவனுக்கு. அந்த பிராந்தியத்திலே அந்த நாளில் சிலம்பத்திலே அவனை வெல் வதற்கு ஆள் கிடையாது என்று சொல்லிக் கொண்டார்கள். அதாவது பிச்சாண்டியைத் தவிர. ஆனால் அந்தப் பிச்சாண்டி மாத்திரம் யார்? அவனும் அதே மேட்டுத் தெருவான் தானே!

உள்ளதெல்லாம் போதாது என்று பிச்சாண்டியே கறுப்பனுக்கு உறவு - ஏதோ சிற்றப்பன் முறை - என்றும் உறவு விட்டுப் போகாமல் பிச்சாண்டியும்

கறுப்பனும் அடிக்கடி ரகசியத்தில் சந்தித்து அளவளாவினார்கள் என்றும் ஊரில் வதந்திகள் பரவிக்கொண்டிருந்தன. தன் செல்வாக்கை மேலும் அதிகப்படுத்துவதற்காகக் கறுப்பனே இம்மாதிரி வதந்திகளைப் பரப்பிக்கொண்டிருந்தான் என்று பலர் அறிந்து கொண்டார்கள். ஆனால் அறிந்துகொண்டதை எல்லாம் பகிரங்கமாக வெளியே சொல்லிவிட முடியுமா?

வள்ளியம்மை தன்னுடைய அருமை மகன். ஒரே மகன் சோமுவைப் பெற்றெடுத்தபோது கறுப்ப முதலியின் செல்வாக்கு, சாத்தனூரிலும் சுற்றுவட்டப் பிரதேசத்திலும் உச்ச நிலையை எட்டியிருந்தது.

சோமு பிறந்த அன்று இவ்வுலகிலே என்ன என்ன அற்புதங்கள் நிகழ்ந்தன என்று பௌராணிகர்கள் யாரும் எழுதி வைக்கவே இல்லை. அவர்கள் மேல் பிசகு என்றும் சொல்லிவிட முடியாது. சோமு என்று ஒருவன் பிறந்ததோ பிறக்கப் போகிறான் என்பதோ பௌராணிகர்களுக்குத் தெரியவே தெரியாது. அவர்கள் கலிகாலத்தில் உலகை உய்விக்க வென்று தோன்ற இருந்த கல்கி அவதாரத்தின் ஆகிருதியைச் சிந்திப்பதிலேயே தங்கள் கற்பனையின் எல்லைகளை எட்டி விட்டார்கள். அதற்குப் பின்னர் அவர்கள் கற்பனை சூனியமாகி விட்டது; சிந்தனை சுருங்கி விட்டது.

சோமு பிறந்த அன்று எவ்வளவோ அற்புதங்கள் நிகழத் தான் நிகழ்ந்திருக்கும். ஆனால் அற்புதங்களை நம்பாத காலம் இது. புத்தன், ஏசு முதலியவர்கள் பிறந்த காலத்திலே அற்புதங்கள் நிகழ்ந்தன என்று கவிகள் எழுதி வைத்திருப்பதை நம்பாமல், "கவிகள் பொய் சொல்கிறவர்கள். உண்மை ஒன்றையே லட்சியமாகவும் அடிப்படையாகவும் கொண்ட தினசரிப் பத்திரிகைகளில் வந்தால்தான் எதையுமே நாங்கள் நம்புவோம்!" என்று சொல்லுகிற "பொதுஜன" காலம் அல்லவா இது?

தவிரவும் சோமு பிறந்த அன்று அற்புதங்கள் நிகழ்ந்திருக்க வேண்டும் என்கிற அவசியந்தான் என்ன? அப்படி ஏதாவது அற்புதம் நிகழ்ந்திருந்தாலும் யார் கவனித்து ஞாபகம் வைத்திருக்கப் போகிறார்கள்?

'சோமு என்கிற இவனை ஏன் படைத்தோம், எதற்காகப் படைத்தோம்?' என்று அறியாமல் பிரம்மதேவனே ஒரு விநாடி சிந்தனையில் ஆழ்ந்து திக்கு முக்காடிப் போய்ச் சிருஷ்டித் தொழிலைச் செய்யாதிருந்து விட்டால் கூட அது பூலோகத்தில் யாருக்குத் தெரியப் போகிறது?

அதெல்லாம் ஒருபுறம் இருக்க வள்ளி - கறுப்பன் இவர்களின் காதற் கனியாகச் சோமு பிறந்ததே ஓர் அற்புதந்தானே! இந்த ஓர் அற்புதம் போதாதா சோமு புராணத்திற்கு ஆதாரம் கொடுக்க?

அவன் என்று, எந்தத் தேதியில், எந்தக் கிழமையில் பிறந்தான் என்றுகூட இப்போது நிச்சயமாகச் சொல்வதற்கில்லை. சுமார் ஐம்பது ஐம்பத்திரண்டு வருஷங்களுக்கு முன் ஒரு நாள் முன்னிரவில் பிறந்தான். சோமுவின் அவதார காலத்தைப் பற்றி இப்பொழுது நிச்சயமாகத் தெரிந்ததெல்லாம் இவ்வளவுதான்.

மேட்டுத் தெருக் குழந்தைகளுக்குச் சாதாரணமாக யாருமே ஜாதகம் கணிப்பது வழக்கமில்லை. ஆகவே சோமு பிறந்தபோது நவக்கிரகங்களும், அவர்களின் மனைவிமார்களும் எந்த எந்தத் திசையில் யார் யாரை எப்படி எப்படிப் பார்த்துக்கொண்டு, நேசமாகவோ கோபமாகவோ வக்கிரமாகவோ வீற்றிருந்தார்கள் என்பது யாருக்கும் தெரியாது.

மேட்டுத் தெருக் குழந்தைகளுக்கென்றே காத்துக் கிடக்கும் யமனையும் மூதேவியையும் மீறி வளர்ந்து சோமு பெரியவனாவான், பணக்காரனாவான், ஒரு நாவலுக்கே கதாநாயகன் ஆவான் என்று மேட்டுத் தெருவில் அன்றிரவு யார் எதிர் பார்த்தார்கள்?

சோமு பிறந்ததற்கு மறு விநாடி அவன் போட்ட கூச்சல் மேட்டுத் தெரு மட்டுமல்ல, அக்ரஹாரம், பிள்ளைமார் தெரு இரண்டும் மட்டும் அல்ல, அவற்றையும் தாண்டிச் சாத்தனூர் கிராமம் முழுவதிலும், அதற்கப்பால் சில இடங்களிலுங் கூடக் கேட்டது என்று கொஞ்ச நாள் உலாவிய வதந்தி உண்மையாகவே இருக்கலாம். ஏனென்றால் சோமுவின் குரல் பின்னரும் அசாதாரணமானதாகத்தான் இருந்தது.

அவன் தாயார் வள்ளியம்மை அன்பு ததும்பி வழிந்தோட அவனிடம் முதல் முதலாகச் சொன்ன வார்த்தைகள் இவைதாம்; "சனியனே! வாயை மூடுடா! சனியனே!"

இந்த வார்த்தைகளைக் கேட்டுக்கொண்டே வீட்டிற்குள் நுழைந்த கறுப்ப முதலி - கீழ மாங்குடியிலிருந்து நேராக வந்து கொண்டிருந்தவன் - சிறிது நேரம் சிந்தனையில் ஆழ்ந்தவனாக நிலைப்படியில் சாய்ந்து கொண்டு நின்றான். பிறகு, "இப்ப வேண்டாம்!" என்று முணுமுணுத்துக்கொண்டே வீட்டை விட்டு வெளியேறிவிட்டான். என்ன வேண்டாம். எப்போது வேண்டாம், ஏன் வேண்டாம் என்கிற விஷயங்கள் யாருக்கும் தெரியா. இரவு பூராவும் நிர்மலமான நிலவிலே, வாய்க்கால் மதகின் மேல் படுத்து உறங்கிவிட்டு மறுநாள் காலையில் வீடு திரும்பியபோது இரவு அவன் சொன்ன வார்த்தைகள் அவனுக்கே ஞாபகம் இல்லை. அவற்றின் அர்த்தம் என்ன என்று கடவுள் தான் சொல்ல வேண்டும்.

ஆனால் கடவுள் எதற்குமே என்ன அர்த்தம் என்று தான் சொல்லுவதில்லையே!

03

நினைவும் மறதியும்

எல்லோருக்குமே உள்ளதுதான் - நாலு வயசில் நடந்த ஒரு சம்பவம் அற்ப விஷயம், நாற்பதாவது வயசிலும் எல்லா விவரங்களுடனும் பரிபூரணமாக - சில சமயம் அநாவசியமாக என்றுகூடச் சொல்லத் தோன்றுகிறது! - ஞாபகம் இருக்கும். நேற்று நடந்த ஒரு காரியம் இன்று அறுபது நாழிகை நேரத்திற் குள்ளாகவே பனி போல மேகம் போலக் கரைந்து மறைந்து விடுகிறது. எவ்வளவுதான் மண்டையை உடைத்துக்கொண்டாலும் ஞாபகத்துக்கு வருவதே இல்லை.

பிற்காலத்தில் அதாவது மேட்டுத் தெரு சோமுப் பயல் வளர்ந்து பெரியவனாகிச் சோமசுந்தர முதலியார் ஆன பிறகு யோசித்து யோசித்துப் பார்ப்பார். அவருடைய குழந்தைப் பருவத்து நினைவுகள் சிற்சில ஒன்றுக்கு ஒன்று சம்பந்தமே இல்லாத ஞாபகங்கள் சிற்சில - சம்பவங்களின் சாயைகளாகத் திரும்பத் திரும்ப அவர் மனசிலே எழுந்து மறையும். எப்பொழுது சிந்தித்தாலும் அதே நினைவுகள் தாம் மீண்டும் வருமே தவிரப் புதிதாக எதுவும் ஞாபகம் வராது. ஏன் இந்தச் சில ஞாபகங்கள் மட்டும் அவர் மனசில் பதிந்திருந்தன. மற்றவை எல்லாம் ஏன் காலமென்கிற இருள் போர்வைக்குள் மறைந்து விட்டன என்று அவர் அடிக்கடி தீவிரமாகச் சிந்திப்பதுண்டு.

மனிதனுடைய ஞாபகம், மனசு ஏதோ ஒன்றைக் கவ்விப் பிடித்துக்கொள்ளுகிறது. இப்படிப் பிடித்துக்கொள்ளும் ஒரு விஷயத்திற்கு ஒன்பது விஷயங்களை நழுவ விட்டுவிடுகிறது.

முக்கியம், முக்கியம் அல்லாதது என்பது பற்றியெல்லாம் கவலைப்படுவதே இல்லை இந்த மனசு. ஒரு விஷயத்தைப் பிடித்துக்கொண்டால் ஆயுசு பூராவும் அதை நழுவ விடவே விடாமல் வைத்துக் காப்பாற்றியும் தருகிறது. இது மனசின் கிறுக்கு என்று சொல்லலாமே தவிர வேறு எதுவும் சொல்வதற்கு இல்லை. பெரிய பெரிய தத்துவாசிரியர்கள் பலர் தங்கள் ஆயுள் காலம் பூராவையும் இந்த ஒரே விஷயத்தைப் பற்றி ஆராய்ந்து விசாரிப்பதிலே செலவிட்டிருக்கிறார்கள்; மூளையைக் குழப்பிக் கொண்டிருக்கிறார்கள். ஆனால் அவர்கள் எல்லோரும் இறுதியில் கண்டுள்ள முடிவு என்ன தெரியுமா? இதிலும், இதுபோன்ற பல விஷயங்களிலும் முடிவு காண்பதே முடியாத காரியம் என்கிற ஒரே முடிவுதான்.

மேட்டுத் தெருக் குழந்தையைப் பற்றி வேறு யார் ஞாபகம் வைத்துக்கொண்டிருந்து நமக்குச் சொல்லப் போகிறார்கள்? சோமசுந்தர முதலியாருடைய பிற்கால ஞாபகங்களைத் தவிர அவருடைய குழந்தைப் பருவத்தைப்பற்றி அறிந்து கொள்ளு வதற்கு வேறு ஆதாரமே இல்லை என்பதில் ஆச்சரியப்பட ஒன்றும் இல்லை.

“கறுப்ப முதலிக்குப் பிள்ளை பிறந்திருக்கிறதா? பிள்ளையா? அது ஒன்றுதான் அவனுக்குக் குறைச்சலாக இருந்தது இவ்வளவு நாளும்! அந்த ராட்சசக் குஞ்சுக்கும் சேர்ந்து இனி நாம்தானே அழுது ஆகவேண்டும்! நம்ப தலைவிதி! அந்தக் கறுப்பைக் கேட்பாரில்லையே! அட தெய்வமே! நீதான் கேக்க மாட்டாயா?” என்று உடையவர்கள் காதில் செய்தி விழுந்த வுடன் மனம் நொந்திருப்பார்கள்; ஈசனிடம் முறையிட்டிருப் பார்கள்; உடையவர்கள் என்றால் ஏதோ கொஞ்சம் நன் செய்யோ; புன்செய்யோ, தோப்போ, துரவோ, வீடோ, வாசலோ, கடையோ, கண்ணியோ, பணமோ, காசோ உடையவர்கள் என்று அர்த்தம். அவர்கள் கறுப்பனிடம் பயமும் உடையவர்கள் தாம்!

ஒன்றும் இல்லாதவர்கள் - சாத்தனூர் கிராமத்தில் எந்தக் காலத்திலுமே ஒன்றும் இல்லாதவர்கள் நிறைய பேர்வழிகள் இருக்கத்தான் இருந்திருக்கிறார்கள் - கறுப்பனுக்கு இருந்த சாமர்த்தியத்தில், செல்வாக்கில் ஒரு சிறுபகுதி நூற்றில் ஒரு பங்குகூடத் தங்களுக்கு இல்லையே என்று மனம் நொந்தார்கள். பொறாமையுடன் அங்கலாய்த்தார்கள், “பிள்ளையா பிறந்திருக்கு அவனுக்கு? அவனுக்கு என்னப்பா, சாத்தனூரிலே கொடி கட்டிப் பறக்கிறது. அவன் வச்சது சட்டம்!” என்று சொல்லியிருப்பார்கள் இவர்கள், விஷயம் தெரிந்தவுடனே.

சோமசுந்தர முதலியாருடைய ஞாபகங்களிலே எப்பொழுதும் முதல் இடம் பெறுவது கோயில் மணிகளின் சப்தந்தான். அதிகாலையில் கணகண’

வென்று அமைதியைக் கலைத்துக்கொண்டு இன்ப வெள்ளமாக எழுந்து பரவி அடங்கும் அந்த மணி ஓசையை அவனுடைய இரண்டாவது வயசுக்கு முன்னரே கவனிக்கத் தொடங்கிவிட்டான். சாத்தனூர் என்கிற பெயரிலே பிற்காலத்தில் சோமசுந்தர முதலியாருக்குக் கோயில் மணிகளின் ஓசை தொனிக்கத் தொடங்கியதற்கு முக்கியக் காரணம் இதுதான்.

இரண்டாவது ஞாபகம் சூரிய ஒளி. வீட்டுக் கூரையிலுள்ள ஓர் ஓட்டை வழியாக உள்ளே பிரவேசித்த சூரிய ரச்மிகள் மெல்லிய மூங்கில் குழாய்ப் போலத் தரையைத் தொடுகின்றன. அந்த வெளிச்சத்திற்குள்ளே தூசும் தும்பும் பறக்கின்றன; தங்கமும், வெள்ளியும், மஞ்சளும், நீலமும் அந்த ஒளியிலே கைகோர்த்துத் தட்டாமாலை சுற்றித் தாண்டவமாடுகின்றன. தன் கையைக் காலை ஆட்டினால் அந்த தங்கமும், வெள்ளியும், மஞ்சளும், நீலமும், தூசும் தும்பும் இன்னும் அதி வேகமாகத் தாண்டவமாடுகின்றன என்று பையன் எப்படியோ ஒரு நாள் கண்டு கொண்டுவிட்டான். அவ்வளவுதான் - அந்தக் குழாயின் அருகிலே நின்றுகொண்டு கையையும் காலையும் ஆட்டி, ஆட்டி அந்த நித்திய தாண்டவத்தைப் பார்த்துக் கொண்டிருப்பதிலேயே தன் ஆயுள் பூராவையும் கழித்து விடலாம் என்று தோன்றுகிறது பையனுக்கு. பெரியவர்கள் - அசடுகள் இதைக் கவனிக்காமல் எங்கேயோ எதையோ எண்ணி ஏங்கிச் சுற்றித் திரிகிறார்கள் என்று பையன் தர்க்க ரீதியில் எண்ணுகிறான். இரவிலே அந்த ஒளிக் குழாயைக் காண முடிவதில்லை. ஆனால் மறுநாள் பொழுது விடியும்போது எங்கிருந்தோ மாயமாக வந்து அந்த அறையை, பையனின் மனசை உலகையே ஒளிமயம் ஆக்குகிறது.

காட்சி மாறுகிறது. தூங்கிக்கொண்டிருந்த பையன் திடுக்கிட்டு விழித்துக்கொள்கிறான். எங்கேயோ ஒரு மூலையில் மினுக்மினுக்' என்று எரிந்து கொண்டிருக்கும் விளக்கு இருளை அதிகப்படுத்திக் காட்டுகிறது. நிமிர்ந்து கூரையைப் பார்க்கிறான் பையன். ஒளிக் குழாயைக் காணோம். அவன் படுத்து உறங்க ஆரம்பித்தபோது அது அங்கே இருந்ததாகத்தான் ஞாபகம் அவனுக்கு. அந்த ஒளிக் குழாய் எங்கே போய்விட்டது. அதைத் தேடிக் கண்டுபிடிக்கவேண்டும் என்கிற ஆசை அவனுக்கு. ஆனால் எழுந்தவுடனே ஒரு விஷயம் அவன் கவனத்தைக் கவரு கிறது. பூகம்பமும் புயலும் அவன் அறியாத அனுபவங்கள் ஆனால் பூகம்பம் என்றால் இதுதான் - புயல் காற்றென்றால் இதுதான் என்று அவனுக்கு அறிவிப்பதற்காகவே போலும், ஒரு விஷயம் நடக்கிறது! வீடே கிடுகிடென்று ஆடுவதுபோல இருக்கிறது. கந்தைத் துணியைப்

போர்த்துக் கொண்டு படுத்திருந்த பையன் எழுந்து கந்தைத் துணி காலைச் சுற்ற நிற்கிறான். நிதானிக்கிறான். அவன் ஆயாளின் குரல் தான் பூகம்பத்தின் காரணம் என்று தெரிகிறது; அவன் அப்பனுடைய ஆர்ப்பாட் டங்கள் தாம் புயல் காற்றுக்கு மூலகாரணம் என்று தெரிகிறது; அவன் ஆயாளுடைய குரல் - அது தன் ஆயாளுடைய குரல் தானா என்று சந்தேகம் வருகிறது பையனுக்கு - அது அவளுடைய சாதாரணக் குரல் அல்ல. எவ்வளவு கோபமும் ஆத்திரமும் ஆக்ரோஷமும் தொனிக்கின்றன, அந்தக் குரலிலே இப்பொழுது! வார்த்தை மழைக்கு ஊடே தடதட' வென்றும், 'மடமட வென்றும், 'பளீர் பளீர்' என்றும் அடிகள் விழும் சப்தமும் கேட்கிறது நடுநடுவே. கால்கள் பின்ன, இருட்டிலே தட்டுத் தடுமாறிக் கொண்டு, சப்தம் கேட்கிற திசையை நோக்கி நடக்கிறான் சோமு. "அம்மா..." என்று குரல் கொடுக்கிறான்! ஆனால் அவர்கள் செய்கிற கலாட்டாவிலே, போடுகிற சப்தத்திலே அவன் குரல் அவர்கள் காதிலே எப்படி விழும்...?

இந்த மூன்று குழந்தைப் பருவத்து நிகழ்ச்சிகளும் பிற்காலத்தில் சோமசுந்தர முதலியாருக்கு அடிக்கடி ஞாபகம் வரும். தம் குழந்தைப் பருவத்தைப் பற்றி எண்ணும் போதெல்லாம் ஆரம்பத்தில் ஓசை, ஒளி, புயல் என்கிற இதே வரிசையில் இந்த மூன்று விஷயங்களுமே ஞாபகம் வரும். இதில் ஒரு விசேஷம் என்னவென்றால், மூன்றாவது நினைவுக் காட்சி எப்பொழுதும் பூர்த்தியாகாமலே நின்று விடுகிறது. அவர்கள் சண்டையில் குறுக்கிட்டபின் என்ன நடந்தது என்பது ஞாபகமே வருவதில்லை.

திடீரென்று ஒரு நாள் பையனுடைய கால் ஆடு சதையிலே ஈட்டி பாய்ச்சியது போல நெருப்புச் சுட்டது போல ஓர் உணர்ச்சி. அவ்வளவுதான் சோமசுந்தர முதலியாருக்கு ஞாபகம் வந்தது. ஆனால் அவருடைய வலதுகால் ஆடு சதையிலே அவர் பெரியவரான பிறகுகூட நீண்ட வடு ஒன்று இருக்கத்தான் இருந்தது. அந்த வடுவின் காரணமாகிய சம்பவத்தைப் பற்றி அவர் மனசில் ஞாபகம் இருந்ததெல்லாம் ஈட்டியால் பாய்ச்சியது போன்ற நெருப்புச் சுட்டது போன்ற அந்த ஓர் உணர்ச்சிதான். அந்தச் சம்பவத்தின் மற்ற அம்சங்களெல்லாம் அடியோடு மறந்துவிட்டன.

இன்னொரு ஞாபகம் - அக்கா, முனியக்கா செத்துக் கிடக்கிறாள். அப்போது சோமுப் பயலுக்கு வயசு மூன்றுக்கு மேல் இராது. ஆனால் முனியக்கா செத்துக் கிடப்பதும் அதை ஒட்டிய சில சம்பவங்களும் சிறுவனுடைய மனசிலே அழியாமல் பதிந்து விட்டன. அவன்

ஆயாள் வாயிலும் வயிற்றிலும் அடித்துக் கொண்டு புரண்டு புரண்டு அழுகிறாள். மடார் மடார்' என்று அவள் அடித்துக்கொள்வது ஊரெல்லாம் ஒலிக்கிறது. நேற்றும் அதற்கு முன் தினமும் ஓடியாடி அவனைத் தூக்கி வைத்துக் கொண்டு அதட்டித் திட்டி அடித்துக் கிள்ளிப் படாத பாடும் படுத்தி வைத்த அந்த அக்கா - முனியக்கா - அவனைத் திரும்பிக்கூட பார்க்காமல், அசையாமல் கொள்ளாமல் கிடக்கிறாள். யாரும் கவனியாத சமயத்தில் ஜாக்கிரதையாக ஒரு விரலால் அவளைத் தீண்டிப் பார்க்கிறான் பையன். நெருப்பைத் தொட்டது போல அவன் தன் விரலையும் கையையும் பின்னுக்கு இழுத்துக்கொள்ளுகிறான். நேற்று பிடித்து வைத்த மழை ஜலம் போலச் சில்லென்றிருக்கிறது அவள் உடல். காரணத்தையே அறியாமல் "... க்கா !... க்கா !" என்று பையனும் அழத் தொடங்குகிறான். அவனை எடுத்து அணைத்துக் கொண்டு அவன் ஆயாளும் 'ஓ வென்று அலறுகிறாள். இதற்குள் கறுப்ப முதலி வந்து விட்டான். பையன் மீண்டும் உரக்க அழத் தொடங்கியவுடன் "சும்மா கிட்டா சவமே !" என்று சொல்லி விட்டு அவன் அப்பன் அவனைக் கரகரவென்று பிடித்திழுத்து ஆயாளின் மடியிலிருந்து கீழே தள்ளுகிறான். பிறகு முனியக் காளைத் தூக்கிக்கொண்டு போய்விடுகிறான். அக்கா திரும்பி வரவே இல்லை. அப்பன் மட்டுந்தான் வந்தான்.

வேறு ஒரு சம்பவம். அக்கா இறந்ததற்குப் பல நாட்கள் கழித்து நடந்தது இது. அவன் ஆயாள் அவனை இடுப்பிலே தூக்கிக்கொண்டு தெருவைத் தாண்டிப் போகிறாள். ஒரு வீட்டிற்குள் நுழைகிறாள். அவனை ரேழியில் ஒரு மூலையில் உட்காரவைத்துவிட்டு, "எழுந்திரிச்சியோ, தோலை உரிச்சு புடுவேன்" என்று சொல்லிவிட்டுப் போகிறாள். அவள் சொல்லி விட்டுப் போனது அவனுக்கு ஞாபகம் இருந்தது. எழுந்தால், நகர்ந்தால் உதை கிடைக்கும் என்றும் அவனுக்கு ஞாபகம் இருந்தது. ஆனால் அதே இடத்தில் அவனால் அதிக நேரம் குந்தியிருக்க முடியவில்லை. எழுந்து ஆயாள் போன பக்கமே போகிறான். வீட்டுக்குள் கூடத்தில் யாரும் இல்லை. ஒரு மூலையில் நாலைந்து துணிகள் கிடந்தான். சோமு எப்படியோ அந்தத் துணிகளண்டை போய் அவற்றின் மேல் படுத்து 'ஹாய்யாக' உறங்கிவிட்டான். 'பளீர்' என்று சொடுக்கிய புளிய மிளாறு முதுகில் உறைத்த பின் தான் விழித்துக்கொண்டான். "ராசா வூட்டுப் புள்ளே, கெட்ட கேட்டுக்கு..." என்று கூறிக் கொண்டே ஒருவர் புளிய மிளாற்றை மீண்டும் சொடுக்குவதைக் கண்டு அவன் வீறிட்டு அலறி ஊளையிட்டுக்கொண்டே ஓடி விடுகிறான். ஆயாள் வந்ததும் அவளும் எதற்காக அப்படித் தன்னைப் புடைத்தாள் என்பதுதான் அவனுக்கும் புரியவில்லை.

இதைத் தொடர்ந்து வேறு ஒரு ஞாபகமும் இருந்தது சோமுவுக்கு. “பயலுக்குத் துணிச்சல் தான் இங்கறேன். ஐயமாரு வூட்டுத் துணிலே படுத்துத் தூங்கறத்துக்கு இம்புட்டுப் பிள்ளைக்குத் துணிச்சல் வந்திரிச்சே” என்ற ஒருவன் கொள்கைக்கு வேறு ஒருவன் பின்வருமாறு சமாதானம் சொன்னான் “கறுப்பன் மவனுக்குத் துணிச்சலுக்குக் குறைவா !” என்று.

வேறு ஒரு சம்பவம். பையன், வீட்டிலே தரிக்காமல் தெருவிலே ஓடிக்கொண்டிருக்கிறான். வீட்டிலே யாரும் இல்லை; ஆயாளும் இல்லை, அப்பனும் இல்லை. யாரோ தெருவோடு போய்க்கொண்டிருந்தவன் ஒருவன் சோமுவை நிறுத்தி, “நீ யாரடா? கறுப்பன் மவன்தானேடா !” என்று கேட்டான். கறுப்ப முதலியின் மகனாக இருப்பதிலேதான் எவ்வளவு பெருமை ! பையன் “ஆமாம்” என்று சொல்லிப் பல்லை இளித்தான். விசாரித்த ஆசாமி அவனைத் தோளிலே தூக்கி வைத்துக் கொண்டு தெருக்கோடி வரையில் போனான். பயலுக்கும் அந்த மாதிரி அவன் தோளின் மேல் சவாரி செய்வது சுகமாகத்தான் இருந்தது. “ஹை! ஹை!” என்று வண்டி ஓட்டினான் ஒய்யார மாக. தெருக்கோடியிலுள்ள மரங்கள் அடர்ந்த தோப்புக்குள்ளே புகுந்தான் பையனுடன் அந்த ஆசாமி. தான் மட்டும் தனியாக அந்தத் தோப்புக்குள்ளே போகப் பயப்படுவான் சோமு. ஆனால் அந்த ஆசாமி உடன் இருந்ததால் பயம் தோன்றவில்லை. தோப்பிலே அடர்ந்த இருட்டிய நடுப்பகுதியிலே அவனைத் தன் தோளினின்றும் இறக்கிக் கீழே விட்டான் அந்த ஆசாமி. பிறகு அவன் சோமுவை விசாரித்தான். “ஒங்கப்பன் எங்கேடா? என்றான். “போயிருச்சு !” என்று கையை நீட்டிக் காட்டினான் பையன். “ஆயாள் ?” “அதுவும் போயிருச்சு !” என்று மீண்டும் கையை நீட்டினான். “இந்தா பிடி. இதை வாங்கிக்கோ !” என்று அந்த ஆசாமி காரியத்தில் இறங்கி விட்டான். அதற்குப் பிறகு நடந்ததற்கு என்ன அர்த்தம் என்று சிறுவன் சோமுவுக்கு அப்பொழுதும் புரியவில்லை; வெகுகாலம் வரைக்குங்கூட புரியவில்லை. உலக அனுபவம் நிறைய ஏற்பட்டுப் பல இடங்களிலும் அடிபட்டுப் புண்பட்டுப் பண்பட்ட பிறகுதான் சோமசுந்தர முதலியாருக்கு விஷயம் புரிந்தது. அந்த ஆசாமிக்குக் கறுப்ப முதலியுடன் ஏதோ சண்டை போலும் - என்ன ஆத்திரமோ ! எதற்காக ஆத்திரமோ ! அந்த ஆத்திரத்தையும் கோபத்தையும் கறுப்ப முதலியிடமே காண்பித்து வஞ்சம் தீர்த்துக்கொள்வது நடக்காத காரியம். இதை அறிந்த அவன், கறுப்ப முதலியின் மகன், சிறுபையன், தன் கையில் சிக்கிக்கொண்டதும் தன் ஆத்திரமெல்லாம் தீர வஞ்சம் தீர்த்துக்கொண்டு விட்டான். பையனை அடித்து வெதுப்பிவிட்டான். சிறுவனுடைய உடம்பெல்லாம் கனிந்து நீலம் பாய்ந்து விட்டது. நல்லவேளையாகப் பையன் சிறிது நேரத்திற்கெல்லாமே பிரக்ஞை

இழந்துவிட்டான். அந்தப் பூட்டுக்கு அவன் தப்பிப் பிழைத்தது ஆச்சரியமே! உடம்பு தேறி வீக்கம் வடிந்து அவன் மீண்டும் எழுந்து நடமாட ஒருவாரத்திற்குமேல் ஆயிற்று.

தன்னை அப்படி அடித்தவனுடைய உருவமும் முகமும் சோமுவினுடைய மனசிலே நன்கு பதிந்து விட்டன. அந்த ஆசாமியை அவன் தன் ஆயுள் உள்ள அளவும் மறக்கமாட்டான். ஐம்பது அறுபது வருஷங்களுக்குப் பிறகு கண்டானானால் கூட அடையாளம் கண்டு கொண்டு விடுவான். ஆனால் அவன் மறுபடியும் சோமுவின் கண்களில் படவே இல்லை.

இன்னொரு ஞாபகம் - ஒருநாள் பகல் பூராவும் சூரியனைக் காண முடியவில்லை. வீட்டுக்குள் ஒளிக் குழாய் புகுந்து விளையாடவில்லை. வெளியே கிளம்பவொட்டாமல் மழை ஓயாமல் தாரை தாரையாகக் கொட்டிக்கொண்டிருந்தது. சொட்டச் சொட்ட நனைந்து கொண்டே வீட்டிற்கு வந்த கறுப்ப முதலியின் வாயில் ஒரு சுருட்டு, 'தகதக வென்று எரிந்து புகைந்து கொண்டிருந்தது. இவ்வளவு ஈரத்திலும் காற்றிலும், மழையிலும் அந்தச் சுருட்டின் நுனியில் நெருப்பு எப்படி அணையாமல் அப்படிப் பளிச்சென்று இருந்தது என்று ஆச்சரியத்தில் மூழ்கியவனாக அதையே பார்த்துக் கொண்டு நின்றான் பையன். கறுப்ப முதலி தன் வாயிலிருந்து சுருட்டை எடுத்து, "உனக்கு வேணு மாடா பயலே!" என்று கேட்டுக்கொண்டே அதைத் தன் மகனுடைய முகத்தண்டை கொண்டு வந்தான். ஆச்சரியமும் சிந்தனையும் கலைந்து பையன் விழித்துக்கொண்டான். நாக்குழறத் தனக்கு வேண்டாம் என்று சொல்லிவிட்டு மழையை வேடிக்கை பார்க்கப் போய்விட்டான்.

சற்று ஏறக்குறைய இதே சமயத்தில் தான் இருக்க வேண்டும் - காவேரி ஆற்றிலே ஜலம் ஓடியதைப் போல மேட்டுத் தெருவிலும் ஜலம் ஓடத் தொடங்கிற்று ஒரு நாள். சோமுவின் வீட்டிலே முழங்கால் மட்டும் ஜலம் நின்றது. என்ன வேடிக்கை! திடீரென்று ஒரு நாள் அவ்வளவு ஜலமும் வற்றிப் பழையபடி ஆகிவிட்டதே மேட்டுத் தெரு என்று சோமுப் பயலுக்கு மிகவும் வருத்தமாக இருந்தது.

ஒரு நாள் இரவு. தூங்கிக்கொண்டிருந்த பையனை எழுப்பிச் சாமி பார்க்க அழைத்துச் சென்றார்கள் கறுப்பனும் வள்ளி யம்மையும். பட்டாணிக் கடலையையும் முறுக்கையும் வாங்கிக் கொறித்துக்கொண்டே சென்றனர். பையன் அப்பனுடைய தோள் மேல் ஜாம் ஜாமென்று சவாரி செய்தான். அந்தக் கூட்டமும், தீவட்டிகளும், சாமியும், மேளமும் எல்லாம் மிகவும் உற்சாகமாக இருந்தன. அதிர்வேட்டுகளும் வானவேடிக்கைகளும் பையனைப் பயமுறுத்தி திகைக்க வைத்தன. சூரன் தலை விழுந்து

விழுந்து மீண்டும் மீண்டும் முளைத்து மாறுவதைப் பார்த்த பையன், இரவு நடுச்சாமத்தில் வீடு திரும்பிய போது அப்பனுடைய தலை மயிரை இரண்டு கைகளாலும் பிடித்துக் கொண்டு, "ஒன் தலையை மாத்திக்கோ மாத்திக்கோ" என்று சொல்லி உலுக்கினான். உபத்திரவம் தாங்க மாட்டாமல் கறுப்பன் அவனைத் தன் தோளிலிருந்து கீழே இறக்கிவிட்டு முதுகிலும் ஒன்று ஓங்கி வைத்த பின்தான் அடங்கினான் பையன்.

சோமசுந்தர முதலியாருடைய குழந்தைப் பருவத்து ஞாபகங்களிலே கடைசியாக ஒன்று - மற்ற நினைவுகளுக்கெல்லாம் சிகரம் வைப்பது போன்றது. அந்தச் சம்பவம் நடந்தபோது சோமுவுக்கு வயது நாலு இருக்குமோ, ஐந்து இருக்குமோ அவ்வளவுதான். அதற்குமேல் இராது. அந்தச் சம்பவத்தில் பல அம்சங்கள் பையனுக்கு அப்பொழுது புரியவில்லை; வளர்ந்து பெரியவனான பிறகுதான் புரிந்தன. ஆனால் சம்பவம் பூராவும் அவன் நினைவிலே விடாது தொத்திக்கொண்டிருந்தது.

யாரோ ஏழெட்டு முரட்டு ஆசாமிகளாக வந்து நள்ளிரவில் நல்ல குடி வெறியுடன் படுத்து உறங்கிக் கிடந்த கறுப்பு முதலியைக் கட்டிப் போட்டுவிட்டார்கள். பையன் தூக்கத்திலிருந்து விழித்துப் பார்த்த பொழுது கறுப்பன் கீழே கிடத்தப்பட்டிருக்கிறான். அவன் கைகளும் கால்களும் உறுதியான தாம்புக் கயிறுகளால் கட்டப்பட்டிருக்கின்றன. தலைவிரி கோலமாகக் காளி சொரூபமாகத் தன் கணவனைக் கட்டிக் கிடத்தியவர்களைப் கிழித்துக் கொல்ல விரும்புகிறவள் போலப் பாய்ந்து தைரியமாக ஆக்ரோஷத்துடன் அந்த ஏழெட்டு ஆண் பிள்ளைகளையும் எதிர்க்கிறாள் ஆயாள். தனியாக அவர்களில் யாரும் அவளுக்குப் பதில் சொல்லி மீண்டிருக்க முடியாது என்பது நிச்சயம். ஆனால் எல்லோருமாகச் சேர்ந்து அவள் மேல் பாய்ந்து அவளைப் பிடித்து நிறுத்தி ஓர் அறைக்குள் போட்டுக் கதவைத் தாழிட்டு விடுகிறார்கள். கதவு நல்ல உறுதியான கதவு. கதவைப் போட்டுக் கையாலும் காலாலும் தடால் தடால்' என்று உதைக்கிறாள் வள்ளியம்மை. அவளையோ அவள் கூக்குரல்களையோ அவள் கதவைப் போட்டு உடைப்பதையோ யாரும் லட்சியமே செய்யவில்லை. கட்டிக் கீழே கிடத்தியிருக்கும் கறுப்பனை இருவர் தூக்கிப் போகிறார்கள். கறுப்பன் வாயில் வந்தபடி எல்லாம் பேசி இரைகிறான். அவன் வாய்க்குள் வைக்கோலைப் பந்தாகச் சுருட்டிக்கொடுத்த பின்தான் அவன் பேசுவது நிற்கிறது. அவனைத் தூக்கிக்கொண்டு போய் வெளியே தயாராக நின்ற பார வண்டியிலே ஏற்றுகிறார்கள். கறுப்பன் கிடந்த இடத் தில் தரை மேல் சிவப்பாக ரத்தம் கசிந்திருக்கிறது. அவனோடு

போர் தொடுக்க வந்திருந்தவர்களில் இருவருடைய உடலிலும் ரத்தம் கசிந்திருந்தது என்பதைத் திருப்தியுடன் கவனித்தான் கறுப்பனின் பையன். வந்திருந்தவர்களும் ஒருவர் பின் ஒருவ ராகப் பார வண்டியில் ஏறிக்கொள்ளுகிறார்கள். அவர்களுள் இருவரைச் சோமு அதற்கு முன் பார்த்திருக்கிறான். ஊர்த் தலையாரி ஒருவன்; இன்னொருவன் கடைத் தெருவிலே வாழைப்பழக் கடை வைத்திருப்பவன். மற்றவர்கள் எல்லோரும் அந்நியர்கள்; சாத்தனூர்காரர்களே அல்ல. வாயில் விரலைப் போட்டுச் சுவைத்துக்கொண்டே, நடப்பது எதிலுமே சம்பந்தப் பட்டுக் கொள்ளாமலே நிற்கிறான் சோமு. ஆனால் அவனையும் எப்படியாவது அந்தச் சம்பவத்திலே சம்பந்தப்படுத்திவிட வேண்டும் என்று நிச்சயம் செய்து கொண்டவன் போலக் கடைசி ஆசாமி பார வண்டியில் ஏறிக் கொள்வதற்கு முன் பையனண்டை வந்து, “அப்பனைப் போல இல்லாமல், நீயாவது யோக்கியமாகப் பிழையடா பயலே!” என்று உரக்கச் சொல்லி விட்டு பளாரென்று அவன் கன்னத்திலே ஓர் அறை விட்டான். சோமுவின் காது பாடிற்று. அவன் தலை சுற்றிற்று. அந்த வார்த் தைகள் அவன் காதிலே அவன் ஆயுள் பூராவுமே ரீங்கார மிட்டன என்று சொல்வது மிகையாகாது. சோமுப் பயல் பெரிய வனாகிப் பதவி பெற்றுப் பட்டம் பெற்று நல்ல ஸ்திதியை அடைந்த பிறகுங்கூடப் பல நாட்கள் முன்னிரவில் படுக்கையில் படுத்துப் புரண்டபடியே இந்த வார்த்தைகளை மனசில் புரட்டிப் புரட்டிச் சுவைத்துப் பார்ப்பார் - சிந்தித்துப் பார்ப்பார்.

‘சல சல’ வென்று நள்ளிரவில் வண்டி மாடுகளின் சலங் கைகள் சப்திக்கப் பாரவண்டி கறுப்பனைச் சுமந்துகொண்டு கிளம்பிற்று. அந்தப் பாரவண்டி மேட்டுத் தெருத் திருப்பம் திரும்பி, ராஜ பாட்டையை அடைந்து சலங்கைகளின் மணி ஓசையும் காற்றிலே அடங்கும் வரையில் மேட்டுத் தெருவில் யாரும் வீட்டுக் கதவை திறந்து கொண்டு வெளியே வரவே இல்லை. பிறகு வந்து வள்ளியம்மை அடைப்பட்டிருந்த கதவைத் திறந்து அவளை வெளியே விட்டார்கள். அப்படித் தன்னை வெளியே விட்டதற்கு நன்றி பாராட்டாமல் வள்ளியம்மை எல்லோர் மேலும் விழுந்து அடித்துப் பேய் பிடித்தவள் போல நடந்துகொண்டாள். அவளையும் சோமுவையும் தனியே விட்டு விட்டு மற்றவர்களெல்லோரும் போய்விட்டார்கள்.

அதற்குப் பிறகு சோமு தன் தகப்பனை மறுபடியும் பார்க்கவே இல்லை.

இந்த சம்பவத்தினுடைய முழு அர்த்தத்தையும் பின்னர் பிறர் சொல்லித்தான் கொஞ்சம் கொஞ்சமாகச் சோமு அறிந்து கொண்டான்.

கறுப்ப முதலி ஒரு நாள் மாலை குடிவெறியிலே யாரோ ஒரு புது ஆசாமியிடம் - சாத்தனூருக்கே புதியவன் - சண்டை போட்டு அவனை நையப் புடைத்து விட்டானாம். அந்தப் புது ஆசாமி அங்கேயே நின்ற இடத்திலேயே சுருண்டு விழுந்து செத்துவிட்டானாம். ஊர்த் தலையாரியும் பட்டா மணியக்காரரும், மற்றும் பலரும் சேர்ந்து கறுப்பனை ஒழிக்க இதுதான் சமயம் என்று ஏற்பாடு செய்தார்கள். பிள்ளைமார் தெருவிலும், அக்ரஹாரத்திலும் கறுப்பனுக்கு எதிராக அவர்களுக்கு உதவி செய்யப் பலர் தயாராக இருந்தார்கள். கறுப்பன் ஒருவனைப் பிடிக்க ஏழெட்டு ஆண் பிள்ளைகள் தைரியமாக வந்து, இரவில் அவன் தூங்கிக்கொண்டிருக்கும் போது கட்டுப் போட்டு விட்டார்கள். கும்பகோணத்தில் தாணாவுக்குக் கொண்டு போய்ப் போலீசாரிடம் ஒப்படைத்தும் விட்டார்கள். அதற்குப் பிறகு கறுப்பன் என்ன ஆனானோ! சோமுவுக்குத் தெரியாது! தூக்கிலிடப்பட்டு உயிர் நீத்தானோ, அந்தமானில் கல்லுடைத்துக் கருமந் தீர்த்தானோ? சோமு அறிந்து கொள்ள விரும்பியதே இல்லை என்றுதான் சொல்லவேண்டும்.

வள்ளியம்மை அந்த இரவுக்குப் பிறகு கறுப்பனைப் பற்றி ஒரு நாளாவது பேசியதில்லை. நாளடைவில் அவள் அவனுடைய ஞாபகத்தையே தன் மனசிலிருந்து அழித்து விட்டாள் என்று தான் தோன்றிற்று. ஆனால் அவள் முன்போல் இல்லை; புது மனுஷியாக மாறி விட்டாள். கறுப்பன் என்ன ஆனான்; என்ன ஆவான் என்றுகூட அப்பொழுதோ, பிறகோ அவள் விசாரிக்கவே இல்லை. தன் துக்கத்தைத் தனக்குள்ளேயே வைத்து வளர்க்கப் போதிய தெம்பு அவளுக்கு இருந்தது.

இந்தச் சம்பவத்துடன் சோமுவின் குழந்தைப் பருவம் முடிந்துவிட்டது என்று வைத்துக்கொள்ளலாம். அவனுக்கு வயசு ஐந்தாகிவிட்டது. அறிவு உதயமாகிக்கொண்டிருந்தது.

04

சாத்தனூர் எல்லைகள்

கறுப்ப முதலி போன பிறகு பல நாட்கள் ஆறுதல் சொல்ல வந்தவர்கள் யாரையும் கிட்ட அண்ட விடாமல், அழுத கண்ணும் சிந்திய மூக்குமாக, தன் துயரைத் தன் மனசிலேயே மூடி வைத்துக் கொள்ளத் தவியாகத் தவித்தாள் வள்ளியம்மை. ஆனால் காலக் கிராமத்தில் வேறு செய்வது இன்னது என்று அறியாமல் தானாகவே மனம் தேறித் தினசரி அலுவல்களைக் கவனிக்கத் தொடங்கிவிட்டாள். முன்னாலெல்லாம் என்றால், அவள் பழைய வள்ளியம்மையாக இருந்த காலத்தில், போன காதலன் போகட்டும் என்று விட்டுவிட்டுப் புதுக் காதலன் தேடத் தலைப்பட்டிருப்பாள். இப்பொழுது அவள் மனம் காதலையோ காதலனையோ நாடவில்லை. எப்படியோ கறுப்பனுடன் வாழ்ந்த நாட்களில் அவள் மாறிப் போய்விட்டாள். அவளுடைய மனசே ஒடிந்துவிட்டது போல இருந்தது. முன்போலெல்லாம் இரைந்து பேசுவதும் இல்லை; யாரையாவது வலுச் சண்டைக்கு இழுத்து ஆர்ப்பாட்டங்கள் செய்வதும் இல்லை அவள். தன் நினைவுகளை, முக்கியமாகக் கறுப்பனுடன் வாழ்ந்த நாட்களின் ஞாபகங்களை, அடியோடு மறந்துவிட விரும்பினாள். கறுப்பனைப்பற்றி நினைப்பதை நிறுத்திவிட்டால் மட்டும் போதுமா? அது போதவில்லை, ஆகவே தன்னுடைய தினசரி அலுவல்களை அதிகரித்துக்கொண்டு அவற்றில் வெகு உற்சாகத்துடன் ஈடுபட்டாள்.

சர்வமானிய அக்ரஹாரத்திலே புதிதாக வந்து குடியேறியிருந்த ஒரு பணக்கார ராயர் வீட்டிலே வேலைக்கு அமர்ந்தாள். ஓர்

எருமை மாட்டை வாங்கிக் கட்டிக்கொண்டு தயிர், வெண்ணெய், நெய் வியாபாரம் செய்யத் தொடங்கினாள். கறுப்பன் ஞாபகார்த்தமாக இருந்த தன் ஒரே பிள்ளையைச் சீராட்டிப் பாராட்டி வளர்க்கத் தலைப்பட்டாள். தினத்தில் அறுபது நாழிகை நேரம் இருந்தது போதாது போல இருந்தது அவளுக்கு.

வாழ்க்கையிலே தன்னுடைய ஒரே மகன் சோமசுந்தரத்தைத் தவிர அவளுக்கு வேறு ஒரு விதமான பிடிப்பும் ஏற்படவில்லை.

சாத்தனூர் வாசிகளுக்கும், மொத்தத்தில் கறுப்பன் தொலைந்ததில் பரம திருப்தி என்றுதான் சொல்ல வேண்டும். திருப்தி இல்லாமல் எப்படி இருக்க முடியும்? முக்கியமாக 'உடையவர்கள்' வாழைத்தாறு முதலிய தங்கள் உடைமைகளுக்கு இனித் தங்கள் இஷ்டம் போல விலை கூறலாம். விரட்டுவதற்குக் கறுப்பன் இல்லை என்று எண்ணிச் சந்தோஷப்படாமல் இருப்பார்களா?

"இல்லாத காளைகள் சிலர், முக்கியமாக மேட்டுத் தெருக் காளைகளில் பலர், கறுப்பன் போய்விட்டான். இனித் திரும்ப மாட்டான் என்பது நிச்சயமானவுடன் ஊரிலே அவனுடைய ஸ்தானத்துக்குப் போட்டி போடத் தொடங்கினார்கள். கறுப்பனுக்கு இருந்த உடல் வலுவோ, மனத்தெம்போ, அறிவோ, சாதுரியமோ, அவர்களில் யாருக்கும் இல்லை. அவர்களில் பிச்சாண்டியின் பெயரை உபயோகித்துக் கொண்டிருக்கக் கூடியவர்கள் கூடத் துணிச்சலாக உபயோகிக்க மாட்டாமல் தயங்கினார்கள். அவர்களுடைய தயக்கம் அவர்களைக் காட்டிக் கொடுத்துவிட்டது. வாழைக்காய் விலை கேட்கப் போன இடங்களில் கூட 'உடையவர்கள்' அவர்களுக்கு அசைந்து கொடுக்க மறுத்தார்கள். அவர்கள் என்னதான் கம்பீர நடைபோட்டாலும், அதட்டினாலும், உருட்டினாலும், மிரட்டினாலும் உடையவர்கள்' மசியவே இல்லை. கறுப்பன் இனித் திரும்ப மாட்டான் என்பத னாலேயே தைரியம் பிறந்து விட்டது போலும் அவர்களுக்கு! "உனக்கும் இல்லை, இனிக் கறுப்பன் திரும்பினால் அவனுக்குக் கூட இல்லை" என்று கூறி விட்டார்கள் 'உடையவர்கள்'. கறுப்பன் இருந்திருந்தால் எது வந்தாலும் வரட்டும் என்று கூசாமல் இரவோடு இரவாக வாழைத்தாற்றை வெட்டிக் கொண்டு போயிருப்பான். ஆனால் அவன் ஸ்தானத்தில் அமர்ந்துவிட ஆசைப்பட்ட இந்தப் போலிக் கறுப்பர்களுக்கு அவனைப்போல பேசத்தான் தெரிந்ததே தவிர அவனைப் போலக் காரியம் எதுவும் செய்யத் தெரியவில்லை. இம்மாதிரி நாலைந்து தடவை முயன்று தோல்வியுற்ற பின் இந்தக் காளைகள் தோல்வியை ஒப்புக்கொண்டு, தாமாகவே பின் வாங்கி விட்டார்கள்.

ஊரிலே கறுப்பனுடைய ஸ்தானத்தை அடைந்துவிட வேண்டும் என்று போட்டியிட்ட காளைகளில் சிலர் வேறு ஒரு காரியத்திலும் துணிச்சலுடன் ஈடுபட்டார்கள். வேறு எது எப்படியானாலும், வள்ளியம்மையினுடைய உள்ளத்திலேயாவது கறுப்பனுடைய ஸ்தானத்தைக் கைப்பற்றிவிடுவது என்று சிலர் தீவிர முயற்சி செய்தார்கள். இதுவரையில் யாருடைய நட்பையுமே சுவைத்தறியாத சிறு பயல் சோமுவுடன் நட்புப் பாராட்டி அவன் மூலமாகவாவது தங்கள் காரியத்தைச் சாதித்துக்கொள்ளலாம் என்று சிலர் எண்ணினார்கள். சோமுவுக்கு தின்பண்டங்கள் ஏராளமாகக் கிடைத்தன இந்தக் காலத்தில். வெளியே கிளம்பினால் உடன் வருவதற்கு, துணை வருவதற்கு இரண்டொருவர் எப்பொழுதுமே தயாராக இருந்தனர். இதனாலெல்லாம், இவ்வளவு நாளும் தனிமையிலே, மனிதர்கள் என்றால் சுபாவமாக ஏற்பட்டிருந்த ஓர் அவ நம்பிக்கையுடன் ஒதுங்கிப்போய்க் கொண்டிருந்த சோமு மனிதர்களிடம் நம்பிக்கை கொண்டு, நட்புப் பூண்டு பழக ஆரம்பித் தான். சோமுவுக்கு இரண்டொரு விஷயங்களில் லாபம் கிடைத்தது. மற்றவர்களுக்கு, காரியார்த்தமாக அவனை அண்டியவர்களுக்கு, எவ்விதமான லாபமும் கிடைக்கவில்லை. வள்ளியம்மைக்கு இப்பொழுது வயது இருபத்தைந்துக்கு மேல் இருக்கும் என்றாலும் தளதள வென்ற மேனியும், தளராத உடலும், கரிய விரிந்த விழிகளும், பூமி அதிரும் நடையுமாகப் பார்க்க வசீகரமாகத்தான் இருந்தாள். ஆனால் தன்னை நாடிய காளைகளில் யாரையும் அவள் தன் அண்டையில் வரக்கூட அனுமதிக்கவில்லை.

சாத்தனூரிலே மட்டுமின்றி வள்ளியினுடைய உள்ளத்திலும் கூடக் கறுப்பனுடைய ஸ்தானம் காலியாகவே கிடந்தது.

ஐந்து வயதான சோமுப்பயல் தன் தகப்பன் போன பிறகு அவனைப்பற்றி என்னதான் நினைத்தான் என்று நிச்சயமாகச் சொல்ல முடியாது. சாதாரணமாக அவன் தன் தகப்பனைப்பற்றி நினைப்பதே இல்லை. ஆனால் தினம் காலையிலும் மாலையிலும் அவனுக்கு பழக்கமாகியிருந்த அந்தப் பூகம்பமும் புயலும் இல்லாமல் வீடே வெறிச்சோடித்தான் கிடந்தது. சமயம் பார்த்து முதுகிலே இரண்டு வைப்பதற்கு ஆள் இல்லாததால் சோமுவுக்குத் துரு துரு' என்றுதான் இருந்தது. வாலை அவ்வப்போது ஒட்ட நறுக்குவதற்கு யாருமே ஆள் இல்லாததால் அவன் வால் கிளைத்துத் தழைத்து வளர்ந்து கொண்டிருந்தது. இப்பொழு தெல்லாம் வள்ளியம்மை அவனைத் தொட்டு அடிப்பதே கிடை யாது. தன் இஷ்டப்படி எல்லாம் ஊரிலே திரிந்து அலைந்து அறிவின் எல்லைகளைத் தொட முயன்று கொண்டிருந்தான் அவன்.

சாத்தனூர் மிகவும் சிறிய ஊர்தான். ஆனால் அதற்குள் சுற்றி வந்து சோமு அறிவின் எல்லைகளை அதி சீக்கிரமே எட்டிவிட்டான் என்றுதான் சொல்ல வேண்டும். அறிவும் அனுபவமும் விநாடிக்கு ஒரு வண்ணமாக அவனுக்கு ஏற்பட்டு அவன் மனசைப் பண்படுத்திக்கொண்டிருந்தன. சோமசுந்தர முதலியாரைச் சிருஷ்டித்துக்கொண்டிருந்தன.

சாத்தனூருக்கு - கிராமத்துக்கு எல்லைகள் சொல்வது சுலபமே. அதிகாரிகள் ஏதோ எப்படியோ இதற்குள் அடங்கியது தான் சாத்தனூர் என்ற எல்லைகள் வகுத்து வைத்திருக்கிறார்கள். ஆனால் அந்த எல்லைக்குள் சோமுவுக்கு ஏற்பட்ட அனுபவங்களின் எல்லைகளையும், அந்த அனுபவங்களின் காரணமாக அவனுக்கு ஏற்பட்ட அறிவின் எல்லைகளையும் விவரிப்பதுதான் மிகவும் சிரமம்.

சாத்தனூர் எல்லைக்குள் இருந்ததை எல்லாம் ஆறு வயசு ஆவதற்கு முன்னரே சோமு பூராவும் ஆராய்ந்துவிட்டான்.

சாத்தனூர் நடு மத்தியிலே இருந்தது கோயில் - சிவன் கோயில். தஞ்சையில் புகழுடனும் ஆண்மையுடனும் வீரத் துடனும் சோழர்கள் ஆண்டு சோழ சாம்ராஜ்யத்தை மீண்டும் ஸ்தாபிப்பது என்று முயன்ற காலத்திலே கட்டப்பட்ட கோயில் அது. மிகவும் புராதனமானது என்று சொல்ல முடியாது. ஆனால் பழைய காலத்துக் கோயில் தான். கவனிப்பார் இல்லாமல் க்ஷண தசையில் இருக்கிறது. வெளி மதிற் சுவர் களெல்லாம் இடிந்து விழுந்து கொண்டிருக்கின்றன. வெளிப் பிரகாரங்களில் சில்லென்று பூத்திருக்கும் சிறு நெருஞ்சிக் காட்டிலே பய பக்தியுடன்தான் நடக்க முடியும். ஆனால் உள்ளே மண்டபங்களும், தூண்களும், கர்ப்பக்கிருகமும், விக்கிரகங்களும் முக்கியமானவையும் அன்றைக்கு அன்று நிலை குலையாமல் அற்புதமாகத்தாம் இருக்கின்றன. அந்த நாட்களி லிருந்து இன்றுவரையில் அந்தக் கோயிலிலே 'நம்புகிறவர்களுக்கும்' குறைவு இல்லை. ஒவ்வொரு நாளும் மாலையில் கும்பல் 'ஜே ஜே' என்றுதான் இருக்கும்.

சாதாரணமாகப் பெரிய கோயில்களுக்கெல்லாம் நான்கு கோபுரங்கள் இருக்கும். ஆனால் சாத்தனூர்க் கோயிலுக்கு உள்ளது ஒரே கோபுரந்தான் - தெற்குக் கோபுரம் ஒன்று மட்டுந் தான். கிழக்கே ஒரு பெரிய வாசல் உண்டு. அது உத்ஸவ காலங்களில் மட்டுந்தான் திறக்கப்பட்டிருக்கும். மற்ற காலங்களில் அதன் கதவுகள் அடைத்தே கிடக்கும். தெற்குவாசல் வழியாகத் தான் கோயிலுக்குள் புகவேண்டும். வேறுவழி இல்லை. சுற்றியிருந்த தெருக்களைவிடப் பத்தடி உயரத்தில் ஒரு சிறு குன்றின் மேல் இருப்பது போல இருந்தது கோயில். கர்ப்பக் கிருகம் தெரு

மட்டத்திலிருந்து இருபது அடி உயரத்தில் இருந்தது. கோயில் மணி, உயரத்தில் - முப்பது முப்பந்தைந்து அடி உயரத்தில் - தொங்கிக் கொண்டிருந்தது. கோயிலில் மணி அடித்தால் சாத்தனூர் கிராமம் பூராவுமே கேட்கும். அதிகாலையில் விடி வதற்கு மூன்று நாழிகை நேரம் இருக்கும் போதே மணி அடிக்கப் படும். முதல் ஜாமத்துக்கு, பிறகு நள்ளிரவு வரையில் ஐந்து ஜாமங்களுக்கும் மணி அடிக்கப்படும். சாத்தனூர்க் கோயில் விக்கிர கங்களைவிட அந்த மணிதான் சோமுவின் மனசை அதிகமாகக் கவர்ந்தது என்பதில் ஆச்சர்யம் ஒன்றும் இல்லை. வெறும் உலோகத்தை உருக்கி வார்த்து அந்த மாதிரி இனிய நாதம் எழுப்பும் சக்தியை அதற்குக் கொடுத்தவன் உண்மை யிலேயே ஒரு கலைஞனாகத்தான் இருக்கவேண்டும். அது தனி இசை; உள்ளத்தைக் கவர்ந்து உயிரையே உருகி ஓடச் செய்யும் இசை; மனிதனின் ஆத்மாவைக் கவ்வி இழுத்துக் கடவுளின் பாதாரவிந்தங்களிலே பணியச் செய்வதற்கு என்று ஏற்பட்ட இசை. தமிழிலே உள்ள பாடல்களை எல்லாம் விடச் சிறந்த இசை அந்தக் கோயில் மணி ஓசை என்று சொல்வது மிகையே ஆகாது.

சாத்தனூர்ச் சிவன் கோயிலை நாயன்மார்களுள் யாரும் பாடியிருப்பதாகத் தெரியவில்லை. ஆனால் தங்கள் ஊர், பாடல் பெற்ற ஸ்தலம் என்றுதான் ஊர்க்காரர்களின் அபிப்ராயம். நாயன்மார்களுள் யாரும் பாடாமல் போனது அவர்களுடைய குறையைக் காட்டியதே தவிர, கோயிலையோ மூர்த்தியையோ குறைப்படுத்துவது ஆகாது என்று சாத்தனூர் வாசிகள் நினைப் பதில் தவறில்லை என்றுதான் சொல்லவேண்டும். சுற்றுவட்டப் பிரதேசத்திலிருந்து பக்த கோடிகள் வண்டி கட்டிக்கொண்டும், நடந்தும் வந்து சாத்தனூர்ச் சிவன் கோயிலில் உள்ள மூர்த்திக்கு அர்ச்சனை அபிஷேகம் முதலியன செய்வித்துக் கண் குளிரக் கண்டுகளித்துத் திரும்புவார்கள். சிவன் கோயில் தான் அது என்றாலும், அதிலே தனியாக ஒரு மூலையில் எழுந்தருளியிருக்கும் சுப்பிரமணிய சுவாமிக்குத்தான் மகிமையும் விசேஷமும் அதிகம் என்பது பக்தகோடிகளில் பலருடைய அபிப்பிராயம். சிவபெருமானுக்கு வேளை தவறாமல் பூஜையும் நைவேத்தியமும் கிடைத்தாலும் கிடைக்காவிட்டாலும் சுப்பிரமணிய சுவாமிக்கு எதுவும் தவறாது - பூஜை தவறாது - அர்ச்சனை அபிஷேகங்களும் தவறாது. குறிப்பிட்ட நாளில் பக்தர்கள் காவடி கொண்டு வருவார்கள். நாதஸ்வரம் ஒலிக்கும் - ஆஹா ! எவ்வளவு இன்பமாக ஒலிக்கும் ! அந்த இன்பவசப்பட்டுச் சோமு காவடி தூக்குபவர்களுடன் ஆடிப்பாடிக்கொண்டு கோயிலுக்குப் போவான். வெகு உற்சாகத்துடன் அபிஷேகம் ஆராதனைகள் எல்லாம் முடியும் வரையிலிருந்து சுவாமி கும்பிட்டுவிட்டு வருவான்.

தெய்வத்தின் விசேஷப் பாதுகாப்புக்குப் பக்தி சிரத்தைதான் முக்கியக் காரணம் என்று ஒப்புக்கொண்டால் சோமுவிடம் தெய்வத்துக்கு விசேஷப் பிரியம் இருக்க வேண்டும் என்பதையும் ஒப்புக்கொண்டே தீரவேண்டும். காவடி தூக்கி வருகிறவர்களைவிட சோமுவுக்குத்தான் இந்தச் சந்தர்ப்பங்களிலே பக்தி சிரத்தையும் தெய்வத்தினிடம் ஈடுபாடும் அதிகம் என்பதில் சந்தேகத்துக்கு இடமே இல்லை.

கிருத்திகைக்குக் கிருத்திகை முருகன் சந்நிதியில் ஒரே கூட்டமாக இருக்கும். பல ஊர்களிலிருந்தும் ஜனங்கள் நாள் பூராவும் வந்து கொண்டே இருப்பார்கள். குருக்கள்மார் அன்று நாற்பது ஐம்பது நாழிகை நேரமும் சற்றுக் கூட ஓய்வென்பதே இல்லாமல் முருகனுக்குக் கற்பூரம் ஏற்றிக் காட்டிய வண்ணம் இருப்பார்கள்.

முருகன் சந்நிதியில் சில நாட்களில், மாலை வேளையிலே, பிசாசு ஓட்டுவார்கள், வேப்பிலையும் கையுமாகத் தாடி வளர்த்த சாமியார்கள். பலர் - தலைவிரி கோலமான பெண்கள் புடைசூழ வந்து சந்நிதியிலே ஆர்ப்பாட்டங்கள் செய்வார்கள்; பயங்கரமான காட்சிதான் அது. சோமு பயந்து கொண்டே - ஆனால் அலுக்காமல் - நின்று பார்ப்பான். சில நாட்கள் இருட்டி வெகு நேரம் வரையில் கூட நின்றுவிடுவான். இருட்டிலே வீடு திரும்பு கையில் அவன் மனம் திக் திக்' என்று அடித்துக்கொள்ளும்.

சாயங்கால நேரத்தில் விளக்குகளெல்லாம் ஏற்றிய பின் கர்ப்பக்கிருகத்தில் நின்ற முருகன் உருவத்தைப் பார்க்கும் போதெல்லாம் சோமுவுக்குத் தன் தகப்பன் கறுப்பனின் ஞாபகம் வரும். ஏன் என்று அவனுக்கே தெரியாது!

சுவாமி, மணிச் சப்தம், ஜன நடமாட்டம், நாதஸ்வரம், காவடிகள் இவை போதா என்று கோயிலிலே சோமுவின் மனசைக் கவருவதற்கு வேறு சில விஷயங்களும் இருந்தன. கோயிலைச் சேர்ந்த நந்தவனத்திலே நாலைந்து மயில்கள் சுயேச்சையாக நடைபோட்டுக்கொண்டிருந்தன. சில சமயம் அவைகளில் சில தோகை விரித்து ஆடும்! ஆகா! எவ்வளவு அற்புதமான காட்சி! ஒரு பிரகாரத்தில். மதில் சுவரோரமாக ஒரு பெரிய இடத்தை வளைத்து வேலி கட்டி அங்கே மூன்று மான் குட்டிகளை வைத்திருந்தார்கள். பெரிய கிழட்டு யானை ஒன்றும் இருந்தது தெற்குப் பிரகாரத்திலே, நந்தவனத்திலே விதவிதமான புஷ்பங்கள் பூத்துக் குலுங்கியிருக்கும், வருஷம் பூராவும். மஞ்சள் நிறமாகப் பூப்பூத்த ஒரு செடியின் காய்கள் காற்றடிக்கும் போதெல்லாம் வெள்ளி மணிகள்போல ஒலிக்கும். அந்தச் செடிக்கு - சரியோ தப்போ - கிண்கிணி என்று பெயரிட்டிருந்தான் சோமு. கோயில் மணி ஓசைக்கு அடுத்தபடியாக

இந்தக் கிண்கிணிச் சப்தம் சோமுவின் மனசைப் பெரிதும் மயக்கியது.

கோயில் தெற்கு வாசல் வழியாக வெளியே வந்தால் தெரிந்தது சந்நிதித்தெரு. அந்தத் தெருவிலே கோயிலைச் சார்ந்த, கோயிலை நம்பிப் பிழைத்த ஐயர்களும், பட்டர்களும் குடியிருந் தார்கள். நீண்ட தெரு அது. இரு சாரியிலுமாக அறுபது வீடுகள் இருக்கும். கோபுர வாசலை ஒட்டியிருந்த இரண்டு மூன்றுத் திண்ணைகளில் அபிஷேக அர்ச்சனைச் சாமான்கள் விற்கும் கடைகள் இருந்தன. அது காரணமாக அந்த இடத்திற்குச் சின்ன கடைத்தெரு என்று பெயர்.

கோயில் தெற்கு மதில் சுவரை ஒட்டியிருந்த ஒற்றைச் சாரித் தெருவிலும் கோயிலில் வேலை பார்க்கும் பிராம்மணர்கள் தாம் இருந்தார்கள். அந்தத் தெரு வழியாக இருபது முப்பது கஜம் நடந்து வடக்கே திரும்பி இருபது முப்பது கஜம் நடந்தால் கீழச் சந்நிதியை அடையலாம். அடைத்த வாசலும், கோயில் மணிக் கூண்டும் இந்தச் சந்நிதியில் தான் இருக்கின்றன. கீழச் சந்நிதித் தெரு விசாலமான தெரு. அதில் பத்துப் பதினைந்து வீடுகள் இருக்கின்றன. கோயிலைச் சேர்ந்த மேளக்காரர்களும் தாசிமார்களும் இந்தத் தெருவிலே தான் வசிக்கிறார்கள்.

கீழச் சந்நிதியோடு போனால் கீழ வீதியை அடையலாம். கீழ வீதியிலே பணக்காரப் பிள்ளைமார் பலரும், இரண்டு மூன்று நாட்டுக்கோட்டைச் செட்டியார்களும் வசிக்கிறார்கள். விசாலமான தெரு. ஆகையால் இவர்களுடைய வீட்டு வாசல்களிலே வருஷம் பூராவும் கீற்றுக் கொட்டகை போட்டிருக்கும். கொட்டகையிலே ஊஞ் சல் போட்டுக்கொண்டு ஆடிக் கொண்டிருப்பார்கள். அவர்களைத் தூரத்தில் இருந்தபடியே பார்த்துக்கொண்டு நிற்பதிலே சோமுவுக்குப் பரம திருப்தி.

கீழ வீதியோடு ஒப்பிட்டுப் பார்க்கும் போது மற்ற மூன்று வீதிகளும் சற்றுக் குறுகலானவை என்றுதான் சொல்ல வேண்டும். தெற்கு வீதியிலும் மேல வீதியிலும் வசிப்பவர்களுள் அநேகமாக எல்லோருமே நெசவாளர்கள். நெசவாளர்கள் அல்லாதவர்கள் வெறும் குடியானவர்கள். நெசவாளர்களில் பலர் அநேகமாகத் தினந்தோறுமே தெருவில் தறி போட்டு நெய்து கொண்டிருப்பார்கள். சாத்தனூர் புடைவைகளுக்கும் துணிகளுக்கும் எப்பொழுதுமே கும்பகோணத்தில் கிராக்கி உண்டு. தறியிலே அவர்கள் வேலை செய்வதைப் பார்த்துக்கொண்டே வாயில் போட்ட விரலை எடுக்காமல், பல நாழிகைகள் அசையாமல் ஆடாமல் நிற்பான் சோமு.

வடக்கு வீதியும் கீழ வீதியில் ஒரு பகுதியுந்தான் சாத்தனூர்க் கடைத் தெரு. பெரிய கடைத் தெரு என்று பெயர் அதற்கு. அதிலே உள்ளவை இரண்டொரு ஜவுளிக்கடைகளும், நாலைந்து மளிகைக் கடைகளும், ஒரு மிட்டாய்க் கடையும், ஒரு வெற்றிலைக் கடையும், ஒரு பட்டாணிக் கடலைக் கடையும் (சோமுவின் மனசில் இவ்வளவுக்கும் சிகரம் வைத்தது போல) ஒரு வாழைப் பழக் கடையும் இவ்வளவுதான். கடைத்தெருவிலே வாழைப்பழக் கடைக்குப் போய்த் தம்பிடி கொடுத்தால் கடைக்காரன் ஒரு சீப்புப் பழம் தருவான். ஆனால் சோமுவிடம் தம்பிடி ஏது? தம்பிடி இல்லையே என்பதற்காக வாழைப் பழத்தை எண்ணி ஆசைப்படாமல் இருக்க முடியுமா? அந்த வாழைப்பழக் கடைக்கு எதிரே நாக்கில் ஜலம் ஊற நாள் தவறாமல் ஒற்றைக் காலால் நின்று தவம் செய்வான் சோமு. எவ்வளவு நேரம் தவம் செய்தால்தான் என்ன? கடை வாழைப்பழத்தை எடுத்து மகாவிஷ்ணு வந்தால் கூடப் பையனுக்கு இனாமாகத் தந்துவிட முடியுமா? நாள் தவறாமல் சோமு கடைத் தெருவுக்குப் போய் வாழைப்பழக் கடைக்கு எதிரே ஒரு நாழிகை, பட்டாணிக் கடலைக் கடைக்கு எதிரே அரை நாழிகை, மிட்டாய்க் கடைக்கு எதிரே கால் நாழிகை தவங் கிடந்துவிட்டுத்தான் மற்ற அலுவல்களைக் கவனிப்பான்.

கீழ வீதியோடாவது மேல வீதியோடாவது நேராகத் தெற்கே சென்றால் காவேரிக் கரையை அடையலாம்.

கீழ வீதியின் நடு மத்தியில், கீழச்சந்நிதி வந்து கீழ வீதியுடன் சேரும் இடத்தில் தேர் முட்டி இருக்கிறது. தேர் முட்டி மண்டபத்தை ஒட்டினாற்போலக் கிழக்கு நோக்கி ஓடுகிறது சின்ன அக்ரஹாரம். ஏழைப் பிராம்மணர்கள் பலருடைய வீடுகள் இந்த அக்ரஹாரத்திலே இருக்கின்றன. அந்தத் தெருவோடு போய்த் தெற்கே திரும்பி மீண்டும் கிழக்கே திரும்பினால் இருப்பதுதான் சர்வமானிய அக்ரஹாரம். பணக்காரப் பார்ப்பன மிராசுதாரர்கள் வசிக்கும் தெரு அதுதான். தெருவின் இரு புறத்திலும் செடிகளும் கொடிகளும் மரங்களும் ஓங்கி வளர்ந்து கோடையிலே நல்ல நிழல் தருகின்றன. பெரிய வீடுகளாக முப்பது முப்பத்தைந்து வீடுகள் இருக்கின்றன, சர்வமானிய அக்ரஹாரத்திலே. ஒவ்வொரு வீட்டின் வாசலிலும் பரந்த ஆளோடியும் ஒரு சிறு தோட்டமும் இருக்கின்றன. சாத்தனூர்க் கிராமத்திலே உள்ள மாடி வீடுகள் மூன்றும் இந்தத் தெருவிலே தான் இருக்கின்றன.

சின்ன அக்ரஹாரம் தாண்டித் தெற்கே திரும்புவதற்குப் பதிலாக வடக்கே திரும்பினால் உள்ளதுதான் பிள்ளைமார் தெரு. பணக்கார மிராசுதாரர்கள் பலர் வசிக்கிறார்கள் அந்தத் தெருவிலே. சற்றுக்

குறுகலான தெரு. இரு புறமும் மரங்கள் வளர்ந்திருப்பதால் கோடையிலே கூட அந்தத் தெருவிலே வெளிச்சம் அதிகம் இராது. நீளமான தெரு. நூறு நூற்றிருப்பது வீடுகளுக்கு அதிலே இடம் இருக்கிறது. ஆனால் உள்ளது சுமார் நாற்பது ஐம்பது பெரிய வீடுகள்தாம். நடுநடுவே பெரிய பெரிய வீடுகள் இருந்த இடங்களில் வெறும் குட்டைச் சுவர்கள் மட்டுமே காணப்படுகின்றன.

அந்தப் பிள்ளைமார் தெருவின் ஒரு மத்தியிலிருந்து பிரிந்து வளைந்து வளைந்து சர்வ கோணலாகக் கிழக்கு நோக்கி ஓடும் தெருவான மேட்டுத் தெரு. அதிலே வீடுகளும் குச்சுகளும் மாறி மாறிக் காட்சி அளிக்கின்றன. சில இடங்களில் அது ரத வீதி போல அகலமாக இருக்கிறது. சில இடங்களில் இரண்டு ஆள் கூடப் போக முடியாத சந்தாக இருக்கிறது. சில வளைவுகளில் நேர் தெற்கு வடக்காகவும் கூட இருக்கிறது. அதிலே வீடுகளோ குச்சுகளோ அதிகம் இல்லை. பாழ் மனைகளும் பாழ் மனைகளில் வசிக்கும் ஜந்துக்களுமே அதிகம். மேட்டுத் தெரு என்று அதற்கு யார் எதற்காகத்தான் பெயர் வைத்தார்களோ, ஒருவருக்கும் தெரியாது! மழை நாட்களில் மேட்டுத் தெரு மத்தியில் ஒரே குளமாக இருக்கும். வெள்ளம் வந்தால் ஆறாகவே ஓடும். பிள்ளைமார் தெரு கழிவு நீரெல்லாம் வடிவது மேட்டுத் தெரு வழியாகத்தான்.

மேட்டுத்தெருவின் கீழண்டைக் கோடியில் தெற்கு வடக்காக ஓடும் தெரு ஒரு காலத்தில் சேணியர்கள் வசிக்கும் தெருவாக இருந்தது. சோமுவின் குழந்தைப் பருவத்திலே கூட அந்தத் தெருவிலே சேணியர்கள் அதிகம் இல்லை. பத்துப் பன்னிரண்டு முஸ்லிம்கள் சேணியர் தெருவிலே வீடுகள் வாங்கிக்கொண்டு குடியேறியிருக்கிறார்கள். சாத்தனூர் முஸ்லிம்களில் அநேகமாக எல்லோருமே கொடிக்கால்களில் வேலை செய்பவர்களே. தினம் வெற்றிலை கிள்ளிச் சுற்றுவட்டக் கிராமங்களிலும் கும்பகோணத்திலும் விற்கிறார்கள். சாத்தனூர் வெற்றிலை நன்றாக இருக்கும். நல்ல கிராக்கி உண்டு அதற்கு. இந்தக் கொடிக்கால் முஸ்லிம்களின் கையிலே பணம் ஏறிக் கொண்டிருக்கிறது என்பதில் ஆச்சரியம் ஒன்றும் இல்லை. இவர்களில் ஒன்றிரண்டு பேர்வழிகள் பிள்ளைமார் தெருப் பிள்ளைவாளுக்குச் சமானமாகப் பெட்டி வண்டி போட்டுக் கொண்டு தினம் கும்பகோணம் போய் வருகிறார்கள். ஆனால் சாத்தனூர் ஜன சமூகத்திலே இந்த முஸ்லிம்களுக்கு இன்னும் இடம் ஏற்படவில்லை. யாரும் அவர்களை அங்கீகரிப்பதில்லை. மேட்டுத் தெருவைச் சேர்ந்தவன்தான் சோமு. அவன் கூடத் தன வயசு முஸ்லிம் சிறுவர்களுடன் சேரக்கூடாது என்று வள்ளி யம்மை உத்தரவிட்டிருக்கிறாள். அவள் தடை விதித்திருந்ததற்காக ஒன்றும்

சோமு பயந்துவிடவில்லை. மொட்டையடித்துக் கொண்டு தலையில் குல்லாய் தரித்திருந்த அந்தச் சிறுவர்களுடன் நெருங்கிப் பழக அவன் விரும்பினான். ஆனால் முஸ்லிம் சிறுவர்கள் அவனை நெருங்க விடுவதில்லை. அவர்களும் ஒதுங்கியே நின்றார்கள்.

சேணியர் தெருவோடு வடக்கே சென்றால் கும்பகோணத்திலிருந்து திருவையாறு செல்லும் ராஜபாட்டை கொண்டு போய் விடும். ராஜபாட்டை ஓர் அகன்ற சாலை மண்ரஸ்தா. சோமு சிறுவனாக இருந்த காலத்தில், அதற்கு இன்னும் கப்பிக்கல் என்கிற சிறந்த நாகரிகம் வந்த பாடில்லை. ரஸ்தா நெடுக மாமரங்களும், ஆல மரங்களும் ஓங்கி வளர்ந்து இன்பமான நிழலைத் தருகின்றன. அந்த ரஸ்தாவிலே வீடுகள் அதிகம் இல்லை. இங்கொன்றும் அங்கொன்றுமாக இருந்த பத்துப் பன்னிரண்டு வீடுகளிலும் பரியாரிகளும், வண்ணார்களும், ஏழை முஸ்லிம்களும் வசித்து வந்தார்கள். கடைத் தெருவுக்குத் தெற்கே நீளக் கிழக்கு மேற்காக ஓடி விடுகிறது ராஜபாட்டை.

ராஜபாட்டைக்கு அப்பால், வடக்கேயும் நாலைந்து தெருக்கள் இருக்கின்றன. அவற்றில் வசிப்பவர்கள் பெரும்பாலும் நிலத்தில் வருஷம் பூராவும் பாடுபடும் ஏழைக் குடியானவர்கள். அந்தத் தெருவுக்கு அப்பால் இருப்பது செக்குமேடு. அதற்கும் அப்பால் மாரியம்மன் கோயில் இருக்கிறது. அதற்கும் வடக்கே தூரத்தில் தென்னந்தோப்புக்கு இடையே தெரிவதுதான் பறைச்சேரி.

ராஜபாட்டை கிழக்கே சாத்தனூர் எல்லைக்குள் பிரவேசிக்கும் இடத்தில் இருப்பது ஊர்ப் பொதுச் சுடுகாடு. அதை ஒட்டியே காவேரியாற்றின் ஓரமாக உள்ளது பிராம்மணர்கள் சுடுகாடு. ராஜபாட்டையிலே சுடுகாட்டுக்கு அடுத்தாற் போலுள்ள சேரி குறச்சேரி.

மேற்கே சாத்தனூர் எல்லையை விட்டு ராஜபாட்டை பிரியும் இடத்தில் உள்ளது கவனிப்பாரற்றுப் பாழடைந்து போய்விட்ட பெருமாள் கோயில்.

பல தெருக்களிலிருந்து சிறு சிறு சந்துக்கள் குறுக்கும் நெடுக்கும் ஓடுகின்றன. இந்தச் சந்துகளிலும் அங்கங்கே வீடுகள் இருக்கின்றன. அவற்றிலும் மனிதர்கள் தாம் வசிக்கிறார்கள்.

காவேரி ஆறுதான் சாத்தனூருக்குத் தெற்கு எல்லை. மற்ற மூன்று பக்கங்களிலும் கண்ணுக்கு எட்டிய வரையில் நெல் வயல்கள் தாம் தென்படுகின்றன.

ஆறேழு வயசாவதற்குள்ளாகவே சோமு இத்தனை தெருக்களிலும் ஒரு தெரு விடாமல் ஆயிரந் தடவை புகுந்து புகுந்து புறப்பட்டிருப்பான்.

தன் வயசுக்கு ஒத்த நண்பர்களுடன், தனியாகவும், வயசை மீறிய சிந்தனைகளுடனும் அவன் சாத்தனூர் எல்லைக்குள்ளே எங்கும் திரிந்து அலைவான். கால் வலிக்க வலிக்க மாற்றிக்கொண்டு வாய்க்குள் விரலைத் திணித்துக் கொண்டு ஏதோ சிந்தனையில் ஆழ்ந்தவனாக ஒவ்வோர் இடத்திலும் வெகு நேரம் நிற்பான். வேறு ஓரிடத்தில் ஏதோ வேலை இருப்பது போலக் கிளம்புவான். வேறு எங்கே யாவது போய்ப் பார்த்துக்கொண்டே நிற்பான். அவன் மனசிலே என்ன சிந்தனைகள் எவ்வளவு வேகத்துடன் ஊசலாடின என்பது யாருக்குத் தெரியும்?

வண்ணான் துணி துவைத்துக்கொண்டிருந்தால், அங்கே நின்று கவனிப்பான் சோமு. வண்ணானுக்கு வேட்டி துவைத்துத் துவைத்து அலுத்து சலித்துவிடும். வெற்றிலை போடுகிற சாக்காக ஓய்வு எடுத்துக் கொள்ள உட்கார்ந்து விடுவான். பையன் அலுக் காமல் சலிக்காமல் பார்த்துக்கொண்டே நிற்பான். அப்படிப் பார்ப்பதற்கு என்னதான் இருக்கிறதோ?

ராஜபாட்டையில் எத்தனை தினுசான வண்டிகள் போகின்றன என்று அதிகாலையிலிருந்து இருட்டும் வரையில் நின்று பார்ப்பான்.

கடைத் தெருவிலே நடக்கும் வியாபாரத்தை எல்லாம் பார்ப் பான். வாங்குவோரையும் விற்போரையும் கூர்மையான கண் கொண்டு பார்ப்பான். பேரம் நடப்பதை எல்லாம் கவனித்து வைத்துக்கொள்வான்.

வயல் பக்கம் போய்விட்டாலோ கேட்க வேண்டியதே இல்லை. அங்கே வருஷத்தில் முந்நூற்று அறுபத்தைந்தே கால் நாட்களிலும் ஏதாவது வேலை நடந்து கொண்டுதான் இருக்கும். அது எந்த மாசம் என்பதற்கு ஏற்றபடி குடியானவர்களும் பண்ணையாட்களும் ஏதாவது செய்துகொண்டேதான் இருப் பார்கள். உழவர்கள் விதை விதைப்பார்கள், நாற்று நடுவார்கள்,களை பிடுங்குவார்கள், நீர் பாய்ச்சுவார்கள், அறுவடை செய்வார்கள், தாள் அடிப்பார்கள், போர் போடுவார்கள். எது நடந்தாலும் சோமுவுக்குச் சுவாரசியமாகவேதான் இருக்கும். எல்லாவற்றையும் முழுச் சிரத்தையுடன் கவனித்துக் கொள்வான் அவன்.

கொடிக்கால்களின் பக்கம் போனாலோ... அங்கே அந்த முஸ்லிம்கள் தாம் எவ்வளவு சுறுசுறுப்பாக வேலை செய்து கொண்டிருப்பார்கள்! மாலை வேளையில் பெட்டி வண்டி கட்டிக்கொண்டு ‘ஜாம் ஜாமென்று கும்பகோணம் போய் வருகிற முதலாளி கூட வேலை செய்து கொண்டிருப்பார்! மற்ற இடங்களுக்குச் சோமு போனால் யாராவது அவனைப் பார்த்துப் “போடா அந்தண்டே!” என்ற ஒரு

வார்த்தையாவது சொல்வார்கள், தங்கள் கை வேலையைச் சற்றே நிறுத்திவிட்டு. ஆனால் கொடிக்காலில் வேலை செய்கிற அந்த முஸ்லிம்கள் மட்டும் அவனைக் கவனிக்கவே மாட்டார்கள். அவர்கள் தங்கள் வேலைகளிலே ஆழ்ந்திருப்பார்கள். சோமுவைத் திரும்பியும் பார்க்க மாட்டார்கள். தண்ணீர் இறைத்துக் கொண்டிருப்பார்கள் அல்லது வெற்றிலை கிள்ளி அடுக்கிக்கொண்டிருப்பார்கள். உண்மையிலேயே வெற்றிலை கிள்ளி அடுக்குவது பெரிய கலைதான்! பார்த்திருந்தால்தான் தெரியும் அது.

கொல்லன் பட்டறை இருந்தது ஊரிலே!

தொம்பங் கூத்தாடிகள் பலர் வந்து கொட்டி முழக்கிக் கொண்டு கூத்தெல்லாம் ஆடிவிட்டுப் போவார்கள்!

கோயிலிலே உத்ஸவங்கள் தவறாமல் உரிய காலத்தில் நடந்து வந்தன.

பல இரவுகளில் தெருக் கூத்துக்கள் நடக்கும்!

குறச்சேரியை ஒட்டியிருந்த திரௌபதி அம்மன் கோயிலிலே பல இரவுகள் திரௌபதி கதை சொல்வார்கள்!

குறவர்கள் மூங்கில் வெட்டிச் சிலம்பு சீவித் தட்டி கட்டுவார்கள்! அற்புதமான காட்சி அது!

இன்னும் எத்தனை எத்தனையோ?

இத்தனையும் அலுத்துப் போனால் காவேரி ஆறு இருந்தது. சிரத்தை வற்றாத சமுத்திரம் அது - இன்ப சமுத்திரம்! அதைப்

பார்த்துக்கொண்டே யுகம் யுகமாகக் காலம் தள்ளலாமே!

05

காவேரிக் கரையிலிருந்து

காவேரி நதியைக் கவிகள் பாடியிருக்கிறார்கள். இரண்டாயிரம் வருஷ காலமாகப் பாடியிருக்கிறார்கள். இன்னமும் இரண்டாயிரம் வருஷங்களோ, இருபதினாயிரம் வருஷங்களோ, இரண்டு லட்சம் வருஷங்களோ பாடிக்கொண்டுதான் இருக்கப் போகிறார்கள். உண்மையிலேயே காவேரி நதியின் புகழுக்கு எல்லை இல்லைதான்.

ஏதோ ஒரு மலை உச்சியில் எப்பொழுதோ ஒரு சமயம் அகஸ்திய முனியின் கமண்டலம் கவிழ்ந்ததாம் - அன்று முதல் காவேரி நதி ஓடிக்கொண்டிருக்கிறது என்று சொல்லுகிறார்கள். சோழ மன்னர்களுள் சிறந்தவன் என்று கவிகளும் சரித்திர ஆசிரியர்களும் புகழ்ந்திருக்கும் கரிகால் வளவன் நன் நாட்டை வளப்படுத்தும் உத்தேசத்துடன் காவேரி நதிக்குக் கரைகள் கட்டிக் கிளைகள் வெட்டி ஒழுங்குப்படுத்தினான். அதன் கரைகளிலே ஆலயங்கள் எழுந்தன. அந்த ஆலயங்களிலே தேவர்கள் தாமாகவே விரும்பிக் குடியேறினார்கள். ஒரு புது நாகரிகமே உற்பத்தியாகி அதன் கரைகளிலிருந்து பரவிற்று. நதியின் இரண்டு கரைகளிலும் அற்புதமான ஆசிரமங்கள் அமைத்துக்கொண்டு மனிதர்கள் குடியேறினார்கள். தனி ஆசிரமங்கள் நாளடைவில் படிப்படியாகப் பெருகின; சேர்ந்து சிறு சிறு கிராமங்கள் ஆயின. தனி மனிதர்கள்

ஒன்று பட்டார்கள். ஒரு புதுச் சமூகமும், ஒரு புது நாகரிகமும் ஒரு புது வாழ்க்கை வழியும் உதயமாகின.

எத்தனையோ தலைமுறைகளின் பாவங்களைப் போக்கி இருக்கிறது இந்தக் காவேரி. தலைமுறை தலைமுறையாக வந்து கொண்டிருக்கும் மனிதர்களின் பசியை ஆற்றியிருக்கிறது. இந்தக் காவேரி நதியையும் இதன் கரைகளிலுள்ள ஆலயங்களையும், கிராமங்களையும் அவற்றின் நாகரிக வளத்தையும், அதன் ஓட்டத்தையும் கவிகளைத் தவிர வேறு யார் பாட முடியும்?

ஆனியிலிருந்து தை மாசி வரையில் எட்டு ஒன்பது மாசங்கள் காவேரியாற்றிலே ஜலம் ஓடுகிறது. மனிதனுடைய மனசும் ஆத்மாவும் சரித்திரப்பரப்பிலே சில இடங்களில் வறண்டு அஸ்தமித்து விடுவது போலவே வருஷத்தில் மூன்று நான்கு மாசங்கள் காவேரி ஆறு, வெண் மணலும் வெயிலுமாக வறண்டு கிடக்கிறது.

சாத்தனூர்க் கிராமத்தில் சர்வமானிய அக்ரஹாரத்துத் துறையிலே சோமு என்கிற மேட்டுத் தெருப் பையன் காவேரி ஆறு ஓடுவதைப் பார்க்கிறான். அவனுக்குப் பாவ புண்ணியமோ, சரித்திரமோ, கவிதையோ தெரியாது. அகஸ்தியன் என்ற ரிஷியைப் பற்றியும் அவன் அறியான். ஆனால் அவன் காவேரி நதியை அறிவான். அந்தக் காவேரி நதி, அவனுடைய வாழ்க் கையை மற்ற எல்லாவற்றுடனும் - சரித்திரம், கவிதை, பக்தி, நாகரிகம் எல்லாவற்றுடனும் - பிணைக்கப் பார்க்கிறது.

ஆற்றிலே புது வெள்ளம் வருவதைப் பார்ப்பவர்கள் பாக்கியசாலிகள் என்று சொல்கிறார்கள். அவர்கள் பாக்கியசாலிகள் என்பது உண்மையாகவேதான் இருக்க வேண்டும். மூன்று நான்கு மாசத்து அழுக்குகளையெல்லாம் அடித்துக் கொண்டு நுரையும் திரையுமாக செக்கச் செவேலென்று புது ஜலம் வெண்மணலிலே பாம்பு போல் - பாம்பு நாக்கை நீட்டி நீட்டிக் காட்டுவது போல் - நெளிந்து நெளிந்து வருகிற காட்சியே புனிதமானதுதான். ஒரு தரம் பார்த்திருப்பவர்கள் அது புனிதமானதுதான் என்று நிச்சயம் ஒப்புக்கொள்வார்கள். புனிதம் என்று எதுவுமே உலகில் இல்லை என்று சொல்கிறவர்கள் முதலில் காவேரியில் புது வெள்ளம் வருவதைப் போய்ப் பார்த்துவிட்டு வந்து சொல்லட்டும். எங்கேயோ, எட்டாத் தொலைவில் உள்ள கடல் என்கிற லட்சியத்தை நோக்கி எவ்வளவோ கஷ்டங்களையும் பொருட்படுத்தாமல் ஊர்ந்து ஊர்ந்து நகர்ந்து கொண்டிருக்கிறது அந்த ஆறு. ஒரு வருஷத்திய உணவுக்கு, ஒரு வருஷத்திய சுக சௌக்கியங்களுக்கு - தான் என்கிற தனி ஒரு மனிதனுடைய உணவுக்கு மட்டும் அல்ல;

பெண்டு பிள்ளைகள், அன்புடையவர்கள், விரோதிகள், அன்போ விரோதமோ இல்லாதவர்கள் எல்லோருக்குமே உணவுக்கு அடிப்படை நீர்ப் பெருக்குத்தான் என்று எண்ணியிருப்பவர்கள், நம்பி இருப்பவர்கள் ஆற்றிலே புது வெள்ளம் வருவதை எப்படிப் பார்ப்பார்கள் என்று கற்பனை செய்து பார்க்கத்தான் வேண்டும்! அப்போதுதான் புது வெள்ளத்தின் புனிதத் தன்மை புரியும்.

புது வெள்ளத்திலே குளித்தால் உடம்புக்கு ஆகாது என்பது ஐதீகம். புது வெள்ளம் வந்ததும் ஒரு வாரமாவது ஆற்றிலே குளிப்பதில்லை என்றுதான் எல்லோரும் சங்கல்பம் செய்து கொண்டிருப்பார்கள். ஆனால் இந்தச் சங்கல்பத்தை நடை முறையில் காப்பாற்றிக்கொள்வது எளிதல்ல. நாலைந்து நாட்களுக்குள்ளாகவே ஊரெல்லாம் காவேரிக்குக் கிளம்பிவிடும், குளிப்பதற்கு. காவேரிக் கரையில் வசித்துக்கொண்டு வீட்டில் கிணற்றிலிருந்தோ அண்டாவிலிருந்தோ செம்பு செம்பாக எடுத்து விட்டுக்கொண்டு குளிப்பவனை உண்மையிலே நோயாளி என்றுதான் சொல்லவேண்டும். அவன் உடல் மட்டும் அல்ல; அவன் மனசும் உள்ளமும் தீராத நோய்வாய்ப்பட்டுத்தான் இருக்கின்றன. சந்தேகம் இல்லை. தாழ்விலே இன்பம் என்கிறார்களே, அது இதுதான். காலையில் எழுந்து காவேரி நதியில் உடலும் உள்ளமும் குளிரக் குளித்துவிட்டு வருவதே இன்பம்! இன்பம் என்பது இதுதான்.

ஆடிப் பதினெட்டு வந்துவிடுகிறது - அதி சீக்கிரமே வந்து விடுகிறது. அன்று காவேரி ஆற்றங்கரை இருக்கும் கோலத்தைக் கவிகளாலும் வர்ணிக்க முடியாது. ஒவ்வொருவருடைய உள்ளத்திலும் கோலாகலமும் உற்சாகமும் நிறைந்து ததும்புகின்றன. ‘உடையவர்கள்’ ஒரு தினுசாகத் தங்களிடம் உள்ளதற்கு ஏற்றபடி கொண்டாடுகிறார்கள் ஆடிப் பதினெட்டை. இல்லாதவர்களும் கொண்டாடாமல் இருந்துவிடுவதில்லை. எப்படியோ அன்று காவேரிக் கரை நெடுக ஆனந்தமாக இருக்கிறது. ஆண் பெண் குழந்தைகள் அடங்கலுக்கும் அன்று கொண்டாட்டந்தான்.

புரட்டாசி மாசத்திலே மழை பெய்யத் தொடங்கி விடும். மாசம் மும்மாரி என்கிற லட்சிய பூமியும் சத்திய யுகமும் இங்கே இப்பொழுது இல்லை. புரட்டாசிக் கடைசியில் ஆரம்பித்து ஐப்பசி முடிய, சில வருஷங்கள் அதற்குப் பிறகுங்கூட அடை மழை பெய்கிறது. காவேரி ஆறு கரை புரண்டு ஓடுகிறது. இந்தக் காலத்திலே ஆற்றில் இறங்கி ஸ்நானம் செய்வது கூடச் சற்றுச் சிரமந்தான். பெண்களும் சிறு பிள்ளைகளும் வீட்டிலேயே குளித்து விடுவது கூட நல்லது. குளிரவும் ஆரம்பித்து விடுகிறது. காவேரி ஆற்று ஜலம் ‘சிலுசிலு வென்று இருக்கும். வீட்டுக் கிணற்று ஜலம் வெதுவெது வென்று இருக்கும்.

திடீரென்று எங்காவது காவேரிக் கரையில் ஓரிடத்தில், ஒரு நாள் ஐப்பசி மழைக்குப் பிறகு உடைப்பு எடுத்துக்கொண்டு விடும். காவேரியின் கரை மேடுகள் கூடத் தெரியா - நாலடி ஐந்தடி ஜலத்தில் ஆழ்ந்து கிடக்கும். வயல்களிலெல்லாம் கண்ணுக்கு எட்டிய தூரம் எங்கே பார்த்தாலும் ஒரே ஜலமாகத் தான் தெரியும். உடைப்பெடுத்துக் கொண்ட காலத்திலே ஊர் எப்படியோ ஒன்றுபட்டுவிடும் - பின்னரும் முன்னரும் ஊர்க் காரர்களுக்கிடையே வேற்றுமைகளும் விரோதங்களும் வாதங்களும் பெருத்திருக்கும். ஆனால் உடைப்புக் காலத்திலே எல்லோரும் ஒன்றுபட்டுத்தான் ஆகவேண்டும். வேறு வழியே கிடையாது. இல்லாவிட்டால் ஊரே அழிந்து விடாதா?

சில வருஷங்கள் மிகவும் பாடுபட்டு வளர்த்திருந்த பயிர் பூராவும் வெள்ளத்திலே சேதமாகிவிடும். ஆனால் என்ன செய்வது? காவேரித் தாய் கொடுத்தாள்; அவளே எடுத்துக் கொண்டாள்; கொடுத்தவள் எடுத்துக்கொண்டாளே என்று கோபப்பட்டுக் கட்டுமா? நம்பிக்கையுடன் அடுத்த போகத்தை எதிர்பார்த்துக் காத்திருந்து ஆகவேண்டியதைச் செய்வதைத் தவிர வேறு வழியே கிடையாது. குடியானவர்கள் தாம், ஏழை மக்கள் தாம் வெள்ளம் வருகிற காலத்திலே மிகவும் சிரமப் படுகிறவர்கள். வீடு இடிந்து விழுந்திருக்கும்; மாடு கன்று செத்திருக்கும்; உற்றார் உறவினர்கூடத் தெய்வாதீனமாக வெள்ளத்திலே உயிர் இழந்திருப்பார்கள். ஆனால் எவ்வளவுதான் மகத்தான கஷ்டங்கள் வந்தாலும் தாங்கிக்கொள்ளும் சக்தியை ஈசன் அவர்களுக்கு ஏராளமாகக் கொடுத்திருக்கிறான். அவர்கள் தாங்கிக் கொள்கிறார்கள். அவர்களும் தாங்கிக் கொள்ளும் சக்தியை இழந்துவிட்டு நிற்பார்களேயானால் உலகமே இரண்டு தலைமுறைகளில் அழிந்துபோய் விடாதா? தாய் அடிப்பாள், அடிக்கத்தான் அடிப்பாள். ஒவ்வொரு சமயம் ஓங்கியே அடித்து விடுவாள். அப்படிச் செய்ய அவளுக்கு என்னதான் கோபமோ? ஆனால் மறு வருஷம் மறு நாள் மறு விநாடியே கூட அள்ளிக் கொடுப்பாள். அன்பு ததும்ப அணைத்துக் கொள்வாள். அடிக்கும் போது வருந்த வேண்டியதுதான்; அணைக்கும்போது மகிழ வேண்டியதுதான். மற்ற வேளைகளில் பூமியை நம்பி உழைக்க வேண்டியதுதான்; ஓயாது உழைக்க வேண்டியதுதான். இதுவே குடியானவர்களின் வாழ்க்கைத் தத்துவம்.

வெள்ளம் வந்துபோனபின் மீண்டும் வெயில் காயத் தொடங்கிவிடும். நாளுக்கு நாள் வெயிலின் உக்கிரம் ஏறும். இந்த வெயிலைவிட வெள்ளம் வந்தது கூடத் தேவலையே என்று ஓயாமல், அலுக்காமல் சலிக்காமல் உழைப்பவர்கள் நினைப்பார்கள். ஆனால் ஜலத்தைப் போலவே வெயிலும் அவசியந்தானே. வெயிலோ மழையோ அதற்காக

உழைப்பதை அவர்கள் நிறுத்த மாட்டார்கள். குடியானவர்களுடைய உழைப்பு எந்தக் காரணத்தையாவது கொண்டு நின்று போனால் கிராமத்தின் வாழ்க்கையே நின்றுவிடும்; ஸ்தம்பித்துப் போய் விடும். ஒரு நாள் உழைப்பு வீணானால் இரு நாள் உணவு வீணான மாதிரி தான். தனி மனிதர்கள், உழைப்புக்கு அஞ்சி, உழைக்க மறுத்து ஓடி விடலாம்; படித்துவிட்டுப் பட்டணத்திலே குமாஸ்தாக்கள் ஆகலாம்; தொழிற்சாலைகளிலே மாட்டிக்கொள்ளலாம்; திரை கடலோடித் திரவியம் தேடலாம்; அரசியலிலும் நாட்டின் ஆட்சியிலும் பங்கு பெற்றுவிட்டதாக எண்ணிக்கொண்டு பிரசங்க மேடைகளில் ஏறி ஏறி இறங்கலாம்; ஏதாவது சாமானை ஏழு ரூபாய் விலைக்கு வாங்கி அதற்கு அவசியம் நேர்ந்த இடத்தில் கொண்டு போய்க் கொடுத்து ஏழு ரூபாய் இலாபம் அடிக்கலாம். இலாபத்தைக் கொண்டு மாடிமேல் மாடி வைத்துக் கட்டலாம். ஆனால் உணவுக்குக் குடியானவனை நம்பித்தான் ஆகவேண்டும். நிலத்திலே உழைப்பது என்பது சாசுவதமானது. தனி மனிதர்கள் என்ன செய்தால் என்ன? இந்த உழைப்பின் தத்துவம் என்றுமே மாறாது. காவேரிக் கரையிலே உழைப்பு ஓய்ந்து போகுமேயானால் உலகம் அஸ்தமித்துத்தான் போய் விடும். சந்தேகம் என்ன?

பகலில் நல்ல வெயில். இரவெல்லாம் தாங்க முடியாத குளிர். இது மார்கழி மாசம். இந்த மாசத்திலே அதிகாலையில் எழுந்து காவேரியில் முழுகிவிட்டுப் பட்டை பட்டையாக விபூதியைப் பூசிக்கொண்டு கோஷ்டியாகப் பஜனை செய்து கொண்டு கோயிலுக்குப் போய் சுவாமி தரிசனம் செய்துவிட்டு வருவதைப் போன்ற புனிதமான காரியம், அனுபவம், உலகிலே வேறு எதுவும் கிடையாது என்றுதான் சொல்ல வேண்டும். சாத்தனூர்க் கோயில் மடைப்பள்ளியிலே கிடைப்பது போன்ற ருசிகரமான பிரசாதங்களும் கிடைத்தால் இன்னும் விசேஷந் தான்.

தைப் பொங்கல் வந்துவிடுகிறது; அறுவடைத் திருநாள். வருஷம் பூராவும் உழைத்துப் பாடுபட்டதற்கு ஏற்ற பலனைப் பெற்று விட்டவன் புண்ணியசாலி. பாடு படாமலே பலன் பெற்றுவிடுகிறவன் அயோக்கியன். பாடுபட்டும் பலன் பெறாதவன் துரதிருஷ்டசாலி. இவ்விருவருக்கும் பொங்கல் நாள் பாவ நாள். மற்றவருக்கெல்லாம் மிகவும் புனிதமான தினந்தான். ஒப்புயர்வில்லாத விருந்துத் திருநாள்.

பொங்கல் புது நாளுக்குப் பிறகு காவேரியாற்றிலே ஜலம் வற்றத் தொடங்கி விடுகிறது. நல்லது கண்ட நல்லவர்களுக்கு ஆனந்தம் பொங்குவதுபோல, இரு கரையும் பொங்கி வழிந் தோடிய காவேரி வற்றத் தொடங்குகிறது. காவேரி பூராவும் தண்ணீர் ஓடியது போய்க் கொஞ்சங்

கொஞ்சமாகக் குறைந்து முக்கால் காவேரி, அரைக்காவேரி, கால்காவேரி ஜலம் ஓடுகிறது. நாளடைவில் பாதிக் காவேரி வெண்மணலும், மற்ற பாதி தெள்ளிய நீருமாக ஓடும் போது வேறு சமயங்களில் இல்லாத ஓர் அழகோடு காட்சி அளிக்கிறது காவேரி நதி. வெண்மணலில் மாலை வேளைகளில் ஊர்ப் பையன்கள் கிட்டிப்புள் ஆடுகிறார்கள்; பலிங் சடுகுடு ஆடுகிறார்கள்; பச்சை குதிரை தாண்டுகிறார்கள்; ஓடியாடி விளையாடுகிறார்கள். இவ்வளவு நாட்களும் அக்கரைக்கும் இக்கரைக்குமாக நாளுக்கு நானூறு தடவைகள் போய் வந்து கொண்டிருந்த தோணியைக் கரையிலே இழுத்துப் போட்டுக் கவிழ்த்து அதன் மேலும் சுற்றிலும் கீற்றுக்கள் போட்டு மூடிவிடுகிறார்கள். இனிமேல் கொஞ்ச நாளுக்கு ஆற்றைக் கடக்கத் தோணி தேவை இல்லை. ஜலத்தில் இறங்கி வேட்டி நனையாமல் அக்கரை போய் விடலாம்.

இன்னும் சில நாட்களுக்குப் பிறகு குளிப்பதற்கும் குடிப் பதற்கும் தண்ணீர் எடுக்க ஆற்று மணலிலே ஊற்றுக் கிணறுகள் வெட்டுவார்கள். இந்த ஊற்றுக் கிணறுகளைச் சுற்றிலும் வேலி போட்டுக் காபந்து பண்ணுவார்கள். ஒவ்வொரு துறையிலும் அண்டையிலுள்ள ஒவ்வொரு தெருவுக்கும் என்று தனித்தனியாக ஊற்றுக்கள் உண்டு. அந்த அந்தத் தெருக்காரர்கள் அந்த அந்தத் தெருவுக்கு ஏற்பட்ட ஊற்றுகளில் தாம் ஜலம் எடுக்கலாம். யாரும் இந்த விதியை மீறத் துணிவதில்லை. அது எல்லோருடைய சம்மதத்தின் பேரிலும் எல்லோருடைய சௌகரியார்த்தமும் ஏற்பட்டுள்ள ஒரு விதி என்று எல்லோரும் உணர்ந்து கொள்ளுகிறார்கள். சில சமயம் யாராவது இந்த விதியை மீறிவிட்டார்கள் என்று கலகம், சண்டை, அடிதடி இவை நடப்பதும் உண்டு.

சில வாரங்களில் அந்த ஊற்றுக் கிணறுகளும் வற்றி விடும்.

சில மாசங்களில் மீண்டும் புது வெள்ளம் வரும்... மீண்டும் காவேரி ஆறு கரைபுரண்டு ஓடும்... மீண்டும் வற்றும்... மீண்டும் புது வெள்ளம் வரும்...

இப்படியாகக் காவேரி ஆற்றினுடைய பல தோற்றங்களும் சோமுவுக்கு அவன் சுயேச்சையாக, செய்வதற்கு எதுவும் இல் லாமல், திரிந்து கொண்டிருந்த இரண்டு மூன்று வருஷங்களிலே நன்கு பரிச்சயமாகிவிட்டன. மற்ற இடங்களில் நடப்பதை எல்லாம் கவனித்துக்கொண்டு நின்றது போலவே காவேரிக் கரையிலும் எவ்வளவோ தடவை அவன் சிந்தனையில் ஆழ்ந்த வனாக நின்றிருக்கிறான். வருஷத்தில் பல வாரங்களில் வந்து நின்றது போலவே நாளில் பல ஜாமங்களிலும் வந்து நின்றிருக்கிறான்.

சர்வமானிய அக்ரஹாரத் துறையில் அதிகாலையிலிருந்தே தருமத் தோணி விடத் தொடங்கிவிடுவார்கள். அக்கரைக்கு வேலை செய்யப் போகிறவர்கள். அக்கரையிலிருந்து வேலை தேடிச் சாத்தனூர் வருகிறவர்கள். அதிகாலையிலும் ஒரு 'தண்ணி' போட்டு உற்சாகம் வரவழைத்துக்கொள்வதற்கு என்று கீழ மாங்குடிக் கள்ளுக்கடையை நாடிப் போகிறவர்கள், அங்கிருந்து திரும்பி வருகிறவர்கள் - இப்படியாகத் தோணி போகும் போதும் வரும்போதும் நிறைந்துதான் இருக்கும். அக்ரஹாரத்து பிராம்மணர்களில் வயசானவர்கள் அநேகமாக எல்லோருமே அதிகாலையிலேயே, பொழுது சரியாக விடிவதற்கு முன்னரே வந்து காவேரியில் ஸ்நானம் செய்துவிட்டுப் போய் விடுவார்கள். அவர்களுக்குப் போட்டியாக அந்தச் சமயத்தில் குளிக்க வருகிறவர்கள் பார்ப்பன விதவைகள் தாம். அதற்குப் பிறகு ஒருவர் பின் ஒருவராகவும், கோஷ்டி கோஷ்டியாகவும் அக்ரஹாரத்துப் பெண்களும் சிறுமிகளும் இடுப்பில் குடந்தாங்கி வந்து சாவகாசமாக வம்பளந்துகொண்டே குடந்தேய்த்து, துணி தோய்த்துக் குளித்துவிட்டு ஜலம் எடுத்துக்கொண்டு கிளம்புவார்கள். விடிந்து பத்து நாழிகை நேரத்திற்குள்ளாகவே அக்ரஹாரத்து ஜனங்கள் எல்லோரும் வந்து போய்விடுவார்கள். பிறகு இரண்டு மூன்று நாழிகை நேரம் துறையிலே யாருமே இருக்கமாட்டார்கள், தோணிக்காகக் காத்திருப்பவர்களைத் தவிர. பகல் பதினைந்து நாழிகை சுமாருக்குப் பிள்ளைமார் தெருப் பெண்களும் சிறுவர் சிறுமியரும் வருவார்கள். இந்த ஸ்திரீகளும் இடுப்பில் குடந்தாங்கித்தான் வருவார்கள். அவர்களுக்குப் பிறகு ஒருவர் பின் ஒருவராகப் பிள்ளைமார் தெரு ஆண்கள் வரத் தொடங்குவார்கள். இவர்களில் கடைசி ஆசாமி வந்து போகும் போது பகல் இருபத்தைந்து நாழிகை ஆகிவிடும். பிறகு வருவார்கள். அக்ரஹாரத்திலிருந்து மாடு குளிப்பாட்ட ஓட்டிக் கொண்டு வருகிற பையன்கள், அங்காடிக்காரிகள், குடியான வர்கள், வயலில் கூலி வேலை செய்பவர்கள், மேட்டுத்தெரு வாசிகளைப் போன்றவர்களும் பிறரும். கடைசிப் பேர் வழி குளித்துவிட்டுக் காவேரியை விட்டுக் கிளம்பும்போது அஸ்தமிக்கும் நேரம் ஆகிவிடும். அக்ரஹாரத்து ஐயர்மார்கள் வந்து விடுவார்கள் சந்தி ஜபம் செய்ய. அஸ்தமித்து இரண்டு மூன்று நாழிகை நேரம் வரையில் தருமத்தோணி விடுவார்கள். தருமத்தோணி விடுவது நின்ற பிறகு ஆற்றங்கரையிலே யாரும் இருக்க மாட்டார்கள்.

இந்த ஜாமக் காட்சிகள் ஒவ்வொன்றுமே சோமுவுக்கு மிகவும் அறிமுகமானவைதாம். அலுக்காமல் சலிக்காமல் ஊரிலே மற்றக் காட்சிகளைக் கவனித்தது போலவே அவன் காவேரிக் கரையிலிருந்து காணக்கூடியதை எல்லாமும் கண்டு அனுபவித்தான்.

சர்வமானிய அக்ரஹாரத்துப் படித்துறையில் நின்று சோமு அடிக்கடி சுற்றுமுற்றும் இருந்த எல்லாவற்றையும் கவனித்திருக்கிறான். அங்குள்ளவை எல்லாம் அவனுக்கு மிகவும் பழக்கமானவையே.

படித்துறையை ஒட்டினாற்போல அக்ரஹாரத்து மடம் ஒன்று இருக்கிறது. அதிலேதான் காலையிலும் மாலையிலும் ஐயர்மார்கள் உட்கார்ந்து ஜபம் செய்வார்கள். சில விசேஷ தினங்களிலே அங்கே விசேஷ ஆர்ப்பாட்டங்களும் நடப்பது உண்டு. சாயங்கால வேளைகளில் அங்கே ராமாயணம், பாகவதம் படிப்பார்கள். இதை எல்லாம் நெருங்கிப் பார்க்க வேண்டும் என்று சோமுப் பயலுக்கு அளவு கடந்த ஆசை. ஆனால் பார்ப்பனர்கள் அவனை அருகில் அண்டவிடுவதில்லை. அடித்து வெருட்டித் துரத்திவிடுவார்கள்.

மடத்திற்கு அடுத்தாற்போல் ஓங்கிப் பரந்து வளர்ந்திருந்தது ஒரு மூங்கில் புதர். மூங்கில் கழிகள் பல தாழ்ந்து வளைந்து ஆற்று ஜலத்தைத் தொட்டுக்கொண்டிருக்கின்றன. ஆற்று ஜலம் ஓடுவதால் எழுந்து குறு குறு சப்தத்துடன் மூங்கில் இலைகளுக்கிடையே சலசல வென்று காற்றுப் புகுந்து விளையாடிய சப்தமும் கலந்து வெகு அற்புதமாக இசைத்தது. அந்த மூங்கில் புதரும் அதை ஒட்டிய படுகைப் பிரதேசமும் அக்ரஹாரத்துப் பிள்ளையார் கோயிலைச் சேர்ந்தவை. கரை மேட்டின் மேலே ஒரு மரம் மஞ்சளாகப் பூத்துக் குலுங்குகிறது. அந்த மரத்திலே இலையே இல்லை. வெயில் பொசுக்கும் உச்சி வேளையிலே தங்கப் பாளங்கள் பற்றி எரிவது போலக் காட்சி தந்த அந்த புஷ்பங்களைத் தவிர அந்த மரத்திலே ஓர் இலைகூட இல்லை. வெயில் வேளையிலே பார்ப்பதற்கு மிகவும் அற்புதமான காட்சி இது!

அதற்கு அடுத்து உள்ளது, ஒருகரை ஐயர் படுகை. சாதாரணமாக இந்த மாதிரிப் படுகைகளிலே வாழைத்தோட்டம் போடுவதுதான் பழக்கம். ஆனால் ஒருகரை ஐயர் பட்டணம் வரையில் போய்ப் படித்தவர். கண்டு முதலுக்குக்கூடச் சட்டை போட்டுக்கொண்டுதான் போவார் அவர். அப்படிப்பட்டவர் மற்றவர்களைப் போலத் தாமும் படுகையில் வாழையே போடுவானேன் என்று ஒரு வருஷம் கரும்பு போட்டார். நன்றாக விளைந்தது. நல்ல லாபம். அடுத்த வருஷமே அக்ரஹாரத்திலும் பிள்ளைமார் தெருவிலும் இருந்த மிராசுதார்கள் சிலர் தங்கள் படுகைகளிலும் கரும்பு சாகுபடி செய்தார்கள். ஆனால் அந்த வருஷம் ஒருகரை ஐயர் தம்படுகையில் கரும்பைச் சாகுபடி செய்யவில்லை. புகையிலைச் சாகுபடி செய்தார். அதற்கு அடுத்த வருஷம் கத்திரித் தோட்டம் போட்டார்.

ஒருகரை ஐயர் படுகை அப்பால் கிழக்கேயும், படித்துறைக்கு மேற்கேயும் நெடுக வாழைத் தோட்டங்களே இருந்தன. காவேரிக் கரை மேடு நெடுகப் பலவித மரங்கள் ஓங்கி வளர்ந் திருந்தன. மாவும் பலாவும் அதிகம். புளிய மரங்களும் நெட்டி லிங்க (அசோக) மரங்களும் உண்டு. ஆங்காங்கே தென்னஞ் சோலைகளும் தென்பட்டன.

சர்வமானியத் துறைக்கு நேர் எதிரே, அக்கரையில் தெரிந்தது மாங்குடி ஐயனார் கோயில். சிறிய கோயில். வெளே ரென்று வெள்ளை பூசிச் சிவப்புக் காவிப் பட்டைகள் பளிச் சென்று தீட்டப்பட்டிருந்த சுவர்கள். கோயிலுக்கு எதிரே ஓடத் தயாராக நிற்பது போல, முன்னங்கால்களைத் தூக்கிக்கொண்டு, ராஜனுடைய நீல வேணியைப் போலக் கம்பீரமாக நின்றது ஒரு பெரிய மண் குதிரை. ஓடுவதற்குத் தயாராக நின்ற அந்தக் குதிரை என்றாவது ஒரு நாள் இரவு ஓடியே போயிருந்ததானால் மறுநாள் ஊர்க்காரர்கள் என்னதான் சொல்வார்கள் என்று சோமு அடிக்கடி எண்ணிப் பார்ப்பது உண்டு. அந்த மண் குதிரைக்கு அப்பால் விசாலமான கீற்றுக் கொட்டகை. அதிலே உட்கார்ந்து அடிக்கடி திரௌபதி கதையும் அல்லி அரசாணி கதையும் கேட்டிருக்கிறான் சோமு. எண்ணிறந்த கதைகள் - உலக அனுபவங்களை எல்லாம் ஒன்றாகத் திரட்டி உருட்டித் தருவது போன்ற கதைகள் - பலவற்றை அவன் ஏழு வயசுக் குள்ளேயே கேட்டு அனுபவித்திருந்தான்.

அக்கரையில் ஐயனார் கோயிலுக்குக் கிழக்கே ஒரு தாமரைக் குளமும் ஒரு சிறு மடமும் இருந்தன. அந்த மடத்தின் ஓட்டுக் கூரை மட்டுந்தான் சர்வமானியத் தெருத் துறையிலிருந்து தெரிந்தது. மடத்துக்கு அப்பால் அழகான ஒரு தென்னஞ் சோலையின் மத்தியிலே இருந்தது கீழ மாங்குடிக் கள்ளுக்கடை. அந்த இடத்துக்குப் போகவே கூடாது என்று அவன் ஆயாள் எத்தனையோ தடவை சொல்லியிருந்தும் அவன் இரண்டொரு தடவை அங்கேயும் போய்ப் பார்த்திருக்கிறான். ஆனால் அவன் போன சமயங்களில் அவன் கவனத்தைக் கவரும்படி அங்கே எதுவும் இல்லை.

ஐயனார் கோயிலுக்குக் கிழக்கே இருந்த படுகை கோயில் தோட்டம், - அடர்ந்த காடு. அதிலே பாம்பு முதலியவற்றின் சஞ்சாரந்தான் அதிகமே தவிர மனித சஞ்சாரம் எப்பொழுதுமே வெகு குறைவு.

ஐயனார் கோயிலுக்கு மேற்கே படுகை இல்லை. கரையும் கரைமேடும் கலந்துவிட்டன. காவேரி ஆறு அங்கே சற்று வளைந்து படுகையை அரித்துவிட்டது. கரை ஓரத்திலே ஓர் இலவ மரம் ஓங்கி வளர்ந்திருக்கிறது. கோடையிலும் சரி, மாரி யிலும் சரி, அந்த மரத்திலே இலைகள்

அதிகம் காண முடியாது. அந்த இலவ மரத்திற்கு அடுத்தாற்போல வேறு ஒரு மரம் இருந்தது. அது என்ன மரம் என்று சோமுவுக்குத் தெரியாது. சாத்தனூரிலே இருந்த வேறு யாருக்குமே தெரியாது என்றுதான் சொல்ல வேண்டும். அந்த மரத்திலே சங்கிலிக் கறுப்பன் வாசம் செய்ததாக ஊர் ஜனங்கள் சொல்லிக்கொண்டார்கள். கீழ மாங்குடிக் கள்ளுக்கடையிலிருந்து நிதானம் தவறிக் குடித்துவிட்டு வருகிறவர்கள் கூட அந்த மரத்தடியிலே போக மாட்டார்கள். பகலிலும் இரவிலும் - லேசாகக் காற்றடித்தாலும் போதும் அந்த மரத்தின் உச்சியிலிருந்து இரும்புச் சங்கிலி கலகலப்பது போன்ற சப்தம் கேட்கும். ஆடி மாசத்திலே காற்று, சுழன்று சுழன்று விசிறி விசிறி அடிக்கும் போது ஒரு நிமிஷங்கூட ஓயாமல் சங்கிலிச் சப்தம் கேட்கும்; சாத்தனூர் பூராவும் கேட்கும். பயங்கரமான சப்தம் அது. சங்கிலிக் கறுப்பன் விஷயம் உண்மையோ என்னவோ - ஆனால் அந்தப் பயம் என்னவோ மிகவும் உண்மையானதுதான்.

அதற்கு அப்பால் மேற்கே மாமரங்கள் தெரிகின்றன. அவை கோயிலுக்குச் சொந்தமான தோட்டங்களைச் சேர்ந்தவை. அதற்கு அப்பால் வேர்க்கடலை பயிரிட்டிருக்கும் பிரதேசம் இருக்கிறது என்று சோமுவுக்குத் தெரியும். அவன் தன் ஆயா ளுடன் அடிக்கடி அந்தப் பக்கம் போயிருக்கிறான். அதற்கு அப்பால் அரிசிலாறு இருக்கிறது.

காவேரி ஆற்றங்கரையிலிலே சர்வமானியத் துறையிலே நின்று படைபடைக்கிற வெயில் காலத்திலும், கொட்டுகிற மழைக்காலத்திலும் சோமு மிகவும் இன்பமான பல நாழிகைகளைக் கழித்திருக்கிறான். அனுபவத்துக்கும் அறிவுக்கும் விரிந்து விரிந்து மேலும் வேண்டும், இன்னும் வேண்டும், இது போதாதே, வேறு என்ன, வேறு என்ன இருக்கிறது

உலகத்திலே என்று துடியாய்த் துடித்துக்கொண்டிருக்கும் இளம் உள்ளத்தின் ஆர்வத்தை அறிந்தவர்களே இந்த அனுபவங்களின் ஆழத்தையும் தரத்தையும் கற்பனை செய்து பார்க்க முடியும்!

06

பள்ளிக்கூடத்து நிழல்

மேட்டுத் தெருவுக்கு வெகு சமீபத்திலுள்ள பிள்ளைமார் தெருவிலோ அக்ரஹாரத்திலோ ஏதோ சொல்பந்தான் என்றாலும் கொஞ்சமாவது 'உடையவர்கள்' வீட்டிலே சோம சுந்தரம் பிறந்திருப்பானேயானால், ஐந்து வயசு ஆனவுடனே அவனைப் பள்ளிக்கூடத்தில் கொண்டு போய்ச் சேர்த்திருப் பார்கள். விஜயதசமி அன்று மேளங் கொட்டி அவனுக்குப் புது ஆடைகள் உடுத்தித் தெருவிலுள்ள சிறுவர்களை எல்லாம் கூப்பிட்டுக் கை நிறையப் பொரி கடலை கொடுத்து, ஊரிலுள்ள பெரியவர்களை எல்லாம் கூப்பிட்டுப் பாயாசம் வடையுடன் விருந்து செய்வித்து, ஏகப்பட்ட தடபுடல்களுடன் ஊரிலுள்ள ஒரே பள்ளிக்கூடத்துக்குப் பையனை அனுப்பி வைத்திருப் பார்கள். இரண்டு மூன்று வருஷங்கள் அந்தப் பள்ளிக்கூடத்திலே படிப்பான் பையன். அதற்குள் பெற்றோரும் மற்றோரும், "படிப்பால் என்ன பிரயோசனம்?" என்று கேட்கத் தொடங்கி விடுவார்கள். வீட்டையோ வயலையோ கடையையோ கண்ணி யையோ பார்த்துக்கொள்வது படிப்பதைவிட லாபமாக இருக்கும் என்று பையனைப் பள்ளியிலிருந்து நிறுத்தி விடுவார்கள். விடாமல் படித்துப் புரட்டியவர்கள் பலருடைய பிற்காலத்து வாழ்க்கையைக் கவனிக்கும் போது உண்மையிலேயே படிப்பை

நிறுத்திவிட்டதுதான் சரியான காரியம் என்று ஒப்புக்கொள்ள யாருக்குமே ஆட்சேபம் இராது. பள்ளிக்கூடத்தில் இரண்டு மூன்று வருஷங்கள் படித்து அறிந்து கொண்ட எல்லாவற்றையும் பையன் இரண்டு மூன்று வாரங்களிலே மறந்து விடுவான். இதற்கு விலக்காக உள்ளவர்கள் சில ஐயர் வீட்டுப் பிள்ளைகள் தாம். சாத்தனூர்ப் பள்ளிக்கூடத்தை முடித்துக் கொண்டு, கும்பகோணத்துக்குக் கட்டுச்சாதம் கட்டிக்கொண்டு போய்ப் பெரிய பள்ளியிலே படிப்பார்கள். அதிலும் படித்துப் பாஸ் பண்ணிய பிறகு பட்டணம், கோயம்புத்தூர் என்று எங்கெங்கேயோ வேலைக்குப் போய்விடுவார்கள். அவர்கள் நிலங்களைக் குத்தகைக்கு எடுத்துக்கொண்டு, படிக்காமல் ஊரிலே தங்கி விட்டவர்கள் சுலபமாகவே நல்ல லாபம் அடைவார்கள். கும்பகோணத்தில் பெரிய பள்ளிப் படிப்புப் படித்து முடிந்த பின்கூடத் திருப்தி அடையாமல் தஞ்சாவூர், பட்டணம் என்று போய் இன்னும் மேலான படிப்புப் படித்தவர்களும் சர்வமானிய அக்ரஹாரத்துப் பையன்களிலே சிலர் உண்டு.

ஆனால் மேட்டுத் தெருக் கறுப்ப முதலியின் மகனாக வந்து பிறந்துவிட்ட சோமுவுக்கு இதெல்லாம் கிட்டுமா? கிட்டும் என்று அவன் கனவிலாவது கருதி ஆசைப்பட்டிருக்க முடியுமா?

ஏதோ ஒருநாள் பிள்ளைமார் தெருவிலே பையனைப் பள்ளிக்கு அனுப்பும் கல்யாணம் ஒன்று நடந்தது. தெருவில் தூரத்தில் நின்றபடியே அந்தக் கல்யாணத்தைப் பார்க்கும் பாக்கியம் சோமுவுக்குக் கிட்டியது. பிள்ளைமார் தெருப் பணக்காரர்கள் வீட்டுப் பையன் ஒருவனை அன்று, நாள் பார்த்துப் பள்ளிக்கூடத்தில் சேர்க்க ஏற்பாடு செய்திருந்தார்கள். அதிகாலையிலிருந்து நண்பகல் வரையில் மேளக்கார ராமசாமி ஊதித் தள்ளிவிட்டான்; தவுல்காரன் தவுலைக் கையாளும் கோலாலும் மொத்தித் தள்ளிவிட்டான். பொரியும் கடலையும் இது ஒரு பதக்கு, அது ஒரு பதக்கு - கலந்து போன இடம் தெரியாமல் போய்விட்டன. இருநூறு பேருக்கு மேல் வந்து விருந்து சாப்பிடக் காத்திருந்தார்கள்.

தெருவிலே தூரத்தில் இருந்தபடியே ஐந்தாறு வயசுப் பையன் ஒருவன், நாய்கள் பார்ப்பதுபோல ஆவலுடன் பார்த்துக்கொண்டு நிற்கிறானே, அவனைக் கூப்பிட்டு ஒரு பிடி பொரி கடலை கொடுக்கலாம் என்று கல்யாணத்திற்கு வந்திருந்த பக்கத்துக் கிராமதது மிராசுதார் ஒருவர் அவனை அழைத்துக் கை நிறையப் பொரியும் கடலையும் கொடுத்தார். அதை வாங்கிக் கொண்டு என்றும் இல்லாத தன் அதிர்ஷ்டத்தைப் பாராட்டி வியந்துகொண்டே சோமு தன்னுடைய பழைய இடத்துக்குத் திரும்புகையில் கல்யாண வீட்டுக்காரர் அவனைப் பார்த்து விட்டார்.

“அந்தச் சோமுப் பயலை யாருடா இங்கே வர விட்டது? கறுப்பன் மவன்தானேடா அவன்? ஏதாவது சமயம் பார்த்து அடிச்சுண்டு போய்விடுவானேடா! சந்தனப் பேலா எங்கே? இருக்கா... சரி... அடிச்சு விரட்டு அந்தப் பயலை!” என்று ஊரெல்லாம் கேட்கும்படியாகக் குரல் கொடுத்தார் அவர்.

சோமு திரும்பி ஒரு வினாடி அவரையே பார்த்துக் கொண்டு நின்றான். ஆட்கள் யாராவது வந்துவிடும் வரையில் அங்கே காத்திருக்க அவன் தயாராக இல்லை. யாரும் தன்னை நோக்கி வருமுன் ஒரே பாய்ச்சலில் பந்தலுக்கு வெளியே போய்விட்டான். மறுபடியும் நின்று திரும்பிப் பார்த்தான். தன் கையி லிருந்த அவர்கள் வீட்டுப் பொரியையும் கடலையையும், மண்ணை வாரி இறைப்பது போலப் பந்தலுக்குள் எறிந்தான். அவர்களுடைய சொத்தில் எதுவும் தன் கையில் ஒட்டிக் கொண்டிருப்பதில் கூட அவனுக்கு இஷ்டமில்லை போலும். கையோடு கையைத் தட்டித் தேய்த்து இடுப்பிலே கட்டியிருந்த வேட்டியிலே துடைத்துக்கொண்டான். தூரத்திற்கு, தன்னுடைய பழைய இடத்திற்கு, நகர்ந்தான்.

இவ்வளவையும் கவனித்துக்கொண்டே உட்கார்ந்திருந்த அயலூர்க்காரர் மறுபடியும் சோமுவைக் கூப்பிட்டுப் பொரியையும் கடலையையும் கொடுத்தார். தமக்குள் சொல்லிக் கொண்டார்: கெட்டிக்காரப்பயல்! ரோஷக்காரப் பயல்! பின்னர் பெரிய மனுஷன் ஆனாலும் ஆவான்! அல்லது குடித்து ரௌடியாகத் திரிந்துவிட்டு உயிரை விடுவான். உம்... இந்தப் பயலைப் படிக்கவச்சால் உருப்படுவான்... உம்... அவனைக் கண்டாலே இப்படிப் பயப்படுகிறார்களே! பலே பயல்தான் போலிருக்கு!” என்று தமக்குள்ளேயே சொல்லிக்கொண்டார் அவர். ஆனால் அடுத்த இரண்டொரு வினாடிக்குள்ளாகவே அந்தப் பயலுடைய ஞாபகம் அவருக்கு அற்றுப்போய்விட்டது. அதற்குள் அவரைச் சாப்பிட அழைத்துப் போய்விட்டார்கள்.

அந்தத் தெருவில் அந்த வீட்டில் விருந்து சாப்பாடு நடக்கிறது என்று தெரிந்து கொண்டு குறவர் குறத்தியர் பலர் எச்சிலை பொறுக்குவதற்கு வந்து கூடியிருந்தார்கள். தெருக் கோடியில் தெரு நாய்கள் ஏழெட்டு என்ன நடக்கிறது என்பதை அறியாதன போல, ஆனால் எச்சிலிலைகள் விழுகிற சப்தம் கேட்டவுடனே எழுந்து பாய்ந்து ஓடிவரத் தயாராகப் படுத்துக் கிடந்தன. சோமு, நாய்களுடைய கூட்டத்திலும் கலக்கவில்லை; குறவர் குறத்தியர் கூட்டத்திலும் கலக்கவில்லை; இரண்டுக்கும் இடையே தெரு ஓரமாக வளர்ந்திருந்த ஒரு தென்னை மரத்தின் மேல் சாய்ந்துகொண்டு நடப்பதை எல்லாம் பார்த்துக் கொண்டே

கால் கடுக்க நின்று கொண்டிருந்தான்.

எவ்வளவு நேரம் சாப்பிட்டார்கள் விருந்தாளிகள்! ஒன்றரை நாழிகை நேரம் சாப்பிடும்படியாகப் பலமான விருந்துதான் போலும்! எச்சிலிலைகள் வந்து விழுந்த உடனே குறப் பாளையத் துக்கும் நாய் மந்தைக்கும் பாரதப் போர் தொடங்கியது. குறப் பாளையந்தான் இறுதி வெற்றி அடைந்தது என்று சொல்லவும் வேண்டுமா? இந்தப் பாரதப் போரின் சுவாரசியத்திலே ஈடுபட்டு நின்றான் சோமு.

அதற்குள் கல்யாண வீட்டிலே மீண்டும் மேளம் கொட்டத் தொடங்கிவிட்டது. பையனைப் பள்ளிக்கூடத்தில் கொண்டு போய் விடுவதற்குக் கிளம்பிக்கொண்டிருந்தார்கள். முதலில் மேளக்காரர்கள் வாசித்துக்கொண்டே தெருவில் வந்து நின்றார்கள். விருந்து சாப்பிட்ட சிரமத்தைப் பொருட்படுத்தாத சில விருந்தாளிகளும் திண்ணையைவிட்டு இறங்கி தெருவிலே வந்து நின்றார்கள். பள்ளிக்கூடத்தில் சேரவேண்டிய பையனும் வந்து நின்றான். மாங்காய் மாங்காயாகச் சரிகை வேலை செய்த சிவப்புப் பட்டு உடுத்தியிருந்தான் அவன். மேலே ஒரு சீட்டித் துணிச்சொக்காய் - அந்தச் சீட்டியிலே பெரிய பெரிய பூக்கள் போட்டிருந்தன. அவன் தலையைப் படிய வாரிச்சீவிப் பின்னி விட்டிருந்தார்கள். எலிவால் போன்ற சடையின் நுனியைச் சிவப்புப் பூநூல் அலங்கரித்தது. பையனுடைய கறுத்த நெற்றியிலே கறுப்புச் சாந்துப் பொட்டு ஒன்று ஒளியிழந்து தெரிந்தது. பெண்களின் கூந்தலிலே வைப்பது போல ஒரு மல்லிகைச் சரத்தை அவன் தலையிலே வைத்திருந்தார்கள். வால் பெண் ஒன்று. அது அவன் அக்காளாக இருக்கும் - பையன் வேறு ஒரு பக்கம் பார்த்துக்கொண்டிருந்தபோது அவனுடைய எலிவால் சடையை வெடுக்கென்று இழுத்து விட்டு ஓடிப்போய்விட்டாள், பையன் மிரள மிரள நாலா பக்கமும் பார்த்துக் கொண்டே நின்றான்.

கால் நடையாகவே ஊர்வலம் கிளம்பியது. பள்ளிக் கூடம் பக்கத்துத் தெருவிலேதான் இருக்கிறது. சர்வமானியத் தெருவின் மேலண்டைக் கோடியில் உள்ள மாடி வீடுதான் பள்ளிக்கூடம். அந்தப் பள்ளிக்கூடத்தின் சொந்தக்காரர், ஹெட்மாஸ்டர், பிரதம உபாத்தியாயர் எல்லாமே சுப்பிரமணிய ஐயர் என்பவர்தாம். அவருக்கு உதவி செய்ய இன்னோர் உபாத்தியாயரும் இருந்தார். ஆனால் அவர் அவ்வளவாக உதவி செய்தார் என்று சொல்வதற்கில்லை. சுப்பிரமணிய ஐயருடைய வீட்டு மாடிதான் சாத்தனூர்ப் பள்ளிக்கூடம். அதே வீட்டில் கீழ்ப்பகுதியில் அவர் வசித்து வந்தார். பள்ளிக்கூடத்திலே சுமார் ஐம்பது அறுபது பையன்கள் படித்துக்கொண்டிருந்தார்கள். அவர்களுக்கு ஐந்து வயசிலிருந்து பதினைந்து வயசுவரையில் இருக்கும்.

பள்ளிக்கூடத்துப் பையன்கள் எல்லோரும் அன்று தங்களுடன் வந்து சேர இருந்த புதுப் பையனைப் பார்ப்பதற்கு ஆவலாக, தெருவிலே மேளச் சப்தம் கேட்டவுடன் மாடி ஜன்னல்கள் மூன்றையும் அடைத்துக்கொண்டு நின்றார்கள். புதுப்பையன், பணக்கார வீட்டுப் பையன் அன்று வந்து சேரப் போகிற செய்தி காலையிலேயே சுப்ரமணிய ஐயருக்குத் தெரியும். ஆகவே அவர் பள்ளிக்கூடத்தையும் பையன்களையும் தம் உதவி உபாத்தியாயரிடம் ஒப்பித்துவிட்டுப் பிரம்பும் கையுமாக வீட்டுத் திண்ணையில் வந்து நின்றார் - புதுப் பையன் ஊர்வலத்தை எதிர்பார்த்துக்கொண்டு.

ஊர்வலம் மாடி வீட்டு வாசலில் வந்தவுடன் திண்ணையி லிருந்து சுப்பிரமணிய ஐயர் இறங்கி ஆளோடியில் இரண்டடி முன்வந்து, “வா ! ராமசாமி, வா !” என்று பையனின் தகப்பனை வரவேற்றார். அந்தப் பையனின் தகப்பன் ராமசாமியும் பல வருஷங்களுக்கு முன் சுப்ரமணிய ஐயரிடம் படித்தவன்தான். கையில் சந்தனப் பேலாவை எடுத்து அவருக்குச் சந்தனம் கொடுத்தார் ராமசாமி. பிறகு ஒரு வெற்றிலைத் தட்டில் நிறைய வெற்றிலையும் பாக்கும் மஞ்சளும் வைத்து அதிலே ஒரு ஜோடி சேலம் பட்டுக் கரை வேட்டியும் சாத்தனூர்ப் பட்டுப் புடவை ஒன்றையும் ரவிக்கை ஒன்றையும் வைத்து அவரிடம் கொடுத்தார். வாத்தியார் ஐயா தட்டுடன் அதை வாங்கித் திண்ணையில் தம் பக்கத்தில் வைத்துக்கொண்டு பையனையும் பையனின் தகப்ப னாரையும் ஆசீர்வதித்தார். புதுப்பையனும் அவனுடைய தகப்பன் ராமசாமியும் சுப்பிரமணிய ஐயரை விழுந்து விழுந்து நமஸ்காரம் செய்தார்கள். மீண்டும் ஒரு முறை அங்கிருந்தவர்கள் எல்லோருக்கும் சந்தனமும் சர்க்கரையும் வெற்றிலைப் பாக்கும் வழங்கப்பட்டன. வாத்தியார் ஐயாவால் அல்ல - பையனின் தகப்பன் செலவில் அவரால் தாம். பிறகு பள்ளிக்கூடத்துப் பழைய பையன்களுக்கென்று கொண்டுவரப்பட்டிருந்த பதக்குப் பொரியும், கடலையும் மாடிக்குக் கொடுத்தனுப்பப்பட்டன. சற்று நேரத்துக்கெல்லாம் மாடி ஜன்னல்கள் ஒன்றிலும் பையன்கள் யாரும் இல்லை என்பதில் ஆச்சரியம் என்ன ?

இவ்வளவையும் கவனித்துக்கொண்டே சோமு நெருங்கி வரப் பயந்தவனாக எதிரே இருந்த வேலியோரமாக ஒரு பூவரச மர நிழலில் நின்றான். பூவரச மரக்கிளை ஒன்றிலிருந்து அவன் தலைக்கு நேரே நூல் விட்டுக்கொண்டு ஒரு கம்பளிப் பூச்சி ஊசலாடிக்கொண்டிருந்ததை அவன் கவனிக்கவில்லை.

புதுப் பையனைப் பள்ளியில் சேர்த்துவிட வந்தவர்கள் எல்லோரும் அரை நாழிகை நேரத்திற்குள் கிளம்பிவிட்டார்கள். புதுப் பையனைத்

தம்முடன் அழைத்துக்கொண்டு சுப்பிரமணிய ஐயரும் மாடிக்குப் போய்விட்டார். நடுப்பகல், நல்ல வெயில் தகித்துக்கொண்டிருந்தது. தெருவிலே ஜன நடமாட்டமே இல்லை. வேலையுள்ளவர்கள் எல்லோரும் தங்கள் தங்கள் அலுவல்களைக் கவனிக்கப் போய்விட்டார்கள். வேலையில்லாமல் வீட்டிலே தங்கியிருந்தவர்கள் உண்டகளைப்புத் தீரப் படுத்து உறங்கிக்கொண்டிருந்தார்கள். சோமு என்கிற மேட்டுத் தெரு பையனைத் தவிரத் தெருவிலே அப்பொழுது யாருமே இல்லை. அவன் மாடிப் பள்ளிக் கூடத்தண்டைபோய் மாடியை அண்ணாந்து பார்த்துக்கொண்டே வெகுநேரம் நின்றான். சற்று நேரம் கழித்து வெயில் அதிகமாக இருக்கிறதே என்று நிழலில், மாடி வீட்டின் நிழலில், மாடிப் பள்ளிக்கூடத்தின் நிழலில் ஒதுங்கி நின்றான். மாடியிலிருந்து என்ன என்னவோ சப்தங்கள் ஒலித்தன. பையன்கள் எல்லோரும் ஏக காலத்தில் சந்தை வைத்து உரக்க என்னவோ சொல்லிக்கொண்டிருந் தார்கள். என்ன சொல்லிக்கொண்டிருந்தார்கள் என்பது சோமுவின் காதில் தெளிவாக விழவில்லை. உபாத்தியாயரும் உதவி வாத்தியாரும் நடு நடுவே உரத்த குரலில் என்னவோ சொல்லிக்கொண்டிருந்தார்கள். அவர்களுடைய குரல்தான் சோமுவின் காதுக்கு எட்டியது; வார்த்தைகள் தெரியவில்லை. சில சமயம் ஒரு பையனுடைய பெயரைச் சொல்லித் தலைமை உபாத்தியாயர் கூப்பிட்டார். அந்தக் கூப்பாட்டிற்கு இரண்டொரு வினாடிகளுக்குப் பிறகு, “ஐயோ அப்பா! ஸார், ஸார்! வேண்டாம் ஸார்! இனிமேல் இல்லை ஸார்” என்று பையன் யாராவது அலறுவது சோமுவின் காதில் விழுந்தது. அதற்கடுத்த வினாடி பலர் கலகல வென்று பேசுவதும் சிரிப்பதும் அவன் காதில் விழுந்தன. அந்தப் பள்ளிக்கூடத்துச் சப்தம் முழுவதுமே இசைந்து இன்ப ஒலியாகச் சோமுவின் காதிலே விழுந்தது.

சாத்தனூர் மாடிப் பள்ளிக்கூடத்து நிழலிலே சுவரில் சாய்ந்துகொண்டு நின்றபடியே பகற் கனவுகள் காணத் தொடங் கினான் சோமு. அவன் அப்பொழுது கண்ட கனவுகளை விவரிப்பதென்பது ஆகாத காரியம். ஆனால் ஒன்று மட்டும் சொல்லலாம். அவனுடைய வாழ்க்கையிலே முதல் ஆசை, முதல் லட்சியம், உருவாகிவிட்டது. அவ்வளவு சிறு வயசிலேயே அவன் தனக்கென்று ஒரு லட்சியத்தை ஏற்படுத்திக்கொண்டு விட்டான். பள்ளியிலே தானும் படித்துப் பெரியவனாகி...

படித்துப் பெரியவனான பின் என்ன செய்வது என்று முடிவு செய்வதற்கு முன் அவன் நின்றபடியே கண்களை மூடி விட்டான். பகற் கனவுகளிலிருந்து உண்மைக் கனவுகளுக்குத் தாண்டி விட்டான்.

இப்படிச் சுவரில் சாய்ந்தபடியே நின்று தூங்கிக்கொண்டிருக்கும்

பையனைக் கண்டால் எந்த உபாத்தியாயரானாலும் என்ன செய்வாரோ அதைத்தான் அரை நாழிகை நேரம் கழித்துக் கீழே இறங்கி வந்த சுப்பிரமணிய ஐயர் செய்தார். தம் பள்ளிக்கூடத்தைச் சேர்ந்த சோம்பேறிகளில் அவனும் ஒருவன் என்று அவர் எண்ணியதில் தவறில்லை.

சோமுவின் இன்பக் கனவுகளைக் கிழித்துக்கொண்டு சுளீர்' என்ற ஒரு சப்தம் கேட்டது. 'பளீர்' என்று ஓர் அடி முதுகிலே விழுந்தது. திடுக்கிட்டு விழித்துக்கொண்ட சோமு எதிரே பிரம்பும் கையுமாக நின்ற சுப்பிரமணிய ஐயரை ஒரு தரம் பார்த்தான். பள்ளிக் கூடத்தில் சேர்ந்து படிக்க ஆசைப்பட்டதே தவறு, பள்ளிக்கூடத்தின் நிழலிலே ஒதுங்கிச் சிறிது நேரம் நின்றது கூடத் தவறு என்று ஒப்புக்கொண்டவன் போல, வில்லிலிருந்து விடுபட்ட அம்பு போல, 'ஜிவ்வென்று பாய்ந்து ஓடி, சர்வமானிய அக்ரஹாரத் தெருத் திரும்பி மறைந்துவிட்டான்.

தம் பள்ளிக்கூடத்தில் படிக்கும் பையன் அல்ல அவன் என்று சுப்பிரமணிய ஐயருக்குத் தெரிய இரண்டு வினாடி நேரம் ஆயிற்று. அதற்கு இரண்டு வினாடி கழித்துத்தான் அப்படித் தம்மிடம் அடி வாங்கிக்கொண்டு ஓடிப்போனது மேட்டுத்தெரு கறுப்பன் மகன் சோமு என்பதை உணர்ந்தார். முதலில் அவர் அதைக் கவனித்திருந்தாரானால் அவனை அடித்தே இருக்க மாட்டார். அவனிடமும் கறுப்ப முதலியிடமும் உபாத்தியாயர் சுப்பிரமணிய ஐயருக்கு எப்பொழுதுமே கொஞ்சம் அனுதாபம் உண்டு. அவர் உடையவர்கள் கோஷ்டியைச் சேர்ந்தவர் அல்ல. ஊரில் மற்றவர்களெல்லோரும் கறுப்பன் மகன் என்பதற்காகச் சோமுவை எப்படி நடத்தினார்கள், என்ன என்ன சொன் னார்கள் என்பது அவருக்குத் தெரியும். அவனை அவர் அப்படி அடித்திருக்க வேண்டியதில்லை! அடி என்னவோ அவரையும் மீறியே பலமாகத்தான் விழுந்து விட்டது.

சிரித்துக்கொண்டே தம் வீட்டுக்குள் போனார் சுப்பிரமணிய ஐயர். "அடியே!" என்று தம் மனைவியைக் கூப்பிட்டார். "இதோ பார்!... அந்த மேட்டுத் தெரு கறுப்பன் பிள்ளை சோமு எப்பவாவது இந்தப் பக்கம் வந்தானானால் சாதம் கீதம் மிச்சம் இருந்தால் போடு! பாவம்; சாப்பாடே இல்லாமல் கஷ்டப்படறதுகளோ என்னவோ!" என்றார்.

"வள்ளியம்மை அந்த ரங்கராயர் ஆத்திலே வேலை செய்கிறாள். சாப்பாட்டுக்கு ஒரு குறைவும் வைக்க மாட்டார் அந்த ராயர். ஆனால் இப்போ என்ன அந்தப் பயலைப்பற்றி ஞாபகம் வந்தது உங்களுக்கு?" என்று விசாரித்தாள் அவர் மனைவி ஜானகியம்மாள்.

சற்றுமுன் நடந்ததைச் சொன்னார் சுப்பிரமணிய ஐயர். அவர் சிரித்துக்கொண்டேதான் சொன்னார் என்றாலும், அனாவசியமாக ஒரு சிறு பையனை அடித்து விட்டதைப்பற்றி எவ்வளவு வருத்தப்பட்டார் என்பது அவர் சொன்ன மாதிரியிலிருந்தும் குரலிலிருந்தும் நன்கு தெரிந்தது.

"ஐயோ பாவம்!" என்றாள் ஜானகியம்மாள். சற்று நேரம் கழித்து அவள், "நல்ல வாத்தியார் வேண்டியிருக்கு! எப்போ பார்த்தாலும் பிரம்பும் கையுமாக!... இப்படிக் கொடுங்கோ பிரம்பை - அதை முறித்து அடுப்பிலே போட்டுவிடறேன்!" என்றாள்.

"கண்ணை மூடிண்டு எதிர்ப்படறவா எல்லோரையும் மன்னிக்காவது ஒரு நாள் இந்தப் பிரம்பால் வெளுத்து வாங்கி விட்டால் தேவலை என்றிருக்கிறது எனக்குச் சில சமயம்" என்றார் சுப்பிரமணிய ஐயர்.

"ஆத்திலே ஆரம்பிச்சுடாதேயுங்கோ! மாடிக்குப் போங்கோ!" என்றாள் அவர் சகதர்மிணி.

"ஆத்திலே ஆரம்பிக்கிறதாகத்தான் உத்தேசம்! அதுக்காகத் தான் இப்போ கையோடு பிரம்பைக் கூடக் கொண்டு வந்திருக் கேன்" என்று சொல்லிக்கொண்டே சிரித்துக்கொண்டு தம் மனைவியை அணுகினார் சுப்பிரமணிய ஐயர்.

"எங்கள் வாத்தியார் ஐயாவுடைய சமத்தைப் பார்த்து யாராவது நாப்பு காட்டப் போறா! அசடு வழியாம போங்கோ" என்று சொல்லிவிட்டு ஜானகியம்மாள் சமையலறைக்குள் போய்விட்டாள்.

சுப்பிரமணிய ஐயரும் மாடிக்குப் போய்விட்டார்.

07

ஆசைகள்

"ஐயோ பாவம் என்றார்!" மாடிப் பள்ளிக் கூடத்துச் சொந்தக் காரரும் தலைமை உபாத்தியாயருமான சுப்பிரமணிய ஐயர்.

"ஐயோ பாவம்!" என்றாள் அவருடைய மனைவி ஜானகியம்மாளும் அவருடன் சேர்ந்து கொண்டு.

இருவரும் சோமுவையும் அவனுடைய நிலைமையையும் எண்ணி, "ஐயோ பாவம்" என்றார்கள்.

ஆனால் அப்படி அவர்கள் இருவரும் சோமுவைப் பற்றி எண்ணிப் பரிதாபப்பட்டிருக்க வேண்டிய அவசியமே இல்லை. மேட்டுத் தெருவிலே தான் பிறந்தான்; கறுப்ப முதலியின் மகனாகத்தான் வந்து அவதரித்தான்; வள்ளியம்மை என்கிற ராட்சசப் பெண்ணைத்தான் தாயாகப் பெற்றான். ஏழு எட்டு வருஷங்கள் இவ்வுலகில் வாழ்ந்து விட்டான்; ஆனால் அந்த வருஷங்களில் அவன் எள்ளளவு சுகபோகத்தையும் அறிந்து அனுபவித்தது இல்லைதான். கண்ட இடத்திலெல்லாம் கறுப்பன் மகன் என்று அவனைக் காறி உமிழ்ந்தார்கள். அகப்பட்டுக் கொண்ட இடத்திலெல்லாம் உதைத்துப் புடைத்தார்கள். காண வொட்டோமென்று அவனைச் சாத்தனூர் வாசிகள் எல்லோருமே கரித்தார்கள்! நண்பர்கள் என்று ஆதரவு காட்ட யாரும் இல்லை. உலகிலேயே வாழ்க்கையிலே நம்பிக்கை பிறந்து விடும்படியாக அவன் எதையும் அறியவில்லை.

இருந்தும் சோமு அதிருஷ்டசாலிதான் - பாக்கியவான்தான் என்று சொல்ல வேண்டும், அவன் கனவுகள் கொண்டிருக்கிறான்.

அந்த மாயம் நிறைந்த உலகிலே, பொய்யுலகிலே மனித னுடைய கனவுகளைத் தவிர வேறு எந்த விஷயங்கள் தாம் உண்மையானவை என்று யார் நிச்சயமாகத் தெளிந்து சொல்ல முடியும்?

கனவுகள், ஆசைகள், லட்சியங்கள் என்று இன்னும் உருப் பெறாத லட்சியங்கள் - எல்லையற்ற எண்ணிக்கையற்றன அவன் உள்ளத்திலே தோன்றித் தொடங்கிவிட்டன. ஒவ்வொரு கனவாக, ஒவ்வோர் ஆசையாக, ஒவ்வொரு லட்சியமாக இவன் ஆராய்ந்து கொண்டே மேலே மேலே சூரியனை நோக்கிப் பாயும் கழுகைப் போலப் பறந்து கொண்டிருந்தான். ஆசைகளையும் கனவுகளையும் ஆரம்பம் முதலே அதிகமாகப் படைத்திருப்பவனை அதிருஷ்டசாலி என்று சொல்லாமல் வேறு என்னதான் சொல்வது? அவன் அதிருஷ்டசாலி அல்ல என்றால் வேறு யாரை இவ்வுலகில் அதிருஷ்டசாலி என்று சொல்லிவிட முடியும்? கடைசிக் கணக்கில், சித்திரகுப்தன் பேரேட்டில், மனிதன் என்று பிறந்துவிட்டவனுக்கு உள்ளவையெல்லாம் அவன் ஆசைகளும் கனவுகளும் லட்சியங்களுமே! வேறு என்ன? இவை பலிக்க வேண்டும் என்கிற அவசியமே இல்லை. வாழ்க்கையைப் பரிபூரணமாக, ஆனந்தமாக, பூராத் திட்டம் அனுபவித்து வாழ்வதற்கு ஆசைகள், கனவுகள், லட்சியங்கள் இவைபோதும்; வேறு எதுவுமே தேவையில்லை என்றுதான் சொல்ல வேண்டும்.

உண்மையிலேயே சோமு அதிருஷ்டசாலிதான்!

ஆறு வற்றிக்கிடக்கும் போதும், ஆற்றில் ஜலம் ஓடிக் கொண்டிருக்கும் போதும், மான்குட்டி துள்ளி ஓடி விளையாடும் போதும், மயில் தோகை விரித்து ஆடும் போதும், ஆடாது வெறும் நடைபோடும் போதும், வண்ணான் வேட்டி தோய்க்கும் போதும், கோயில் மணி அசைந்து அசைந்து இன்னிசை எழுப்பும் போதும், மழை பெய்யும் போதும், ஆகாயமளாவக் காற்றிலே புழுதித் தேர் எழுந்து உருளும் போதும், குயவனின் சக்கரம் சுற்றும் போதும் எப்போதும் எங்கும் சோமு நின்று நின்று எல்லா விஷயங்களையும் கவனித்துக் கவனித்துத் தன் மனசிலே அடக்கிக்கொண்டு வந்ததற்கு என்னதான் அர்த்தம்? அவன் எண்ணிறந்த, வார்த்தைகளில் அகப்படாத சிந்தனைகளில் ஆழ்ந்து கிடந்தான் என்பதற்கு என்ன அர்த்தம்? வளர்ந்து பெரியவர்களாகிச் சிந்திக்கவே மறந்து போய்விட்டவர்கள் அவன் சிந்தனைகளைச் சிந்தனைகள் தாம் என்றே ஒப்புக் கொள்ள மாட்டார்கள். அவன் உள்ளத்திலே துடித்து ஓடியவை எல்லாம் வெறும் ஏக்கங்கள், ஆசைகள். கனவுகள் - வேறு அல்ல. ஆனால் சோமுவின் விஷயத்திலே அவனுடைய சிந்தனைகள் எல்லாமே ஆசை உருவங்கள் தாம் பூண்டு வந்தன என்று சொல்வது மிகையே ஆகாது!

சோமுவுக்கு எட்டு ஒன்பது வயசு ஆவதற்கு முன்னமே அவன் மனசில் எட்டாயிரம், ஒன்பதாயிரம், எண்பதினாயிரம், ஒன்பது லட்சம் என்கிற கணக்கில் ஆசைகள் தோன்றி மறைந்து விட்டன. கணத்திற்கு ஓர் ஆசை. விநாடிக்கு ஒரு கனவு. ஒரு விநாடி தோன்றிய ஆசை அடுத்த விநாடி வரையில் நீடிக்க வேண்டும் என்கிற அவசியம்கூட இல்லை. ஆனால் தோன்றிய போது தோன்றுகிற காலத்தையும் நீடிக்கிற நேரத்தையும் அந்த ஆசை நிரப்பியது. அவன் ஆசைகளின் தன்மையே அலாதியானது - அவற்றின் தரமே அற்புதமானது.

பிறந்த அன்றைக்கே மனிதனுக்குப் பசி, தாகம் என்கிற ஏக்கங்கள் தோன்றிவிடுகின்றன. இந்தப் பசி தாகம் என்கிற இரண்டு ஆசைகளும் சிரமமில்லாமல் சரிவர நிறைவேறி வரும் வரையில் மனிதனுடைய உள்ளத்திலே வேறு எந்த ஆசையுமே தலை தூக்குவதில்லை. பசி தாகத்தை ஆசைகளாக, ஏக்கங்களாக, அறியத் தொடங்கிய பின்தான், அவை நிறைவேறாத காலத்திலே தான், வேறு பலவிதமான ஆசைகள், கனவுகள், ஏக்கங்கள் மனிதன் மனசிலே தலைவிரி கோலமாகப் பேயாட்டம் ஆடத் தொடங்குகின்றன. ஏழைகளாகப் பிறந்து பசி தாகத்தைப் பரிபூரணமாக அறிந்தவர்களுக்கு மட்டுமே உள்ளத்திலே எண்ணிறந்த அற்புதமான கனவுகள் நிறைந்திருப்பதற்கும், பணக் காரர்களாகப் பிறந்து விட்டவர்களுக்கு ஒரு திருப்தி, வயிறு நிறைந்த தன்மை, சோம்பல், தூக்கம் இவை தவிர வாழ்க்கையிலே வேறு ஒன்றுமே இல்லாதிருப்பதற்கும் பொதுவாக இதுதான் காரணம் போலும்! பசியையும் தாகத்தையும் தலை தூக்க விடாமல் வயிற்றை நிரப்பிக்கொண்டு வளர்ந்து பெரியவர்களாகி விட்டவர்களுக்கு இவ்வுலகில் வாழ்வதன் மகிமைகள் பூராவும் நிச்சயமாகத் தெரியாது என்று தைரியமாகவே சொல்லலாம்.

பொதுவாக இந்த விஷயங்கள் எப்படியானால் என்ன? சோமு என்கிற இந்தப் பையன் விஷயத்திலே ஆரம்பம் முதலே பசி, தாகம் என்கிற ஏக்கங்கள் பரிபூரணமாக இருந்தன. கறுப்பன் இருந்த காலத்திலே அது சற்று அதிகமாகவே இருந்தது என்று தான் சொல்லவேண்டும். சாத்தனூர்க்காரர்களை அதட்டி மிரட்டி உருட்டி அவன் சம்பாதித்ததெல்லாம் அவன் குடிப்பதற்கே போதாது. சில நாள் வள்ளியம்மை சம்பாதித்துக் கொண்டு வந்ததையும் பிடுங்கிக்கொண்டு போய்க் கள்ளுக் கடையில் கொடுத்துவிட்டு வந்துவிடுவான். குருவியைப் போல வள்ளியம்மை குப்பையைக் கிளறிக் கிளறிச் சம்பாதித்துச் சேர்த்து வைத்திருந்ததையுங்கூட அவன் சில சமயம் நிர்த்தாட்சண்யமாக அடித்துக்கொண்டு போய்விடுவான். வீட்டிலே எல்லோரும் பட்டினியாகத்தான் படுக்க வேண்டும். பல இரவுகள்,

பசி தாகத்தை மறக்கும் உத்தேசத்துடன் சோமு சுயப் பிரக்ஞையுடன் கனவுகள் கண்டு கொண்டே படுக்கையில் கிடப்பான். ஒரு துக்கத்தை மறப்பதற்காகக் கனவுகளை முயலும் பழக்கம் அவனுடைய ஆயுள் பூராவும் நீடித்து இருந்தது. கனவுகள் ஆசைகளைக் கிளறின; ஆசைகள் ஏக்கங்களைத் தூண்டின.

உண்மைதான். கறுப்பன் போனபிறகு வள்ளியம்மை ஏதோ சொல்பம் சம்பாதித்தாள்; தனக்கும் தன் பிள்ளைக்கும் தேவையானது, போதுமானது, சம்பாதிக்கத்தான் சம்பாதித்தாள். ராயர் வீட்டிலே அவள் வேலை செய்யப் புகுந்த நாள் முதல் அவளுக்கும் அவள் மகனுக்கும் வயிறார உண்பதற்குப் போதியது கிடைத்தது. வீட்டிலே பால், தயிர், நெய் வியாபாரமும் ஏதோ கொஞ்சம் இலாபகரமாகத்தான் இருந்தது. தவிரவும் வள்ளியம்மை தன்னையும் அறியாமலே, தூரத்திலிருந்தபடியே, சாத்தனூர் ‘உடையவர்களின்’ சுவடிலே நடக்க ஆரம்பித்துக்கொண்டிருந்தாள். ஆனால் சோமு உரிய வேளைக்குச் சாப்பிட்டுப் பசி தாகத்தை அவற்றின் வேகத்தைத் தணித்துக்கொள்ள முயலுவதில்லை. தெருத் தெருவாக ஊரெல்லாம் அலைந்து திரிந்து ஒவ்வோர் இடத்திலும் நாழிகைக் கணக்கில் நின்று பார்த்து விட்டுப் பசி தாகத்தை அளவுக்கு மீறியே வளர்த்து மூளவிட்டு விடுவான். வயிற்றை நிரப்பிக்கொள்கிற காரியம் அவ்வளவு அவசியமானதாகவோ முக்கியமானதாகவோ அவனுக்குப் படவில்லை.

மேட்டுத் தெரு சிறுவர் சிறுமியருக்குச் சிருஷ்டி ரகசியம் அப்படி ஒன்றும் மிகவும் ரகசியமான விஷயம் அல்ல. தினசரி அவர்கள் கண் எதிரே நடக்கிற காரியங்களை அவர்கள் பார்த்து கவனிக்காமல் இருக்கமுடியுமா? மனிதர்கள் வேண்டுமானால் ஏதோ இலை மறைவு காய் மறைவு என்று ஓரளவு மறைத்து வைக்கலாம் - இயற்கையில் மற்றவை எல்லாம், பிராணிகள், பறவைகள் எல்லாம் பகிரங்கமாகத்தானே சிருஷ்டித் தொழிலில் ஈடுபடுகின்றன. எல்லாவற்றையும் ஆழ்ந்து கவனித்தது போல இதையும் ஆழ்ந்தே கவனித்தான் சோமு. பெண் உருவம் அவனுக் குப் பழக்கமானதுதான், தூரத்திலிருந்து ஆனால் நெருங்கிப் பார்க்கவேண்டும் என்கிற ஆசை உண்டாவதிலே தவறு என்ன? எதை எண்ணி ஆசைப்படுகிறோம் என்று அறியாமலே சோமு ஏங்கினான்.

பிள்ளைமார் தெருப் பையன்களைப் போலத் தானும் சாய வேட்டி கட்டிக்கொள்ள வேண்டும் என்று ஆசைப்பட்டான் சோமு. கொஞ்ச காலம் இந்த ஆசை அவன் மனசில் மற்ற எல்லா ஆசைகளையும் தூக்கி அடித்தது. வானத்திலே கிரகண காலத்திலே ராகு என்கிற

பாம்பு முழு மதியை விழுங்க முற்படுகிறது. ஆனால் ஏதோ கொஞ்சம் விழுங்கியவுடன் மேலே விழுங்க மாட்டாமல் விழுங்கியதையும் துப்பிவிட்டு ஓடிவிடுகிறது அல்லவா? அதுபோலவே சோமுவின் உள்ளத்தைச் சாய வேட்டி என்கிற ஆசை கவ்வி விழுங்கிவிடப் பார்த்தது. சாய வேட்டி சாய வேட்டி என்று ஓயாமல் ஜபம் செய்து வள்ளியம்மையைத் தொந்தரவு செய்தான் சோமு. அவள் வாங்கித் தரவில்லை. காசில்லாத காரணங்கூட இல்லை; முக்கியமாக, கறுப்பன் பிள்ளை புதுச் சாய வேட்டி கட்டிக்கொண்டால் மேட்டுத் தெருவாரும் பிள்ளைமார் தெருவாரும் என்ன சொல்வார்களோ என்கிற பயந்தான் வள்ளியம்மைக்கு. அவன் வாங்கித் தரவில்லை. ராகு சந்திரனை விழுங்க மாட்டாமல் வேறு இரை தேடிக்கொண்டு போவது போல, சோமுவின் மனசும் வேறு ஆசைகளை நாடிப் போய்விட்டது. ஆனால் சாய வேட்டி என்கிற லட்சியம் அவன் மனசை விட்டு அடியோடு அகன்று விடவில்லை. எந்த விநாடி வேண்டுமானாலும் விசுவரூபம் எடுப்பதற்குத் தயாராக ஒரு மூலையில் பதுங்கிக் கிடந்தது அது. வேறு ஏதோ ஒரு சின்ன ஆசையிலே சின்னப் பையன் அதை மறந்து விட்டான்; அவ்வளவுதான்.

வண்ணான், துறையிலே வேட்டி துவைப்பதைப் பார்க்கும்போதெல்லாம் தானும் வண்ணானைப் போல வேட்டி துவைக்க வேண்டும் என்று ஆசைப்பட்டான் சோமு. வருஷம் பூராவும், நாள் பூராவும், குடியானவன் செய்யும் காரியங்கள் எல்லாம் அவன் உழைப்பெல்லாம் சோமுவின் மனசைக் கவர்ந்தன. கட்டாந்தரையிலே பிசுக் பிசுக் கென்று ஈரங் கசிந்தகளி மண்ணிலே, கணைக்கால் மட்டுமுள்ள ஜலத்திலே, சேற்றிலே, பச்சைப் பசேலென்று ஓங்கியிருந்த பயிருக்கு நடுவிலே, வருஷம் பூராவும் ஏர்பிடித்து, வாள் பிடித்து உழைப்பது, சரியாக நிமிர்ந்து நிற்க, வானத்தை, தெய்வத்தை அண்ணாந்து பார்த்து ஏமாறு வதற்குப் போதிய நேரம் இல்லாமல் உழைப்பது எவ்வளவு மகத்தான இன்பம் என்பதைக் கற்பனை செய்து கொண்டு இன்பம் பூராவையும் நுகர ஆசைப்பட்டான் சோமு. தண்ணீர் இறைக்கிற இடத்தில் நிற்கும் போதெல்லாம், பாட்டுப் பாடிக் கொண்டு தானும் ஏற்ற மரத்தில் ஏறி நிற்கவேண்டும் என்று ஆசைப்பட்டான் அவன். மாடிப்பள்ளிக்கூடத்தில் சேர்ந்து படிக்கவும், பள்ளிக்கு வருகிற பையன்களைப் படிப்பிக்கவும், தனக்குச் சக்தி இல்லையே என்று ஏங்கினான். பிள்ளைமார் தெருவிலே ஒரு பணக்கார மிராசுதாருக்குச் சுதேசமித்திரன் பத்திரிகை வந்து கொண்டிருந்தது. அதை அவர் பிரித்து வைத்துக்கொண்டு படிப்பதைச் சோமு அடிக்கடி பார்த்திருக்கிறான். அது என்ன, எதற்காகப் படிக்க வேண்டும் படித்தால் என்ன என்ன தெரியும் என்றெல்லாம் அவனுக்குத்

தெரியாது. ஆனால் அவனும் அது போலப் பத்திரிகையைப் பிரித்து வைத்துக்கொண்டு படிக்க வேண்டும் என்று ஆசைப்பட்டான். கடைத் தெருவில் இருக்கும் கடைகளில் உள்ளதை எல்லாம் வாங்கிவிட வேண்டும் என்று எண்ணுவான். அதைவிடச் சிறந்ததாக வேறு ஓர் ஆசை அடுத்த வினாடியே அவன் உள்ளத்தில் உதித்து விடும். தானும் ஒரு கடைக்காரன் ஆகி வியாபாரம் செய்தால் எவ்வளவு நன்றாக இருக்கும் என்று யோசிப்பான்!

பார வண்டிகளையும், பெட்டி வண்டிகளையும் இரண்டொரு கோச்சு வண்டிகளையும் பார்க்கும் போதுதான் சோமுவுக்கு ஆசைகள் கடல் அலைகள் போலப் போட்டிப் போட்டுக் கொண்டு ஒன்றன் பின் ஒன்றாக மூண்டு மூண்டு எழும். அந்த ஆசைகள் தோன்றி மறையும் வேகம் சிந்தனை வேகத்தையும் மீறியது என்றே சொல்ல வேண்டும். எத்தனை தினுசு வண்டிகள் தாம் இருந்தன இவ்வுலகில்! அவ்வளவு வண்டிகளிலுமே சவாரி செய்து பார்த்துவிட வேண்டும் என்று ஆசைப்பட்டான் அவன். ஆனால் பாவம்! அவனைப் பார வண்டியில் ஏற்றிக் கொள்வதற்குக்கூட ஆள் இல்லை.

ஏதாவது வண்டியில் ஏறி, நெடுக, நாள் கணக்காக, வாரக் கணக்காக, மாசக் கணக்காக, வருஷக் கணக்காக, யுகக் கணக்காக போக்குப் போக்கென்று ராஜ பாட்டையோடு போய்க் கொண்டே இருக்க வேண்டும் - எங்கும் ஒரு வினாடி கூடத் தாமதிக்கக் கூடாது என்று ஆசைப்பட்டான் சோமு.

ராஜபாட்டையோடு கிழக்கே போனால் சூரப்பாளையம். அதற்கப்பால் ஊர் எல்லைச் சுடுகாடு. அதற்கும் அப்பால் ராஜபாட்டை காவேரி மேட்டைத் தொடும் இடம். அப்பால் புளியஞ்சேரி. அதற்கப்பால் கொட்டையூர், அப்பால் மேலக் காவேரி. சர்க்கரைப் படித்துறை - அதாவது கும்பகோணத்துச் சுடுகாடு. அதற்கப்பால் பாலக்கரை. பாலக்கரை தாண்டினால் கும்பகோணம்.

கறுப்பன் மறைந்ததற்கு அடுத்த வருஷமோ அதற்கு அடுத்த வருஷமோ மகாமகம் வந்தது. குளத்திலே ஸ்நானம் செய்து புண்ணியம் சம்பாதிப்பதற்காக வள்ளியம்மை தன் மகனையும் அழைத்துக்கொண்டு மகாமகத்துக்குக் கும்பகோணம் போனாள். அந்த ஒரு தடவைதான் அந்த ராஜபாட்டையிலே ஆசைதீர சோமு நடந்திருந்தான். போக்கு போக்கென்று நடந்து கொண்டே இருந்தார்கள். ஆயாள் அவனுடன் இல்லாவிட்டால் சோமு திண்டாடியே போயிருப்பான். அவன் கால்கள் வலித்தன. அப்பப்பா! என்ன கூட்டம்! என்ன கூட்டம்! உலகத்திலே இவ்வளவு ஜனங்கள் இருக்கிறார்கள் என்று அவனுக்கு அதற்குமுன்

தெரியவே தெரியாது. அந்த மகாமகத்துக்குக் கும்பகோணம் வந்தவர்கள் எல்லோரையும் பார்த்து, அவர்களுடைய முகங்களையும் நடையுடை பாவனைகளையும் ஞாபகத்திலே வைத்துக்கொள்ள வேண்டும் என்று ஆசைப்பட்டான் சோமு. அந்த ஆசையும் நிறைவேறாமல் செய்துவிட்டாள் வள்ளியம்மை. "இப்படி ஊர்ந்து போனால் அடுத்த மாமாங்கம் வந்திடும்... நட நட!" என்று அவனை விரட்டினாள்.

சாத்தனூரிலே இருந்தது ஒரே ஒரு கோயில் தான். கும்பகோணத்திலே பெரிய பெரிய கோயில்களாக எவ்வளவு கோயில்கள் இருந்தன! ஒவ்வொன்றிலும் பெரிய பெரிய மணிகளாக எவ்வளவு மணிகள் இருந்தன! அவை எல்லாம் சேர்ந்து ஒலித்தால் எவ்வளவு இன்பமாக இருக்கும் என்று யோசித்துப் பார்த்தான் சோமு.

சாத்தனூர்க் கடைத் தெருவைப்போல ஆயிரம் மடங்கு பெரிதாக இருந்தது கும்பகோணம் கடைத்தெரு. என்ன என்ன சாமான்கள்! அவை எவ்வளவு அழகாக இருந்தன! அவற்றை வாங்கத்தான் எவ்வளவு ஜனங்கள் போட்டி போட்டுக்கொண்டு வந்து நின்றார்கள்! அப்பப்பா! என்ன கூட்டம்! என்ன கூட்டம்!

நெல்லைக் குற்றி அரிசியாக்கும் மில் ஒன்றைப் பார்ப்பதற்கு வள்ளியம்மை சோமுவையும் அழைத்துக்கொண்டு போனாள். மிகவும் சிறிய மில்தான் அது. கும்பகோணத்திற்கே புதுசு. தவிரவும் சுற்று வட்டத்திலிருந்த கிராமத்து ஜனங்கள் பலர் இந்த மாதிரிமில்லை அதற்கு முன் பார்த்ததில்லை. அதிசயம் பார்க்க ஏகப்பட்ட பேர் வந்து கூடிவிட்டார்கள். ஏதோ ஒரு பெரிய சக்கரம் சுழன்று கொண்டிருந்தது. நெல்லைக் கூடை கூடையாக எடுத்து ஒரு வாயிலே கொட்டினார்கள். வேறு ஒரு வாய் வழியாக அரிசியும் இன்னொரு வாய் வழியாகத் தவிடும் உமியும் வெளியே வந்து கொட்டின. மேலே கொட்டிய நெல் எப்படி அரிசி ஆயிற்று என்பது சோமுவுக்குத் தெரியவில்லை. அதே நெல் தானா அரிசியும் உமியுமாக ஆயிற்று என்று அறியாமல் விழித்தான். நெல் கொட்டும் வாய்க்குள் இறங்கிப் பார்க்க வேண்டும் என்று ஆசைப்பட்டான். சோமு மில்லில் வேலை செய்து கொண்டிருந்த ஆள் ஒருவன் அவனைத் தூக்கி அந்த வாய்க்குள் போட்டு விடுவதாகப் பயமுறுத்தியபோது, அவன் பயப்படவே இல்லை. "போடு பார்த்துவிட்டு வந்துவிடுகிறேன்" என்றான் பையன். "அவலாகிப் போயிடுவே நீ!" என்று சொல்லிவிட்டு அவனைக் கீழே இறக்கி விட்டு விட்டான். வள்ளியம்மை கிளம்பவேண்டும் என்றாள். இருட்டு முன் சாத்தனூர் போக வேண்டாமா? ஆயுள் பூராவும் அந்தச் சக்கரம் சுழலுவதைப் பார்த்துக்கொண்டே நின்று கொண்டிருக்கலாம் என்று தோன்றிற்று சோமுவுக்கு.

ஆனால் வள்ளியம்மை கிளம்பிவிட்டாள். சோமுவையும் தரதர வென்று இழுத்துக் கொண்டு கிளம்பினாள். பையன் தயங்கித் தயங்கித் திரும்பிப் பார்த்துக்கொண்டே போனான். வெளியே தெருவுக்கு வந்தபின் பையன் சில வினாடிகள் யோசனையில் ஆழ்ந்திருந்தான். பிறகு கேட்டான், "நம்மூரில் எல்லாம் பாட்டுப் பாடினால் தானே அம்மா, நெல்லு அரிசி ஆகும்! இங்கே பாட்டுச் சப்தமே கேட்கவில்லையே!" என்று. என்ன பதில் சொல்வது என்று வள்ளியம்மைக்குத் தெரியவில்லை; விழித்தாள். ஆனால் அவள் பதில் சொல்லவேண்டிய அவசியமே நேரவில்லை. தெருவிலே வேறு எவ்வளவோ விஷயங்கள் இருந்தன, பையனின் கவனத்தைக் கவர.

அந்த ராஜபாட்டை மகாமகக்குளத்தையும் தாண்டி நெடுகக் கிழக்கு நோக்கி ஓடிக்கொண்டிருந்தது. "இப்படியே நீளப்போகலாமே அம்மா!" என்று சொல்லிப் பார்த்தான் பையன். "பெரியவன் ஆன அப்புறம் நீ என்னையும் இட்டுக் கிட்டுப் போவலாம்!" என்று சொல்லிக்கொண்டே வள்ளி யம்மை அவனைத் தரதர வென்று இழுத்துக்கொண்டு ஊரை நோக்கித் திரும்பி விட்டாள். பாலக்கரை தாண்டினார்கள். மீண்டும் சூரியன் கண்ணைக் குத்திற்று. வெயில் அதிக உக்கிரமாக இல்லை என்றாலும் நடப்பது - எதிர் வெயிலில் நடப்பது மிகவும் சிரமமாகத்தான் இருந்தது. சோமுவுக்கு நாள் பூராவும் நடந்தது காலையும் வலித்தது. "வண்டியிலே போகலாமே அம்மா!" என்றான். "நீ கெட்ட கேட்டுக்கு வண்டி வேறயா?" என்றான் வள்ளியம்மை.

சர்க்கரைப் படித்துறை... மேலக் காவேரி... கொட்டையூர்... புளியஞ்சேரி...

புளியஞ்சேரியில் புதுச் சட்டிப்பானை வாங்குவதற்கென்று வள்ளியம்மை ஒரு குயவன் வீட்டிலே சற்று நேரம் தாமதித்தாள். அந்தச் சமயம் குயவன் ஈரக்களிமண் எடுத்துச் சக்கரம் சுழற்றிச் சட்டி பானைகள் செய்து கொண்டிருந்த காட்சி அபூர்வமான காட்சியாகப்பட்டது சோமுவுக்கு. அந்த இடத்தை விட்டு அவனைக் கிளப்பி அழைத்துக்கொண்டு போக வள்ளியம்மை இல்லாத பாடும் படவேண்டியிருந்தது.

அன்று சாத்தனூர் மேட்டுத்தெரு வீட்டை அவர்கள் அடைந்தபோது இருட்டியேவிட்டது. சோறுகூடத் தின்னாமல் படுத்து உறங்கிவிட்டான் சோமு. நள்ளிரவுக்கு மேல் விழிப்புக்கும் தூக்கத்துக்கும் இடையே ஓர் அவஸ்தையில் சோமு அன்று தான் கண்டதை எல்லாம் மீண்டும் கனவாகக் கண்டான். ஒவ்வொன்றாக கண்டு சுவைத்து அனுபவித்தான்.

சூரிய உதயத்துக்குள்ளாக அவன் மனசிலே ஒரு புது வாழ்க்கைத் தத்துவமே உதிர்ந்து விட்டது போல இருந்தது. அது என்ன தத்துவம் என்றெல்லாம் விவரிப்பதற்கு வார்த்தைகளே அகப்படா. அன்று அந்த மகாமகத்துக்குக் கும்பகோணம் போய் வந்த பிறகு சோமு மாறிவிட்டான்; புது அனுபவங்கள் பல பெற்றுப் புது மனிதன் ஆகிவிட்டான். தினசரி பார்த்துப் பழகிய சாத்தனூர்க் காரியங்களையும் அவன் புதுக்கண்கள் கொண்டு பார்க்கத் தொடங்கினான்.

ராஜ பாட்டையிலே மேற்கே அதிக தூரம் போனதில்லை சோமு. அந்தப்பக்கம் சாத்தனூர் எல்லையைக்கூட அவன் தாண்டியதில்லை.

ராஜபாட்டையைத் தாண்டி வடக்கே போனால் இரண்டொரு தெருக்களும், மாரியம்மன் கோயிலும், அதற்கப்பால் கண்ணுக்கு எட்டிய வரையில் நெல் வயல்களுமே தெரிந்தன.

தெற்கே காவேரியாற்றைத் தாண்டி, வேர்க்கடலையும், பாகல், புடலை, பூசணி முதலிய கறிகாய்களும் பயிராகும். மாங்குடியையும் தாண்டி, அரிசிலாற்றையும் தாண்டினால் திருவலஞ் சுழிக் கோயில். அந்தக் கோயிலில் தெற்குப் பிரகாரத்திலே தான் ஒவ்வொரு வருஷமும் சாத்தனூர் முருகனின் வள்ளி தினைப் புனம் காப்பாள். திருவலஞ்சுழிக் கோயிலை தாண்டிப் போனால் இன்னோர் அகன்ற மண் ரஸ்தா இருந்தது. அது கும்பகோணத் திலிருந்து தஞ்சை போகும் ரஸ்தா என்று சோமுவுக்குத் தெரியும். அந்த ரஸ்தாவுக்கு அப்பால் இருந்து இருப்புப் பாதை. அதன்மேல் ரெயில் ஓடும் போது வாய்க்குள் விரலை விட்டுக் கொண்டு, ஆச்சரியத்தோடு எவ்வளவோ தரம் பார்த்துக் கொண்டு நின்றிருக்கிறான் சோமு. சில சமயம் ரெயில் கத்தும் - சில சமயம் புகைவிடும் - ஆனால் அதுதான் எவ்வளவு வேகமாக ஓடி இரண்டே வினாடிக்குள் கண்ணுக்குத் தெரியாமல் மறைந்து விடுகிறது! ரெயிலுக்குள் உட்கார்ந்துகொண்டு வேலை இல்லாமல் போய்க்கொண்டிருந்தவர்களும் மனிதர்கள் தாம் என்று சோமுவுக்குத் தெரிய வெகுநாட்கள் ஆயின. தெரிந்து கொண்டபின் தானும் அப்படி ரெயிலிலே உட்கார்ந்துகொண்டு போகவேண்டும் என்று ஆசைப்பட்டான் அவன். ஆனால் அவ்வளவு வேகமாகவுடிக்கொண்டிருந்த அந்த ரெயிலுக்குள் எப்படிப் போவது என்றுதான் சோமுவுக்குத் தெரியவில்லை. அவன் தனக்குத் தெரிந்தவர்கள் இரண்டொருவரை விசாரித்துப் பார்த்தான். அவர்களுக்கும் தெரியவில்லை.

சாத்தனூரிலிருந்து நாலு திசைகளிலும் எவ்வளவு தூரம் போனாலும் இன்னும் போகலாம். மேலே போகப் போக இடம் இருந்து கொண்டே இருந்தது - பாதை இருந்தது. கண்ணுக்கு எதிரே ஒரு நாழிகை வழி

தூரத்துக்கு அப்பால் வானம் பூமியைத் தொடுகிறது. பூமி அங்கே முடிந்து விடுவது போலத்தான் தோன்றிற்று. ஆனால் அதற்கு அப்பாலும் நாழிகை வழி தூரம், நாழிகை வழி தூரமாக, எவ்வளவோ நாழிகை வழி தூரம் இருந்து கொண்டேதான் இருந்தது. பூமி பரந்து கிடந்தது. வளைத்துக் கொண்டு வானம் வளைந்து கிடந்தது. அங்கெல்லாமும் சாத்தனூரில் வசித்தவர்கள் போலவே ஜனங்கள் வசித் துக்கொண்டுதான் இருந்தார்கள். என்ன ஆச்சரியம்! அங்கெல்லாம் போய் எங்கெல்லாம் மனிதன் போக முடியுமோ அங்கெல்லாம் போய் எல்லோரையும் பார்த்துத் தெரிந்து கொள்ள வேண்டும் என்று ஆசைப்பட்டான் சோமு.

இவை எல்லாம் சாதாரணமாக எல்லாச் சிறுவர் சிறுமியருக்கும் தோன்றக்கூடிய ஆசைகள்தாம். விசேஷமாக ஒன்றும் இல்லை. சிலருக்கு ஆசைகள் சற்று அதிகமாக இருக்கும். சிலருக்கு மிகவும் குறைவாக இருக்கும். அவ்வளவுதான் வித்தியாசம். ஆசைகளின் எண்ணிக்கையிலும் தன்மையிலும் சோமு அதிருஷ்டசாலி என்றுதான் சொல்ல வேண்டும் - எண்ணிறந்தன அவன் ஆசைகள். உலகையே வளைத்துச் சுற்றிவர ஆசைப்பட்டான் அவன்.

இவை தவிரப் பல - அசாதாரணமான, சாத்தியமே இல்லாத ஆசைகளும் சோமுவுக்கு இருந்தன. இதெல்லாம் சாத்தியம் அல்ல என்று அவனுடைய இளம் உள்ளத்துக்கும் தெரியும். தெரிந்தும் இந்த ஆசைகளைப் படாமல் இருக்க முடியவில்லை அவனுக்கு.

மரம் ஆகிக் காற்றிலே அசைந்தாடிப் பூமியிலே நிலைத்து நிற்கவேண்டும் என்று ஆசைப்பட்டான். பறவையாகிப் பறக்க விரும்பினான். மயிலாகித் தோகை விரித்து ஆட விரும்பினான். மான்குட்டியாகித் துள்ளிக் குதித்து விளையாட விரும்பினான். நாயாகி குரைத்துக்கொண்டே தெருத் தெருவாக ஓட விரும்பினான் அவன்.

செத்துவிட்டவர்கள் என்ன ஆகிறார்கள் என்பதை அறிந்து கொள்வதற்காக அவன் தானும் சாக விரும்பினான். இந்த ஆசையை அவன் தன் அம்மாவிடம் சொன்னபோது அவள் ஏன் அழத் தொடங்கினாள் என்பது அவனுக்குப் புரியவில்லை.

காவேரியிலே நீராக ஓடிக் கடலிலே கலந்துவிட வேண்டும் என்று ஆசைப்பட்டான் அவன். கடல் என்றால் எப்படி இருக்கும் என்று அவனுக்குத் தெரியாது. அவன் பார்த்ததில்லை. ஆனால் கடல் என்பது, காவேரி நதிக்கு இருந்தது போலவே, அவனுக்கும் ஒரு லட்சியமாக இருந்தது.

சூரியனாகி உலகெலாம் அனல் வீச விரும்பினான். முழு மதியமாகிக் குளிர் நிலவு வீச விரும்பினான். வானத்திலே கருமுகிலாகி மிதந்து முடிவற்ற பிரயாணம் செய்ய விரும்பினான் அவன்.

எவ்வளவு அசட்டுத்தனமான ஆசைகள்! ஆனால் அசட்டுத்தனம் என்பதற்காக அவற்றின் ஆசைத்தனம் மறைந்து விடுமா என்ன?

இவை எல்லாம் அவன் உள்ளத்திலே அவ்வப்போது தோன்றி மறைந்த ஆசைகள். சமய சந்தர்ப்பத்துக்கு ஏற்றவாறு அந்த அந்த வினாடியில் பிறந்து ஆட்சி செலுத்துவது போல அமர்க்களம் செய்துவிட்டு அடுத்த வினாடியே மறைந்து விட்ட ஆசைகள்!

ஆனால், அவன் மனசிலே ஒரே ஓர் ஆசை மட்டும் தோன்றிய வினாடியிலே மறைந்துவிடாமல் வினாடிக்கு வினாடி அதிகரித்து அதிக ஆட்சி செலுத்திக்கொண்டு வந்தது. அவன் எவ்வளவுதான் சிரமப்பட்டு அடக்கி வைத்தாலும் அந்த ஆசை மீண்டும் கிளைத்துத் தழைத்தது. பணத்தின் சக்தியை அதிபாலி யத்திலேயே அறிந்து கொண்டுவிட்டான். அந்தச் சக்தியை அவன் அறிந்துகொண்டு விட்டதன் காரணமாகப் பணம், காசு என்கிற லட்சியம், ஆசை கனவு அவன் மனசைவிட்டு அகல மறுத்தது.

ஒரு தம்படியைப் பார்த்திருந்தான் அவன் - அடிக்கடி அதாவது வருஷத்தில் ஏழெட்டுத் தடவைகள் அவன் கையில் தம்படி இருந்தது கூட உண்டு. காலணாவைப் பார்த்திருந்தான் அணாவும் பார்த்திருந்தான் அவன். அணாக்காசை அவன் கையால் தொட்டுக்கூடப் பார்த்திருந்தான். செலவழிக்கக் கையில் அரைக்காசு அவனுக்கு அதுவரையிலும் கிடைத்ததே இல்லை. அணாவுக்கு மேற்பட்ட மதிப்புள்ள நாணயங்களை அவன் பிறர் கையில் தான் பார்த்திருக்கிறான். வட்டமான வெண்மையான பளபளவென்று இருந்த சின்னக் காசு இரண்டணா - அதே போன்றதுதான் நாலணா, ஆனால் சற்றுப் பெரியது. அதையும் விடப் பெரியது அரை ரூபாய். ஒரு ரூபாயை - முழு ரூபாய்க் காசைச் சோமு பிறர் கையில் கூடப் பார்த்ததில்லை; கேள்விப்பட்டிருந்ததுதான்!

கையில் தம்படி இருந்தால் பட்டாணிக் கடலை வாங்கலாம்; வாழைப்பழம் வாங்கலாம்; கோலிக்குண்டு வாங்கலாம் - எதையும் வாங்காமல் கையில் தம்படிக் காசை வைத்துக் கொண்டு எல்லாச் சாமான்களையுமே பேரம் பேசலாம். காலணா இருந்தால் உப்பு புளி வாங்கலாம். அரிசி பருப்பு வாங்கலாம் வேறு எவ்வளவோ - சோமுவுக்கு அவசியம் என்று தோன்றிய எவ்வளவோ சாமான்கள் வாங்கலாம். கையில் ஓரணா இருந்து விட்டால், இருக்கிறது என்று

தெரிந்துவிட்டால் கடைக்காரர்கள் கூட மரியாதையாக நடக்கத் தொடங்கி விடுகிறார்கள் என்று அனுபவப்பூர்வமாக அறிந்திருந்தான் சோமு. ஓரணாவுக்குமேல் எவ்வளவு இருந்தாலும் என்ன சாமான் இஷ்டப்பட்டாலும் வாங்கலாம் - கால் ரூபாய் அரை ரூபாய் இருந்துவிட்டால் சாத்தனூர்க் கடைத்தெரு பூராவையுமே விலைக்கு வாங்கி விடலாம் என்று எண்ணினான் சோமு. கும்பகோணத்துக் கடைத்தெருவை விலைக்கு வாங்குவதானால் கால் ரூபாய் அரை ரூபாய் எல்லாம் போதாது, முழு ரூபாய்களாக ஒன்றிரண்டாவது வேண்டியிருக்கும்.

பத்து ரூபாய்கள் முழுசாக இருந்துவிட்டால் உலகையே விலைக்கு வாங்கிவிடலாம் என்றுதான் சோமு நினைத்தான். யாரிடம் விலை கொடுத்து உலகை வாங்குவது என்பதுதான் இன்னும் சோமுவுக்கு நிச்சயமாகவில்லை. ஆனால் பத்து ரூபாய் சம்பாதித்து உலகையே விலைக்கு வாங்குவது என்று அவன் தீர்மானித்துவிட்டான்.

அந்தப் பத்து ரூபாய்ப் பணத்தை லட்சியமாகக் கொண்டு அவன் ஒரு சமயம் மூன்று தம்படிகள் - முழுசாக ஒரு காலணா சேர்த்துக்கூட வைத்திருந்தான். ஆனால் பட்டாணிக் கடலை என்கிற சமீபகாலத்தில் எட்டக்கூடிய லட்சியம் ஒரு தம்படியைச் சாப்பிட்டுவிட்டது. மறுநாளே வாழைப்பழம் என்கிற லட்சியம் இன்னொரு தம்படியைச் சாப்பிட்டுவிட்டது. எஞ்சிய தனி ஒரு தம்படியால் என்னதான் பிரயோசனம் என்று அதையும் செலவு செய்துவிட்டான் சோமு.

பணம் என்கிற விஷயம் பற்றிப் பொருளாதார நிபுணர்கள் என்னதான் கதைத்தாலும் என்ன? விதவிதமான அபிப் பிராயங்கள், கொள்கைகள், தத்துவங்களை எடுத்து நிபுணர்கள் வாரி வீசலாம். ஆனால் சாதாரண மனிதனுக்கு அதெல்லாம் எங்கே புரியப்போகிறது? சோமு மிகவும் சாதாரணமானவன் - அவன் மனசிலே தம்படி முதல் பத்து ரூபாய் வரையில் உள்ள தத்துவம் எல்லாம் இதுதான்.

பணம் என்கிற தெய்வம் சோமுவின் வாழ்க்கையிலே அவனுடைய சிறுவயதிலிருந்தே ஆட்சி செலுத்தத் தொடங்கி விட்டது; இந்த ஆட்சியின் பலன்களைப் பூராவும் அனுபவிப்பதற்கு அவன் தயாராகிக்கொண்டிருந்தான்.

08

தாயும் பிள்ளையும்

"**வ**யசாயிடிச்சே! எத்தனை சொன்னாலும் தெரிஞ்சுக்க மாட்டேங்கிரியே நான் என்ன செய்ய?" என்று வள்ளியம்மை தன் பிள்ளையைக் கோபித்துக்கொண்டாள் ஒரு நாள் பகல் இருபது இருபத்திரண்டு நாழிகை சமயத்துக்கு. அதற்குமுன் அவனை அவள் கோபித்துக்கொள்ளாததற்குக் காரணம் அவள் அதிகாலையிலிருந்து வீட்டிலேயே இல்லாததுதான். அவன் வழக்கம் போல எங்கெல்லாமோ சுற்றித் திரிந்துவிட்டு அப்பொழுதுதான் சோறு தின்ன வேண்டுமே என்று வீடு திரும்பியிருந்தான்.

வள்ளியம்மை பின்னும் சொன்னாள்: "காலையிலே கஞ்சி காச்சி வச்சேன். அதைக் குடிக்காம எங்கேயோ தொலைஞ்சு போனே! பகல் முப்பது நாழியும் ஆனப்புறம் வாறே! சோறாக்கி வச்சா அதைத் தின்னுட்டு எங்கேயாவது தொலையேன்! எங்கேடா ஒரு நாளைப் பார்த்தாப்புலே நீ தொலைஞ்சு போயிடிறே? எங்கே, என்னத்துக்காக? யாருடா அப்படி ஒண்ணைக் கூப்பிட்டனுப்பறா?" என்றாள்.

இந்த மாதிரி வள்ளியம்மை கோபித்துக்கொள்வது மிகவும் சகஜமாகிக்கொண்டிருந்தது; தினசரிக் காரியம் ஆகிக்கொண்டிருந்தது. சோமு அதை அலட்சியம் செய்யப் பழகிக்கொண்டிருந்தான். பதில் ஏதாவது சொன்னால் அவள் கோபம் அதிகரிக் குமேதவிரக் குறையாது என்று அவனுக்கு தெரியும். தவிரவும் அவள் கோபித்துக்கொண்டாள் என்று

சொல்வது பூராவும் உண்மையாகாது. கோபமும் வருத்தமும் கலந்த ஒரு பாவத்திலே அவள் பேசினாள். தன் பிள்ளை உருப்பட வேண்டுமே என்று அவனைக் கடிந்துகொண்டாள்.

ஆனால் வழக்கமாக இந்தப் பாவம் இரண்டொரு வினாடிகளுக்கெல்லாம் மாறிவிடும். சாதாரண வள்ளியம்மையாகி விடுவாள் அவள் மீண்டும். ஆனால் அவள் அன்று மீண்டும் மீண்டும் இதே விஷயத்தைப் பற்றிப் பேசினாள்; என்னவோ தெரியவில்லை. "வயசோ பத்தாயிடுச்சு! ஆயா, இல்லாத கஷ்டமெல்லாம் படுமேன்னு உனக்குத் தோணல்லியே! ஆம்புள்ளையா லச்சணமா ஏதாவது ஒரு வேலை பார்த்துக்கவம், ஆயாளுக்கு ஒத்தாசையா ஏதாவது செய்வம்னு ஒனக்கு எண்ணிக்காவது ஒரு நாள் தோணிச்சா? நாம் பண்ண பாவம்!" என்று குறைப்பட்டுக் கொண்டாள் வள்ளியம்மை.

தான் செய்வது தவறுதான், பதில் சொல்வதற்கு எதுவும் இல்லை என்று அறிந்தவன் போல் சோமு கை கால் கழுவிக் கொள்ளப் பின்புறம் கிணற்றடிக்குப் போனான். போய்க் கால் நாழிகை நேரம் கழித்து அவன் சோறு தின்ன வீட்டுக்குள் வந்தபோதும் வள்ளியம்மை ஏதோ முணுமுணுத்துக் கொண்டே இருந்தாள். தன்னால் தன் தாயாருக்கு இவ்வளவு துக்கமா என்று எண்ணிச் சோமுவும் வருத்தப்பட்டான்.

சாப்பிட உட்கார்ந்தான். ஒரு வாழைச் சருகை அலம்பிப் போட்டு அதிலே சோறும் குழம்பும் போட்டாள் வள்ளியம்மை. பிறகு கேட்டாள்; "பாக்கி ஒண்ணுந்தான் இல்லை! வேளைக்கு வந்து சோத்தையாவது தின்னுட்டுத் தொலையறதுதானே!" என்று.

சோமு பதிலே சொல்லாமல் சாப்பிட ஆரம்பித்தான்.

"விடிஞ்சத்திலேருந்து இது வரையில் எங்கேடா போனே?" என்று கேட்டாள் வள்ளியம்மை.

இதற்குப் பதில் சொல்லாமல் எப்படி இருப்பது? சோமு சொன்னான்: "தெருத்தெருவா அலைஞ்சுக்கிட்டிருந்தேன்!" என்று. இதைச் சொல்லும் போதே இது ஒரு காரியமா என்று அவனுக்கே வெட்கமாக இருந்தது.

"நல்லாத் திரிஞ்சே! தினம் விடியறத்திலேருந்து இருட்ற வரைக்கும் நல்லாத் திரியறே! வயசு பத்தாவப்போவது. சந்தி சந்தியாத் திரிஞ் சுக்கிட்டே இருந்தா வவுரு ரொம்பிப் போயிடுமா? உங்கப்பன் இருந்த பவுசு என்ன? உங்க ஆயாள் இருந்த பவுசு என்ன? நீ இன்னமும் இப்படிச் சும்மாத் திரிஞ்சுக் கிட்டிருந்தா ... அப்புறம் போற போக்கைச் சொல்லு" என்றாள் வள்ளியம்மை.

"இல்லேம்மா... சும்மாக் குந்திக்கிட்டிருந்தா... போது போவணுமில்லே! என்னை என்னம்மா பண்ணச் சொல்றே? சொல்லு. ஊட்லே ஏதாவது வேலையிருந்தாச் சொல்லு. செஞ்சிட்டுப் போறேன்!" என்றான் சோமு பணிவாக.

"தின்னு தின்னு. சோத்தைத் தின்னுப்புட்டு வாசல்லே குந்து. நானும் சோத்தைத் தின்னுப்புட்டு வாரேன்" என்றாள் வள்ளியம்மை.

சோமு சோறு தின்று முடிந்ததும் வழக்கம்போல் எங்கே யாவது ஓடிவிடப் போகிறானே என்று பயந்த வள்ளியம்மை, "திண்ணையிலே குந்தியிரு. எங்கேயாவது போயிடாதே! நானும் வாரேன். இன்னிக்கு ஐயரு உன்னை இட்டுக்கிட்டு வரச் சொல்லிச்சு!" என்றாள்.

"எந்த ஐயரு?" என்று கேட்டான் சோமு.

"ஐயமாருத்தெரு ராயர் ஐயாதான்" என்றாள் வள்ளியம்மை. ராயர் ஐயாவைப்பற்றி சோமுவுக்கும் தெரியும்; அதே வீட்டில் தான் தன் தாயாரும் வேலை செய்து கொண்டிருந்தாள் என்று அவனுக்குத் தெரியும்.

வள்ளியம்மையைக் கேட்டான், "எதுக்காக இட்டுக்கிட்டு வரச் சொன்னாரு, தெரியுமா?" என்று.

வள்ளியம்மை சொன்னாள், "இப்படி நீ தினம் தெருத் தெருவாச் சுத்தி அலைஞ்சிட்டிருந்தா கட்டுமாடா நமக்கு? இவ்வளவு நாளும் ஏதோ இம்புட்டுப் புள்ளெதானே தொலை யட்டும்னு விட்டிருந்தேன். இன்னிக்குக் காத்தாலை ஐயா காலிலே விழுந்து, எம்புள்ளைக்கு ஏதாவது வழிப்பண்ணை யான்னு கெஞ்சிக்கிட்டேன். ஏதாவது செய்யறேன்னு சொல்லிச்சு. செய்யறப்பச் செய்யும். ஐயா மனசு வச்சாச் சாத்த னூரிலே நடக்காத காரியம் என்ன? நல்ல பயலாயிருந்தாப் பொழைச்சுக்கலாம் நீ!" என்று.

சோமுவுக்கும் இஷ்டந்தான் வேலை செய்ய. தவிரவும் அவன் தாயாருடைய வார்த்தைகளிலே தொனித்த உற்சாகம் அவனுக்கும் திருப்தி அளிப்பதாக இருந்தது. பெரிய ராயர் வீட்டிலே வேலை பார்க்கிறான் என்றால் ஊரிலே மற்றவர்கள் கூடக் கறுப்ப முதலியார் மகன் தானே என்று அவனை அலட்சியம் செய்வதை நிறுத்தி விடுவார்கள். நல்ல காரியந்தான்.

"வூட்லே வேலைக்கு வச்சுப்பாரா என்னை அந்த ஐயரு?" என்று கேட்டான் சோமு.

வள்ளியம்மை கோபித்துக்கொண்டாள். "சும்மாப் போய்த் திண்ணையிலே குந்திக் கிட்டா! வேலைக்கு வச்சுப்பாரா? அடிப் பாரா? உதைப்பாரா? காசு கொடுப்பாரா இன்னுக்கிட்டு... சும்மாத் தொணதொணக்கறே! போய்த் திண்ணையிலே குந்து... நானும் சோறு தின்னுப்புட்டு வாரேன்..." என்றாள்.

சோறு தின்றாகி விட்டது என்று இலையிலிருந்து எழுந்தான் சோமு. "ஏண்டா! பேச்சுக் கொடுத்து ஏமாத்திப்பிட்டு எழுந் துட்டே; பத்து வயசுப் பய இப்படிச் சோறு தின்னா எப்படீடா உடம்பிலே வலுவிருக்கும்? என்னமா உழைச்சுக் கொண்ணாந்து கொட்டப் போறே! உடம்பிலே வலுவு வேணாமா ஒழைக்க!" என்றாள் வள்ளியம்மை.

"யாரு வீட்டு வேலை எல்லாமோ செய்யறத்துக்கு என் உடம்பிலேதான் வலுவு வேணும்! இல்லையா ஆத்தா?" என்று விளையாட்டாகக் கேட்பது போலத் தன் வயசை மீறிய அறிவுடன் கேட்டுவிட்டு, அதற்குமேல் அங்கு நிற்காமல் கை கழுவக் கொல்லைப் புறம் போய்விட்டான் சோமு.

"வேறு எதினாச்சும் இருக்கோ இல்லையோ, வாய் இருக்கு, கொள்ளிடம் போல!" என்று சிறிது பெருமையுடனேயே சொல்லிக்கொண்டு தானும் சோறு தின்ன உட்கார்ந்தாள் வள்ளியம்மை.

கொல்லைப்புறம் கையலம்பப் போன சோமு கையலம்பி விட்டு உடனே திரும்பி வாசலுக்குப் போய்விடவில்லை. சிறிது நேரம் ராயர் வீட்டிலே வேலைக்குப் போவதைப் பற்றி யோசித்துக்கொண்டே நின்றான். பிறகு தோட்டத்தில் ஒரு தென்னை மரத்தைச் சுற்றிக் கட்டியிருந்த சற்றே வெளுப்பான வேஷ்டியை எடுத்துக் கட்டிக்கொண்டான். அதை வள்ளியம்மை தான் முதல் நாள் தோய்த்து உலர்த்தியிருந்தாள். ஏற்கனவே சோமு கட்டியிருந்த அழுக்குப் பிடித்த கந்தையைக் கண் மறைவாகக் கிணற்றடியிலேயே போட்டுவிட்டான். பிறகு சப்தம் செய்யாமல் திருட்டுத்தனம் ஏதோ செய்து விட்டுப் பதுங்கி பதுங்கிப் போகிறவன் போலத் திண்ணையிலே சாதுவாக உட்கார்ந்துகொண்டிருந்தான்.

சிறிது நேரத்திற்குள்ளாகவே அவன் தாய் சோறு தின்று விட்டு அக்ரஹாரத்தில் இருந்த ராயர் வீட்டுக்குப் போவதற்குத் தயாராகிவிட்டாள். "நீயும்கூட வாடா எலே!" என்று சொல்லிக் கொண்டே வள்ளியம்மை தன் வீட்டு வாசற்கதவை ஒரு பெரிய துருப்பிடித்த பூட்டைப் போட்டுப் பூட்டிக்கொண்டு கிளம்பி னாள். வீட்டிலே இரண்டொரு சட்டி பானைகளையும் ஏழெட்டுக் கந்தல் துணிகளையும் தவிர வேறு எதுவும் விலை யுயர்ந்த பொருள் கிடையாது. அந்த வீடு ஒன்றுதான் வள்ளியம்மை தனக்குச் சொந்தம் என்று சொல்லிக்கொள்ளக் கூடிய

ஆஸ்தி. வீடு மேட்டுத் தெரு வீடுதான் என்றாலும் ஏதோ சுமாராகச் சுத்தமாகி அடக்கமாக இருந்தது. வீட்டைவிட அதற்குப் பின்னாலிருந்த தோட்டத்தின் மதிப்பு அதிகம் என்றே சொல்லவேண்டும். தோட்டத்தின் விஸ்தீரணமும் அதிகந்தான். அதிலே பத்துப் பன்னிரண்டு தென்னை மரங்களும், இருபது முப்பது வாழைகளும், ஒன்றிரண்டு மா பலா முதலிய மரங்களும், நாலைந்து எலுமிச்சை மரங்களும் இருந்தன. கால் வைக்க இடமில்லாமல் தோட்டத்தில் மற்ற இடங்களிலும் கொத்தமல்லி, கத்தரி, வெண்டை முதலியன பயிர் செய்திருந்தாள் வள்ளி யம்மை. அக்ரஹாரத்திலோ, பிள்ளைமார் தெருவிலோ இரண் டொரு வீட்டிற்கு காய்கறி கொண்டு போய் கொடுத்தால் காலணா அரையணாக் கிடைக்கும். எருமை மாடு வேறு இருந்தது. ஏற்கனவே சொன்னபடி வள்ளியம்மை தன் காதலன் கறுப்பன் போனது முதல் உடையவர்களின் வாழ்க்கை வழியைப் பின்பற்றத் தொடங்கிவிட்டாள். அதன் காரணமாகத் தான், அதன் சின்னமாகத்தான் அவள் வீட்டுவாசற் கதவிலே பூட்டு ஏறி இருக்கிறது. துருப்பிடித்த பூட்டுதான்; ஆனால் அதனால் என்ன?

கறுப்பன் போய்விட்ட பிறகே அக்ரஹாரத்திலும் பிள்ளை மார் தெருவிலும், உண்மையில் ஊர் முழுவதிலுமே வள்ளியம் மைக்கு நல்ல பெயர். அவளுடைய தயிருக்கும், நெய்க்கும் கறி காய்களுக்கும் நல்ல கிராக்கிதான். எல்லோருடனும் 'கலகல' வென்று சுமுகமாகப் பேசுவாள் அவள். ராயர் வீட்டிலேயே அவள் கொண்டு வந்த சாமான்களில் அநேகமாக எல்லா வற்றையும் வாங்கிக்கொண்டு விடுவார்கள். அவர்கள் வீட்டிலே இரண்டு மூன்று எருமைகளும், நாலைந்து பசுக்களும், ஒரு பெரிய காய்கறித் தோட்டமும் இருந்தன. ஆனால் அவர்களுக்கு அதெல்லாம் போதுவதே இல்லை. ஓயாமல் ஒழியாமல் தினம் பத்துப் பதினைந்து விருந்தாளிகள் எவ்வளவு நாட்களானாலும் இருந்து தயங்காமல் கேட்டுப் போட்டுக்கொண்டு சாப்பிடக் கூடிய விருந்தாளிகள் வந்துவிடுவார்கள். ராயர் வீட்டிலே கொடுத்தது போகக் காய்கறி, தயிர், பால் ஏதாவது மிச்சமிருந்தால் வள்ளியம்மை ஒருகரை ஐயர் வீட்டில் கொண்டு போய்க் கொடுப்பாள். அவர்களுக்கும் கண்டு மிஞ்சினால் தான் வேறு யாருக்காவது விற்க முயலுவாள் அவள்.

ராயர் வீட்டிலே வள்ளியம்மைக்கு மாசம் கால் ரூபாய் சம்பளம். வெள்ளிக்கிழமைகளில் வீடு அலம்புவதற்கும் மெழுகுவதற்கும் என்று மாசத்தில் அரைப்படி அரிசி நொய் கொடுப்பார்கள். இதைத் தவிர மாவு அரைத்தாலும் நெல் குத்தினாலும் வேறு கடினமான வேலை எது செய்தாலும் அதற்கென்று தனியாக அரிசியோ நொய்யோ கூலி

கொடுத்துவிடுவார்கள். வீட்டிலே வடித்த சோறு மிஞ்சினால் அதை வேலைக் காரிகளுக்கிடையே பங்கிட்டுக் கொடுத்து விடுவார்கள். மாசத்தில் பாதி நாட்கள் வள்ளியம்மைக்கும் சோமுவுக்கும் தேவையான சோறு ராயர் வீட்டிலிருந்து கிடைத்து விடும்.

வள்ளியம்மைக்குச் செலவு என்ன? ஒன்றுமே இல்லை. அவசியமானால் கூடியவரையில் செலவு செய்யாமலே இருக்கத்தான் பார்ப்பாள். காய்கறி விற்றது, நெய், தயிர் விற்றது, சம்பளம் வாங்கியது என்று கொஞ்சங் கொஞ்சமாக அவள் மீதம் பிடித்துச் சேர்த்து வைக்க முற்பட்டாள். ஏதோ சொல்பம், மிக சொல்பம், குருவி போலச் சேர்த்தும் வைத்திருந்தாள். சிவப்புப் பட்டுப் பை ஒன்றில் போட்டு எங்கேயோ, சோமு கண்களில் படாத இடத்தில் பத்திரப்படுத்தி வைத்தாள். சோமு ஆரம்ப காலத்தில், அதாவது பணத்தாசை அவன் மனசிலே தலைவிரித்து ஆட ஆரம்பித்த காலத்தில் அந்த பட்டுப் பையைக் கண்டு பிடித்து விடுவது என்று வெகுவாகச் சிரமப்பட்டுப் பார்த்தது உண்டு. ஆனால் அவனால் கண்டுபிடிக்க முடியாத ரகசியமான இடத்திலே வெகு ஜாக்கிரதையாக ஒளித்துவைத்திருந்தாள் வள்ளியம்மை.

அக்ரஹாரத்தில் ராயர் வீட்டிலே வேலை செய்யப் போன பிறகு கொஞ்சம் கொஞ்சமாக வள்ளியம்மை உடையவர்களின் நடையுடை பாவனைகளைப் படித்துக்கொண்டு விட்டாள். கறுப்பன் போவதற்கு முன் காசு என்றால் அவளுக்கு மனிதர்களைப் போலத்தான் ஒரே அலட்சியந்தான்! உடையவர்களைப் போல் ஆக வேண்டும். தன் பிள்ளை சோமு நல்ல ஸ்திதியில் கௌரவமான வாழ்க்கை நடத்தவேண்டும் என்று அவள் ஆசைப்பட ஆரம்பித்தது கறுப்பன் போன பிறகுதான்.

இதெல்லாம் காரணமாகத்தான் மேட்டுத் தெருவில் வள்ளியம்மையின் வீட்டு வாசல் கதவிலே துருப்பிடித்த பூட்டு ஏறியது! வள்ளியம்மையின் இடுப்பிலே செருகியிருந்த சாவி, அவளுக்கும் உடைமைகள் உண்டு என்று உலகுக்கு அறிவிப்பதற்காக ஏற்பட்ட சின்னந்தான்! இந்த மாதிரி ‘உடையவர்களில்’ ஒருத்தியாக வேண்டும் என்கிற எண்ணத்தினால் தூண்டப் பட்டவளாகத்தான் வள்ளியம்மை தன் பிள்ளையும் அவன் வயசுக்கு ஏற்ற வேலை செய்து ஏதாவது சம்பாதித்துக் கொண்டு வந்து அந்த பட்டுப் பையில் போடுவதற்குத் தன்னிடம் தர வேண்டும் என்று எண்ணினாள்.

அன்று காலையில் அவள் ராயர் வீட்டில் அம்மாவிடம் அது விஷயம் பற்றிப் பிரஸ்தாபித்தாள். “பயலுக்கு எட்டு ஒம்பது வயசாயிருக்கு அம்மா. சும்மா... திரிஞ்சுகிட்டுக் கண்டவங்கிட்டெயெல்லாம் சண்டை இழுத்துக்கிட்டு வாரான். வயசுக்கு மேலே உடம்பிலே

வலுவிருக்கு. சண்டை போடச் சொல்லுது. சுத்தச் சோம்பேறிப் பயலாக வளர்ந்துட்டா அப்புறம் உருப் படாதே போயிடுவான். உங்க வளவுலே நீங்க ஏதாவது வேலை குடுத்து வச்சுக்கிட்டா உங்களுக்குக் கோடிப் புண்ணியங்க” என்றாள் வள்ளியம்மை.

ராயர் அம்மாள் ராயர் ஐயாவைக் கூப்பிட்டுச் சொன்னாள், “ஏன்னா! நம்ம வள்ளியம்மை பயலை நம்மாத்திலே வேலைக்கு வச்சுக்கலாமா?” என்றாள்.

“முன்னெல்லாம் அவ தலைப்பைப் புடிச்சுண்டு வருவானே, அந்த வாண்டுப் பயல்தானே?” என்று கேட்டார் ராயர்.

“ஆமா” என்றாள் மனைவி.

“ரொம்பச் சின்னப் பயல்னா அவன். இல்லையோ? விளை யாட்டுப் பய. என்ன வேலை செய்யப்போறான் அவன்?” என்றார் ராயர்.

ராயர் மனைவி சொன்னாள், “பெரிய வேலைக்காரன்லாம் சமயத்துக்கு ஒருத்தனாவது ஆப்படமாட்டான்! இது மாதிரி சின்னப் பயல்னா சொன்னதைக் கேட்டுண்டு வீட்டோடு கிடப் பான். மீற்ற சோத்தைப் போட்டால் தின்னுட்டுக் கிடக்கட்டுமே” என்று.

வள்ளியம்மையும் கெஞ்சினாள். “வயசு பத்தாகப் போவு துங்க! சொன்னதைக் கேட்டுக்கிட்டு உங்கவூட்டுப் புள்ளையாக் கெடப்பானுங்க. நானு ஒண்டிக்காரி; இன்னும் எவ்வளவு நாளைக்குப் பாடுபட முடியுமுங்க; ஏதோ அவனை ஓங்ககிட்ட ஒப்படச்சுப்பிட்டேன்னா எனக்கு நிம்மதிங்க... “

“ஓம் புருஷனைப்பத்தி ஊரெல்லாம்...” என்று ஆரம்பித்தார் ராயர்.

“அதுமாதிரி இல்லீங்க எம் பையன்!” என்றாள் வள்ளியம்மை. காலில் விழுந்து கெஞ்சாத குறைதான்.

“நல்ல பயலாச் சொன்னதைக் கேட்டுண்டு கிடப்பானா னால் ஏதாவது செய்யலாம்! எதுக்கும் சாயங்காலம் அழைச்சிட்டு வா! பார்க்கலாம்?” என்றார் ராயர்.

ராயர் மனைவி, “இன்னிக்குச் சாயங்காலம் ஜல்தியே வந்துடு. மாவு அரைக்கணும்” என்றாள்.

வள்ளியம்மைக்குச் சந்தோஷம் தாங்கவில்லை.

இதையெல்லாம் நினைத்துக்கொண்டுதான் வள்ளியம்மை மத்தியானம் இரண்டு பருக்கை சாப்பிட்டானதும் தன் பிள்ளையையும் அழைத்துக்கொண்டு அக்ரஹாரத்தை நோக்கிக் கிளம்பினாள்.

பத்தடி நடப்பதற்குள் நாலு தரம் கேட்டுவிட்டான் சோமு. “ஐயா எதுக்காக அம்மா என்னை அழைச்சிட்டு வரச் சொல்லிச்சு?” என்று. வேலைக்காகத்தான் என்று அவனுக்கும் தெரியும். அவன் ஆயாளும் இரண்டு தடவை பொறுமையாகப் பதில் சொல்லிவிட்டாள். அப்படியும் சோமுவின் மனசு திருப்தியடையவில்லை. “உண்மையில் வேலை கொடுப்பதற்காக இல்லாமல் வேறு எதற்காவது கூப்பிட்டனுப்பியிருந்தால் என்ன பண்ணுவது? தான் ஏதாவது தவறு செய்திருந்தால் அதற்குத் தண்டிப்பதற்காகக் கூப்பிட்டனுப்பியிருந்தால் என்ன பண்ணுவது? சமீப காலத்தில் என்ன என்ன தவறுதல் செய்தேன் நான்?” என்று தன்னையே கேட்டுக்கொண்டான் சோமு. எவ்வளவோ தவறுகள் செய்திருந்தான் அவன். அவற்றிற்கெல்லாம் தண்டனையை அனுபவிக்க முடியாமல் தப்பிவிட முடியுமா? இன்றைக்கு இல்லாவிட்டால் நாளைக்கு, நாளைக்கும் இல்லாவிட்டால் மறுநாள், தண்டனையை அனுபவித்தே தீர வேண்டும். ஆனால், இன்றே அனுபவிக்கத் தயாராக இல்லை சோமு. எந்த மனிதன் தான் தயாராக இருக்கிறான். தன் தண்டனையை ஏற்றுக்கொண்டு அனுபவிக்க?

ஆறாவது தடவையாக, “எதுக்காக அம்மா...” என்று சோமு கேட்க ஆரம்பித்தபோது வள்ளியம்மை பொறுமை இழந்துவிட்டாள்; சும்மா வாயை மூடிக்கிட்டு வாடா; தானே தெரியுது!” என்றாள்.

தான் வெளுப்பு வேட்டியை எடுத்துக் கட்டிக்கொண்டு வந்திருப்பது தன் தாயாருக்குத் தெரிந்துவிடப் போகிறதே என்று பயம் சோமுவுக்கு. அவன் அவளுக்கு இரண்டடி பின்னாலேயே நடந்து வந்தான்.

பிள்ளைமார் தெருவிலே வேலியோரமாகக் கிடந்தது ஒரு கிழிந்த கடிதம். அதைக் கையில் எடுத்துப் பார்த்தான் சோமு. அதிலே முத்து முத்தாக அச்சடித்திருந்தது. அது என்ன எழுத்து, தமிழா இங்கிலீஷா என்றுகூடச் சோமுவுக்கு தெரியாது. “இதிலே என்ன எழுதியிருக்குன்னு எனக்குப் படிக்கத் தெரியுமே!” என்று தன் தாயாரிடம் கூறினான் சோமு.

“ஊக்கும்! உனக்கு அது வேறே தெரியுமாக்கும்!” என்றாள் வள்ளியம்மை கேலியாக.

தன் தாயாரே தன்னைக் கேலி செய்தது சோமுவுக்குச் சுருக்கென்று தைத்தது உள்ளத்திலே; “நெசம்மா... எனக்குப் படிக்கத் தெரியுமே!” என்றான் பையன். தனக்கு படிக்கத் தெரியும் உண்மையிலே என்றுதான் அந்த வினாடியிலே சோமு நம்பினான்; நம்ப முயன்றான்.

அவன் குரலில் தொனித்த உண்மையைக் கண்டு ஏமாந்து விட்டாள் வள்ளியம்மை? "நெசம்மா? போனவுடனே எம் புள்ளைக்கு எழுத்து வாசிக்கத் தெரியும்னு ஐயாகிட்டச் சொல்றேன்" என்றாள்.

இதேதடா வம்பு என்று சோமு பயந்து போனான். அசடு மாதிரி அவன் ஆயாள் ராயரிடம் போய்த் தன் பிள்ளைக்குப் படிக்க வேறு தெரியும் என்று சொல்லிவிட்டாளானால் ஆபத்து தான். ஆடு திருடின கள்ளன் மாதிரி விழிக்க வேண்டியதுதான். அந்தக் கிழிசல் காகிதத்தைத் தூக்கி எறிந்துவிட்டுச் சோமு, "எனக்குப் படிக்க வேறே தெரியும் போ! பள்ளிக்கூடத்துக்கு நீ காசு கொடுத்து அனுப்பிச்சது அதிகமாகப் போயிடுச்சு!" என்றான். அவன் மனசிலிருந்த குறை அவன் குரலிலே நன்கு தொனித்தது.

"கெட்டிக்காரப் புள்ளையா லச்சணமா நீயா சம்பாரிச்சு, நீயாப் படிக்கக் கத்துக்கிட்டா யாரு வாண்டாம்பாங்க!" என்றாள் வள்ளியம்மை.

சோமு பதில் ஒன்றும் சொல்லவில்லை. ஆனால் தன் மனசுக்குள் ஒரு சபதம் செய்து கொண்டான் - தானே படிக்கக் கற்றுக்கொண்டுவிடுவது என்று.

அதற்குள் வேலியோரமாக நின்று தலையைத் தூக்கிச் சுற்று முற்றும் பார்த்துக்கொண்டிருந்த ஓணான் ஒன்று அவன் கண்ணில் பட்டுவிட்டது. குனிந்து ஒரு சிறு கல்லை எடுத்தான். அடுத்த வினாடி அந்தக் கல் இம்மி பிசகாமல் 'டங்' என்று இடிபோல் அந்த ஓணாவின் தலைமேல் விழுந்தது.

தன் பிள்ளையைத் திரும்பிப் பார்த்தாள் வள்ளியம்மை. முதல் நாள்தான் தோய்த்து உலர்த்தியிருந்த வெளுப்பு வேட்டி யை எடுத்துக் கட்டிக்கொண்டு வந்திருக்கிறான் அவன் என்பதை அப்போதுதான் கவனித்தாள். "என்னடா? கண்ணாலங் கிண்ணாலம்னு நினைச்சிக்கிட்டுப் புறப்பட்டியோ! வெளுப்பு வேட்டியை எடுத்துக் கட்டிக்கிட்டுக் கிளம்பிட்டியே!" என்றாள் கேலியாக.

"இல்லை ஆத்தா?" என்றான் பையன் - தயங்கினான் - மென்று விழுங்கினான். "அந்த வேட்டி கையலம்பறப்ப ஈரமா யிட்டது. எடுத்துப் போட்டுட்டு வேறே கட்டிக்கிட்டேன்" என்றான்.

"நீ கெட்டு அலையற கேட்டுக்கு வெளுப்பு வேட்டி வேறே கேடா? பவுசுதான்" என்றாள் வள்ளியம்மை. ஆனால் அவளுக் குப் பெருமையாகத்தான் இருந்தது. அவசரத்தில், "வெளுப்பு வேட்டியை எடுத்து கட்டிக்கிட்டுவா" என்று சொல்ல அவள் மறந்து போய்விட்டாள்.

அவ்வளவு சின்னப் பயல் எவ்வளவு அறிவுடன், சமயத்தில் மறந்து விடாமல், கெட்டிக்காரத்தனமாக வெளுப்பு வேட்டியை எடுத்துக் கட்டிக்கொண்டு கிளம்பியிருந்தான்! கெட்டிக்காரப் பயல்தான்! நல்ல படியாக வளர்ந்து பெரியவனாகி உருப்பட்டு...'என்று என்னவெல்லாமோ எண்ணத் தொடங்கினாள் வள்ளியம்மை.

சோமுப் பயலுக்குத் தன் தாயார், "கண்ணாலம் கிண்ணாலம்னு நினைச்சுக்கிட்டயோ?" என்று கேட்டபோது வெட்கம் நாக்கை பிடுங்கிக் கொள்ளலாமா என்று இருந்தது. தன் வெட்கத்தை மறைப்பதற்காக அவன் குனிந்து இன்னொரு கல்லை எடுத்துக் கையில் வைத்துக் கொண்டு எதைக் குறிப் பார்த்து அடிக்கலாம் என்று சுற்றும் முற்றும் பார்த்தான். "கை எல்லாம் அழுக்குப் பண்ணிக்காதேடா!" என்று அதட்டினாள் வள்ளியம்மை.

கல்லைக் கீழே போட்டுவிட்டு ஆயாளை நெருங்கி அவள் கையைப் பிடித்துக்கொண்டு நடந்தான் சோமு.

பிள்ளைமார் தெருவிலே தாயும் மகனும் நடந்து போகையிலே யாரோ ஒருவர், "அங்கே பாருடா! கறுப்ப முதலியின் பொண்சாதியும் மவனும் போறாங்கடா அக்ரஹாரத்துக்கு!" என்று சொன்னது சோமுவின் காதுகளிலும் விழுந்தது. வள்ளியம்மையின் காதுகளிலும் விழுந்தது.

சற்றே நடையைத் துரிதப்படுத்தினாள் வள்ளியம்மை. அவளுடைய நடை வேகம் அவள் எதிலிருந்தோ தப்பி ஓட முயலுவதுபோல் இருந்தது. சோமுப் பயல் ஓட்டமும் நடையுமாகப் பின் தொடர்ந்தான்.

பிள்ளைமார் தெருவைக் கடந்து சின்ன அக்ரஹார மூலையைத் தாண்டிக் கிழக்குத் திருப்பம் திரும்பி சர்வமானிய அக்ரஹாரத்துக்குள் புகுந்தவுடனே வள்ளியம்மை, "ஐயாவைக் கண்டதும் விழுந்து கும்பிடு. பாக்கி எல்லாம் நான் பேசுகிறேன். நீ ஏதாவது அசட்டுப் பிசட்டுன்னு பேசிப்புட்டுக் காரியத்தைக் கெடுத்துடாதே!" என்றாள்.

மனசு பதைபதைக்க, புது உலகிலே புகுந்து திக்குத் திசை தெரியாமல் தடுமாறுகிறவனைப் போல இதயம் படபடவென்று அடித்துக்கொள்ள சோமு தன் தாயைப் பின்பற்றினான்.

09

ரங்க ராவ்

வள்ளியம்மை வேலை செய்த வீட்டு யசமானரின் பெயர் ரங்க ராவ். தஞ்சாவூரில் நூறு நூற்றைம்பது வருஷங்கள் அரசாண்ட மராட்டிய அரசர்களுக்கு, அப்பனுக்குப்பின் பிள்ளை, பிள்ளைக் குப்பின் பேரன் என்று மந்திரிகளாக இருந்தவர்களுடைய வம்சத்தில் உதித்தவர். மராட்டி பாஷை பேசும் ராயர். நன்கு படித்தவர். அடிநாளில் ஏதோ சொல்ப சம்பளத்தில் சர்க்கார் உத்தியோகத்தில் சேர்ந்தவர் - நாளடைவில் அனுபவமும் அறிவும் வளர வளர, சட்ட ஞானமும் சுபாவமாக ஏற்பட்ட சாமர்த்தியமும் உதவி செய்யவே, பதவிக்கு மேல் பதவி என்று தாவிப்பிடித்து உச்சாணிக் கிளையை எட்டிப் ‘பென்ஷன்’ வாங்கிக்கொண்டு ‘ரிடையர்’ ஆகவேண்டிய வயசை எட்டும் போது ஐந்நூறு அறுநூறு என்று சம்பளம் வாங்கியவர். இன்னும் நாலைந்து வருஷங்கள் சர்க்கார் உத்தியோகத்தில் இருந்திருந்தாரேயானால் இன்னும் மேல் பதவியை அடைந் திருப்பார்; இன்னும் அதிகச் சம்பளமும் வாங்கியிருப்பார். ஆனால் ஐம்பது வயசு ஆவதற்கு முன்னமேயே அவருக்கு மனசு கசந்துவிட்டது. ஏனோ சேவை செய்வது பிடிக்கவில்லை - உடம்பும் சற்றேறக்குறைய இந்தச் சமயத்தில் சரியாக இல்லாமல் போய்விடவே கிடைத்த சம்பளமும், உத்தியோகமும், பதவியும் போதும் என்று ‘பென்ஷன்’ வாங்கிக்கொண்டுவிட்டார். அவருக்கு மாசாமாசம் முந்நூறு ரூபாய் ‘பென்ஷன்’ வந்து கொண்டிருந்தது.

ரங்க ராவ் பார்ப்பதற்கு வாட்ட சாட்டமாக, சிவந்த மேனியும், 'பாந்தமான' பருமனும்,களையுள்ள முகமுமாக நன்றாக இருப்பார். அவர் தலையில் இருந்த பிடிமயிர் நரையும் பழுப்புமாகச் சோளக் கொண்டைக் குஞ்சம் மாதிரி இருந்தது. காதிலே வைரக் கடுக்கன்களும், கை விரல்களிலே பலவிதமான கல் மோதிரங்களும் அணிந்திருந்தார் அவர். காலையிலே எழுந்து ஸ்நானம் செய்துவிட்டு நெற்றியிலே கீற்றுச் சந்தனம் இட்டுக் கொள்வார். அந்தச் சந்தனக் கீற்று இரவு வரையில் அழியாமல் 'பள பள'வென்று நாள் பூராவும் தேஜோமயமாக அவர் நெற்றியிலே இருக்கும். சிவப்புக் கோடு போட்ட வெண்மை யான 'மல்' வேட்டியைப் பஞ்சகச்சமாகக் கட்டியிருப்பார். மேலே ஆறுமுழ ஜரிகை உத்தரியம் ஒன்று. இதுதான் ரங்க ராவினுடைய தினசரித் தோற்றம்.

அவர் பூர்விகத்தில் சாத்தனூரைச் சேர்ந்தவரே அல்ல. அதாவது அவரோ அவருடைய முன்னோர்களோ சாத்தனூரிலே பிறந்து வளர்ந்தவர்கள் அல்ல. ஆனால் சர்க்கார் உத்தியோகத்தில் இருக்கும் பொழுது வேலை நிமித்தமாக எப்பொழுதோ ஒருநாள் அவர் சாத்தனூருக்கும் வந்திருந்தார். காவேரிக் கரையும் கோயிலுமாக அந்த ஊர் அவருக்கு மிகவும் பிடித்திருந்தது. முக்கியமாகப் பண்டைக்காலத்து ஆசிரமம் போல அமைதியும் குளுமையும் குடி புகுந்திருந்த அந்த சர்வமானிய அக்ரஹாரம் அவருக்கு மிகவும் பிடித்திருந்தது. 'பென்ஷன்' வாங்கிக்கொண்டவுடனே சர்வமானிய அக்ரஹாரத்திலே அடுத்தடுத்திருந்த இரண்டு வீடுகளை விலைக்கு வாங்கிக் கொண்டார். இரண்டுக்கும் இடையிலிருந்த சுவரைப் பல இடங்களில் தட்டி விட்டுவிட்டு இரண்டு வீடுகளையும் ஒரே வீடாக்கினார். குடியேறினார். நாளடைவில் சாத்தனூரிலே நிலம் விற்க முன் வந்தவர்களிடமெல்லாம் நிலமும் வாங்கினார். மற்றவர்கள் கொடுத்ததைவிடச் சற்று அதிக விலையே கொடுத்து வாங்கினார். சாத்தனூருக்கு அருகில் சர்வமானிய நிலங்களாகவே இரண்டு மூன்று வருஷங்களுக்குள் பத்துப் பன்னிரெண்டு வேலி வாங்கி விட்டார். வேறு சில கிராமங்களிலும் அவருக்கு நிலங்கள் இருந்தன. எல்லாமாகச் சேர்ந்து ஐம்பது அறுபது வேலி நிலம் இருந்தது அவருக்கு.

அவருக்குக் குடும்பம் என்றிருந்தது அவருடைய மனைவி சோனிபாயும் ஒரே பெண்ணான கங்காபாயுந்தாம். தூரபந்துக்களும் அண்டிப்பிழைப்பவர்களும் தினம் தவறாமல் வீட்டிலே வந்து குவிந்து கொண்டே இருப்பார்கள். வீட்டிலே கலகலப்புக்கும் விருந்தாளிகளுக்கும் குறைவே இல்லை. ரங்க ராவும் அவருடைய தருமபத்தினி சோனிபாயும் மகள் கங்காபாயும் எல்லோரையும் சுமுகமாக வரவேற்று, வேற்றுமை சிறிதும் பாராட்டாமல் அன்புடனும் பிரியத்துடனும் உபசரிப்பார்கள்.

தந்தை, தாய், மகள் மூவருமே தாராள புத்தியிலும் தரும் சிந்தனையிலும் ஒருவருடன் ஒருவர் போட்டிப் போட்டார்கள்.

சோனிபாய் அழகிலும் சரி, குணத்திலும் சரி, ஏன் சுருக்கமாகச் சொன்னால் எல்லா விஷயங்களிலுமே ரங்கராவுக்கு மிகவும் ஏற்றவள்தான். உருண்ட முகமும் மிரண்ட பார்வையும் சிவந்த மேனியும் அடக்கமான உருவமுமாகக் காட்சி அளித்தாள் சோனிபாய். இவர்கள் இருவருக்கும் பிறந்த பெண்ணைப்பற்றிக் கேட்க வேண்டுமா? கங்காவும் அழகிதான். அவளுக்கு இன்னும் கல்யாணம் ஆகவில்லை. சோனிபாயின் சகோதரன் பிள்ளை சாம்பமூர்த்தி சம்மதித்தானானால் அவனுக்கே கங்காவைக் கொடுத்துவிடவேண்டும் என்று ரங்கராவும் சோனிபாயும் எண்ணிக்கொண்டிருந்தார்கள். கங்காவுக்கும் சாம்பமூர்த்தியிடம் அபாரப் பிரியந்தான். சாம்பமூர்த்தியுடன் தாயார் இருந்தாள்; சாம்பமூர்த்திக்குத் தகப்பனார் இல்லை; அவர் சிறுவயசிலேயே அவனை விட்டுவிட்டு இறந்துவிட்டார் - அந்தக் கல்யாண விஷயமாக என்ன நினைத்தார்கள் என்பது தெரிந்ததும் கல்யாணம் நடக்கவேண்டும். கங்காவுக்கு வயசாகிக் கொண்டிருந்தது - ஒன்பது வயது முடிந்து பத்தாவது வயசு ஆரம்பம் ஆகிக்கொண்டிருந்தது.

ரங்க ராவுடைய வீட்டிலே மூன்று வேலைக்காரர்கள் இருந்தார்கள். இரண்டு வேலைக்காரிகள் இருந்தார்கள். நான்கு பசுக்களும், இரண்டு எருமைகளும், இரண்டு ஜோடிக் காளைகளும், ஒரு ஜோடி வெள்ளைக் குதிரைகளும், இரண்டு பெட்டி வண்டிகளும், ஒரு கோச்சு வண்டியும், ஒரு 'பைசைகிள்' வண்டியும் இருந்தன. இவை எல்லாம் இருந்ததிலே ஆச்சரியம் ஒன்றும் இல்லை. ஆனால் இவை எல்லாவற்றிற்கும் தினமும் வேலை இருந்தது என்பதுதான் ஆச்சரியப்பட வேண்டிய விஷயம்.

வள்ளியம்மையும் அவளுடைய மகன் சோமசுந்தரமும் ரங்க ராயருடைய வீட்டை அடைந்தபோது அவர் தம் வீட்டுத் திண்ணையில் ஒரு திண்டின் மேல் சாய்ந்து கொண்டு அப்பொழுதுதான் வந்திருந்த ஒரு கடிதத்தைப் பிரித்துப் பார்த்துக்கொண்டிருந்தார்.

சாத்தனூரிலே தபாலாபீஸ் ஏற்பட்டிருந்த புதுசு அது. சாத்தனூரிலே தபாலாபீஸ் ஏற்பட்டது ரங்க ராவ் வந்த பிறகு, அவர் முயற்சிகள்தாம். 'போஸ்டு மாஸ்டராக உள்ளூர்க்காரர் ஒருவரை, அதுவும் சர்வமானிய அக்ரஹாரத்து மனிதர் ஒருவரை - யார்? வேறு யாரும் இல்லை; மாடிப் பள்ளிக் கூடத்துத் தலைமை உபாத்தியாயர் சுப்ரமணிய ஐயருடைய பிள்ளை நாராயணனைத்தான் - நியமிக்க வேண்டும் என்று அதிகாரிகளுக்கு எழுதி ஏற்பாடு செய்ததெல்லாம் ரங்க ராவ்தாம். மாசம் ஐந்து ரூபாய், சர்க்கார் சம்பளம் - உள்ளூரிலேயே வேலை -

இதுபற்றிப் புது 'போஸ்டு மாஸ்டர்' ரங்க ராவுக்கு நன்றி செலுத்தாமல் இருக்க முடியுமா? கும்பகோணத்திலிருந்து தபால் பையுடன் 'ரன்னர்' வருவான், நண்பகலில் பன்னிரண்டு மணி, ஒரு மணிக்கு. தபால் பை வந்த ஒரு மணிக்குள்ளாகவே பையை உடைத்து ரங்க ராவுக்கு வந்திருந்த கடிதங்களை எல்லாம் - பையில் ரங்க ராவுக்கு வந்திருந்த கடிதங்கள் தாம் அதிகம் இருக்கும் - பொறுக்கிப் பை கொண்டுவந்த 'ரன்னரிடமே கொடுத்து ரங்க ராவுக்கு அனுப்பிவிடுவார் புதுப் போஸ்டு மாஸ்டர். 'இன்று பை வர ஏதோ காலதாமதமாகிவிட்டது போலும். ஆனால் ரங்கராவுக்கு அபூர்வமாக ஒரே ஒரு தபால் தான் வந்திருந்தது.

'ரன்னர்' அந்தத் தபாலைக் கொண்டுவந்து பயபக்தியுடன் அவர் கையில் கொடுத்துவிட்டுப் பணிவாக ஒதுங்கி நின்றான். வழக்கமாகத் தபால்களை எல்லாம் சாவகாசமாகப் பிரித்துப் படித்துவிட்டு 'ரன்னருக்குத் தம் கையில் அகப்பட்ட சில்லறையை எடுத்துக்கொடுத்தனுப்புவார் ரங்க ராவ். சின்ன வெள்ளிப் பணத்துக்குக் குறையாமல் கொடுப்பார். இன்று வரையில் கால் ரூபாய்க்கு அதிகமாக இல்லை - கிடையாது. 'ரன்னருக்குச் சர்க்கார் கொடுத்த சம்பளம் மாசம் இரண்டு ரூபாய்தான். ரங்கராவுக்குத் தபால் கொண்டுபோய்க் கொடுப்பதன் மூலம் அவனுடைய சம்பளத்துக்கு இரண்டு பங்குக்கு அதிகமாகவே கிடைத்தது. இன்று தனக்கு எவ்வளவு கிடைக்குமோ, ஒரே ஒரு தபால் தானே வந்திருந்தது என்று சிந்தித்தவனாக அவன் சுவரோடு சுவராக ஒட்டிக்கொண்டு கை கட்டி வாய் புதைத்து நின்றான்.

கடிதத்தில் இருந்தது நல்ல செய்திதான் என்பது ரங்கராவினுடைய முக பாவத்திலிருந்தே நன்கு தெரிந்தது. மிகவும் நல்ல செய்தியாகத்தான் இருக்க வேண்டும் என்று தோன்றிற்று. கடிதத்தைப் படித்து முடித்ததும் நிமிர்ந்து உட்கார்ந்து கொண்டு, "சோனு! சோனு" என்று இரண்டு தரம் கூப்பிட்டார்.

அவர் மனைவி வரவில்லை. மகள் கங்காதான் வந்தாள். "ஏன் அப்பா! அம்மா தூங்கிண்டிருக்கா. எழுப்பிண்டு வரட்டுமா?" என்று கேட்டாள் கங்கா.

ரங்கராவ், "தூங்கட்டும், தூங்கட்டும்! எழுப்ப வேண்டாம். உன்னைப்பற்றிய விஷயந்தான், கங்கா. அடுத்த வாரம் உன் அம்மாஞ்சி இங்கு வருவதாக எழுதியிருக்கான்" என்றார்.

எதிர்பாராத இந்த ஆனந்தச் செய்தியைக் கேட்ட கங்கா பூரித்துப் போனாள். அவள் முகம் லேசாகச் சிவக்க, "ஓ!" என்றாள்.

அவளை அருகில் அழைத்து அவள் கன்னத்தைச் செல்ல மாகக் கிள்ளிக்கொண்டே ரங்க ராவ், "சாம்பமூர்த்தியும் அவன் அம்மாவும் எதற்காக வராள் தெரியுமா?" என்று கேட்டார்.

"எனக்கு எப்படித் தெரியும்?" என்று நாக்குழற, ஏதும் அறியாதவள் போல நாணப் பொய் சொன்னாள் கங்கா.

"போக்கிரி, உனக்கா தெரியாது! உன்னைக் கல்யாணம் செஞ்சுக்கத்தான் வரான் உன் அம்மாஞ்சி" என்றார் ரங்க ராவ்.

தலையைக் குனிந்து கொண்டு, கால் கட்டை விரலால் தரையைக் கீறிக்கொண்டே நின்றாள் கங்கா.

ஒரு நிமிஷம் கழித்து ரங்க ராவ், "நீ பாட்டுக்கு 'ஜாம் ஜாம் னு கல்யாணத்தைப் பண்ணிண்டு உன் ஆத்துக்காரரோடு போயிடுவே! நானும் அம்மாவுந்தான் ஆத்திலே தனியாக இருக்கணும்! எங்களுக்குத் துணை யாரு அப்புறம்?" என்றார்.

அவர் குரலிலே உண்மையாகவே வருத்தம் தொனிக்கிறது என்று கண்ட கங்கா அவரை இன்னும் நெருங்கி நின்று, தன் கைகளால் அவர் கைகளைப் பற்றிக்கொண்டு, "இங்கே பாருங்கோ அப்பா! உங்களையும் அம்மாவையும் விட்டுட்டு நான் எங்கேயும் போயிடமாட்டேன்" என்றாள்.

அவளுடைய வார்த்தைகளையும், அப்போதைய முகபாவத்தையும் கண்டு வருத்தம் மாறிச் சிரித்துக்கொண்டே ரங்க ராவ், "இதோ பார் கங்கா. தபால் 'ரன்னர்' நின்னுண்டிருக்கான்! நாம் சந்தோஷமாயிருக்கச்சே அவனும் சந்தோஷமாக இருக்க வேண்டாமா? சாவி இந்தா, பணப்பெட்டியைத் திறந்து உன் கையாலேயே ஒரு ரூபாய் கொண்டுவந்து அவனிடம் கொடு" என்றார்.

கல்யாணம் என்கிற வார்த்தை காதில் விழுந்தது முதலே மனம் குளிர்ந்து நின்றான் ரன்னர்'. சந்தோஷ சமாசாரங் கொண்டு வந்ததற்காகத் தனக்கு ஒரு ரூபாய் கிடைக்கப் போகிறது என்று அறிந்தவுடனே அவனுடைய ஆனந்தம் எல்லை கடந்து விட்டது. ரூபாய் மட்டுந்தான் அவன் ஆனந்தத்திற்குக் காரணம் என்று சொல்வது கூடப் பிசகுதான். யசமான், நல்ல யசமான் நன்றாக இருக்க வேண்டும். எல்லாக் காரியங்களும் நன்றாக அவர் மனசுப்படி நடக்க வேண்டும் என்று அவன் மனப்பூர்வமாக விரும்பினான். அடுத்த விநாடியே மீண்டும் ஒரு ரூபாய் ஞாபகம் தலை தூக்கியது. கல்யாணக் கடுதாசி கொண்டு வந்ததற்கு ஒரு ரூபாய் சன்மானம் கிடைக்கும் போது,

கல்யாணத்திலே அவனுக்கு ஜோடி வேஷ்டி, அவன் பெண்டாட்டிக்குப் புடவை ரவிக்கை, அவன் குழந்தைகளுக்கு துணி, மணிகள் எல்லாம் கிடைக்கும் என்பதில் சந்தேகம் என்ன! "யசமான் நல்லாயிருக்க வேணும். நல்லாயிருக்கவேணும்!" என்று வாயார மனமார வாழ்த்திக்கொண்டு ரூபாய் தன் கையில் வந்து சேரும் வரையில் கூடக் காத்திராமல் விழுந்து விழுந்து நமஸ்காரம் பண்ணி எழுந்தான்.

அவனையோ அவன் விழுந்து விழுந்து நமஸ்காரம் பண்ணியதையோ கவனிக்கவில்லை ரங்க ராவ். அவர் ஏதோ யோசனையில் ஆழ்ந்திருந்தார்.

இவ்வளவு நேரமும் தன் பிள்ளையைக் கையில் பிடித்துக் கொண்டு சற்று ஒதுக்குப்புறமாக நின்ற வள்ளியம்மை இதுதான் சரியான சமயம் என்று எப்படியோ அறிந்துகொண்டு விட்டாள். "ஐயாவை விழுந்து கும்பிட்டா!" என்று சோமுவை முன்னே தள்ளினாள்.

சோமு கீழே விழுந்து சகல அங்கங்களும் தரையில் படும்படியாக நமஸ்காரம் செய்துவிட்டு எழுந்திருக்கும் போது தான் அவனைப் பார்த்தார். "யாரடா பயலே நீ? என்ன வேணும்?" என்று கேட்டார்.

பதில் என்ன சொல்வது என்று அறியாமல் பிரமித்துப் போய் நின்றான் சோமு. வள்ளியம்மைதான் சொன்னாள்; எம்மவனுங்க, இட்டுக்கிட்டு வந்தேனுங்க!" என்று.

இதற்குள் உள்ளே போயிருந்த கங்கா கையில் ரூபாயுடன் வெளியே வந்தாள். சாவியைத் தன் தகப்பனாரிடம் கொடுத்தாள். ரூபாயை 'ரன்னரிடம் கொடுத்தாள். "நீ நல்லாருக்கணும் அம்மா! மவராசியாய்ப் பத்தும் பெத்துக்கிட்டுச் சுகம்மா இருக்க வோணும் அம்மா" என்று வாழ்த்திவிட்டு ராயருக்கு மீண்டும் ஒரு தரம் கும்பிடு போட்டுவிட்டுத் தபால் 'ரன்னர்' அங்கிருந்து கிளம்பினான்.

அவன் போன பிறகுதான் சோமுவைப் பார்த்தாள் கங்கா வள்ளியம்மையும் பார்த்தாள். "யாரடி வள்ளி அது? உம் மகனா?" என்று கேட்டாள்.

"ஆமாம் அம்மா. ஒங்க காலடியிலே கிடந்து சீவிக்கக் கத்துக்கட்டும்னு அழைச்சிட்டு வந்துட்டேன். இனிமே ஒங்க பொறுப்புங்க" என்றாள் வள்ளியம்மை.

கங்காபாய் சோமுவைப் பார்த்தாள்.

ரங்க ராயர், "பயல் என்னவோ அதிருஷ்டக்காரப் பயல் தான். அவன் வருகிறபோது நமக்கு நல்ல செய்தி வந்திருக்கு" என்றார். பிறகு

ஒரு வினாடி கழித்துச் சோமுவைப் பார்த்து, “உனக்கு என்னடா வேணும் பயலே! கேளு பார்க்கலாம்! என்றார். “

இதுதான் கேட்பார், இதுதான் பதில் சொல்வது என்று ஏற்கனவே தீர்மானித்து வைத்திருந்தவன் போலச் சோமு தயங்காமல் கொள்ளாமல் பதில் அளித்தான். “சாயவேட்டி ஒண்ணு வேணுங்க எனக்கு” என்றான்.

தன் பையனுடைய தைரியத்தையும் அவன் எல்லா வற்றையும் விட்டுவிட்டுச் சாயவேஷ்டி என்றுகேட்டதையும்பற்றித்திகைத்துப்போனாள் வள்ளியம்மை. “அறியாப் பயல்...” என்று ஏதோ சொல்லி அவன் தைரியத்தை மழுப்ப யத்தனித் தாள்.

ஆனால் ரங்க ராவ் சிரித்தார்: “நான் கூட என் சிறு வயசிலே சாயவேஷ்டி, சாயவேஷ்டி என்றுதான் ஜபம் பண்ணிக் கொண்டிருப்பேன். சாயவேஷ்டியினுடைய மகத்துவம் சின்ன வயசிலே தான் தெரியும்!” என்றார். பிறகு ஒரு வினாடி கழித்து, “சாய வேஷ்டிதானேடோ வேணும். உனக்கு? வாங்கித்தறேன். சரிகைச் சீர் போட்ட சாய வேஷ்டி வாங்கித்தறேன்” என்றார்.

வள்ளியம்மை தயக்கத்துடன், சாய வேட்டிக்கென்னாங்க? ஏதோ அவனை உங்க வூட்ல வேலைக்கு வச்சிக்கிட்டா என் மவன் பொழைச்சுப் போவான்...” என்றாள்.

ரங்க ராவுக்கு இன்னும் ஒரு வேலைக்காரன் வைத்துக் கொள்வதுதான் பிரமாதம்? அவர் வீட்டிலே வேலைக்குப் பஞ்சமில்லை. வேலைக்காரர்களுக்குப் பஞ்சமில்லை.

“சரி, நம்மிடத்திலேயே வேலை செய்யட்டும்!” என்று சொல்லிவிட்டார் ரங்க ராயர்.

மாசம் அரை ரூபாய் சம்பளம் - தினம் இரண்டு வேளையும் சாப்பாடு. விசேஷத்துக்கு விசேஷம் வேட்டி துணிமணிகள், வேறு நல்ல காரியம் எது நடந்தாலும் ஏதாவது கை நிறைய, மனம் நிறையக் கிடைக்கும்.

வள்ளியம்மைக்குப் பரம திருப்தி. இனித் தன் பிள்ளை பிழைத்துக்கொள்வான் என்று மனம் குளிர்ந்தாள்.

சோமுவுக்கும் திருப்திதான்; சந்தோஷந்தான்!

10

குதிரைச் சவாரி

சோமுப் பயல் அன்றே ரங்க ராவ் வீட்டிலே சேவகனாக வேலைக்கு அமர்ந்துவிட்டான். மறுநாளே அவனுக்கு ஜரிகைச் சீர் போட்ட சாயவேட்டி ஒரு ஜோடியும் கிடைத்துவிட்டது. சுற்றிலும் கெட்டிச் சிவப்புச் சாயமும், நடுவிலே நண்பகலில் ஒளி கக்கும் சூரியனைப் போல வட்டமான தூய வெள்ளையும், ஓரங்களில் பளபளத்த இரண்டு சன்ன ஜரிகைக் கம்பிகளுமாக அந்தச் சாய வேட்டிகள் சோமுவின் உள்ளத்தை அள்ளிக் கொண்டன. சாத்தனூர் என்கிற குக்கிராமத்திலே, சர்வமானிய அக்ரஹாரம் என்கிற பார்ப்பாரத் தெரு விலே ரங்க ராவ் என்கிற ஒரு பென்ஷன் உத்தியோகஸ்தர் வீட்டிலே, வேலைக்கு அமர்ந்த வேலைக்காரன் என்று தன்னைப்பற்றி எண்ணவில்லை அவன். ஏதோ ஒரு லட்சிய பூமியை எட்டி விட்டவன் போலச் சாய வேட்டி கட்டிக்கொண்டு இறுமாப்புடன் நிமிர்ந்து நடந்தான் அவன்.

வேலைக்கு அமர்ந்ததற்கு மறுநாளோ, அதற்கு மறுநாளோ, இன்னொரு விஷயமும் தெரிய வந்தது அவனுக்கு. ரங்க ராவினுடைய குதிரைகள் கட்டியிருந்த லாயம் தனியாகக் காவேரிக்கரைக்குப் போகும் வழியில் ஒரு தோட்டத்திலே இருந்தது. குதிரைகளைச் சரிவரப் பார்த்துக்கொள்வதற்குச் சிதம்பரம் என்று ஓர் ஆளை அமர்த்தியிருந்தார் அவர். அந்தச் சிதம்பரமும் சாத்தனூர்க்காரன்தான். அதுமட்டுமல்ல; அவனும் மேட்டுத் தெருவான்தான். சோமுவின் தகப்பன் கறுப்ப முதலிக்கு ஒரு காலத்தில் மிகவும் வேண்டியவனாக இருந்தவன். ஒன்றுக்கும் உதவாதவன் - சுத்தச் சோதா. மேட்டுத் தெருவாருக்

குள்ள துர்க்குணங்கள் பூராவுமே அவனிடம் குடியேறியிருந்தன. அவன் குடித்துவிட்டு நிதானம் தவறாமல் வெறியில்லாமல் இருந்த விநாடியே இல்லை என்றுதான் சொல்ல வேண்டும். சுருக்கமாகச் சொன்னால் மனிதன் என்கிற பெயருக்காகவேனும் இருக்கவேண்டிய குணங்கள் சிறிதும் இல்லாதவன். அவன் ஒரு காலத்தில் குதிரை வண்டி வைத்திருந்தவன். அவனுக்குக் குதிரைகளைப்பற்றி எல்லா விஷயங்களும் தெரியும் என்று ரங்க ராவ் சாத்தனூருக்கு வந்த புதுசில் அவருக்கு யாரோ சொன்னார்கள். அதை நம்பி அவர் அவனைத் தம் குதிரைகளைக் கவனிப்பதற்கென்று வைத்துக்கொண்டார். நாளடைவில் அவனுடைய குணாதிசயங்கள் தெரியவரவே அவனை வேலையை விட்டு நீக்கிவிட்டால் தேவலை என்றுதான் நினைத்தார். ஆனால் அவன் அவர் காலில் விழுந்து கெஞ்சினான் - பிழைக்க வேறு வழி கிடைக்காதே என்று வேண்டினான். மிகவும் இளகிய மனசு படைத்த ரங்க ராவ் அவன் வாழ்க்கையைக் கெடுப்பானேன் என்று வைத்துக் கொள்ளச் சம்மதித்தார். ஆனால் மற்ற வேலைக்காரர்களிடம் இருப்பதைவிட அவனிடம் அதிகக் கடுமையாகவும் கண்டிப்பாகவும் இருப்பார். அவன் எக்காரணத்தைக் கொண்டும் வீட்டிற்குள் வரக்கூடாது. குதிரைகளினுடைய விஷயங்களைப் பூராவும் அவனே கவனித்துக்கொள்வான் - நன்கு கவனித்துக்கொள்வான். அந்த விஷயத்தில் அவனைக் குற்றம் சொல்லவே முடியாது. வண்டிக்காரன் வேறு யாரும் இல்லாதபோது அவனே கோச்சுவண்டி ஓட்டுவான்; வண்டி ஓட்ட வேறு ஆள் இருந்து விட்டால் அந்த வேலையைக்கூட அவன் செய்ய சம்மதிக்க மாட்டார் ரங்க ராவ்.

எப்படியோ சோமுவுக்குச் சிதம்பரம் சிநேகிதமாகி விட்டான். தான் கறுப்பு முதலிக்கு நண்பனாக இருந்தவன் என்று சொல்லிச் சொல்லியே அவன் சோமுவுக்கு மிகவும் நெருங்கியவனாகி விட்டான். கறுப்ப முதலியைப்பற்றி விதம் விதமான கதைகளை எல்லாம் சொல்லுவான் அவன் - எல்லாம் நிஜம் என்று சொல்வதற்கில்லை - ஆனால் நிஜம் போலவேதான் இருக்கும். இந்தக் கதைகளை கேட்பதிலே சோமுவுக்கு விருப்பம் இருந்ததிலே ஆச்சரியம் ஒன்றும் இல்லை. முதலில் இந்தக் கதைகளை உத்தேசித்தே சோமு குதிரை லாயத்திற்குச் சென்று வந்தான். அந்த மாதிரிக் கதைகள் கேட்டுக் கேட்டுச் சோமுவின் மனசு மாறிக்கொண்டிருந்தது கொஞ்சம் கொஞ்சமாக சோமுவின் மனசை மாற்ற வேண்டும் என்று சிதம்பரம் தெரிந்து செய்தான் என்றும் சொல்வதற்கு இல்லை. கறுப்ப முதலியின் மகன் கறுப்ப முதலியைப்போலத்தான் இருப்பான். வேறு விதமாக இருக்கமாட்டான் என்றுதான் அவன் நினைத்தான், கறுப்ப முதலியின் மகன் நல்லவனாக

இருப்பான், அவன் மனசை மாற்ற வேண்டியது அவசியம் என்றெல்லாம் சிதம்பரம் நினைக்கவேயில்லை என்றுதான் சொல்லவேண்டும். ஆனால் உண்மை என்னவோ இதுதான்; கறுப்ப முதலியைப் பற்றிச் சிதம்பரம் சொல்லக் கேட்ட கதைகள் எல்லாம் உடனே சோமுவின் மனசில் பதிந்துவிட்டன என்றோ உடனேயே அவன் மனசை மாற்றிவிட்டன என்றோ சொல்ல முடியாது. ஆனால் அவை அவன் மனசிலே ஊன்றி விட்டன; என்றாவது ஒரு நாள் தழைத்துப் பலன் தரத் தொடங்கிவிடும்.

சோமு அடிக்கடி சிதம்பரத்தைத் தேடிக்கொண்டு போகிறான் என்று கேள்விப்பட்டதுமே ரங்க ராவ் அவனைக் கூப்பிட்டனுப்பிக் கடிந்து கொண்டார்; "அவன் உதவாக்கரைப் பயல் - அவனோடு சேர்ந்தால் நீயும் உதவாக்கரைதான், ஜாக்கிரதை!" என்றார்.

"இனிமேல் அவனுடன் பழகவில்லை" என்று பதில் அளித்துவிட்டான் சோமு. சொல்லும்போது இனிப் பழகுவதில்லை என்கிற உத்தேசத்துடன்தான் சொன்னான். ஆனால் சொல்லி முப்பது நாழிகை நேரம் ஆவதற்குள்ளாகவே அவனையும் அறியாமலே எப்படியோ, அவனையும் மீறிய ஒரு சக்தி உந்த, சிதம்பரத்தைத் தேடிக்கொண்டு கிளம்பிவிட்டான். நடந்ததை அறிந்த சிதம்பரம் அந்தத் தடவை கறுப்ப முதலியைப் பற்றிக் கதைகள் சொல்வதுடன் நிற்கவில்லை. பையனுக்குக் குதிரைச் சவாரி செய்யக் கற்றுத் தருவதாக ஆசை காட்டினான். முன்னைவிட அதிக நேரம் - அதாவது வீட்டிலே வேலையில்லாது ஒழிந்த நேரம் எல்லாம் - சிதம்பரத்துடன் கழிப்பது பழக்கமாகிவிட்டது சோமுவுக்கு.

சிதம்பரத்துடன் சேர்ந்து தன் பிள்ளை கெட்டுப் போகிறான் என்கிற செய்தி இதற்கிடையில் வள்ளியம்மையின் காதிலும் விழுந்துவிட்டது. அவள் சோமுவைக் கண்டித்தாள். அத்துடன் நின்று விடாமல் சிதம்பரத்தையும் தேடிக்கொண்டு போய்க் கண்டித்தாள் - பழைய காலத்து வள்ளியம்மையாகப் போய்க் கண்டித்தாள்.

அன்று மாலை சோமு தன் நண்பனைத் தேடிக்கொண்டு போன போது சிதம்பரம் குடிவெறியில் நாக்குழற, "உங்காயா பத்திரகாளிடா! நீ இனிமே இங்கே வராதேடா பயலே!" என்றான்.

குதிரைச் சவாரி பழக்கம் பாதியிலே நின்றுவிடப் போகிறதே என்ற பயம் சோமுவுக்கு. வெகு பாடுபட்டுச் சிதம்பரத்தைச் சமாதானப்படுத்தினான். "என் ஆயாளுக்கு நான் பதில் சொல்லிடறேன்! இனிமே வூட்லே யாருக்கும் தெரியாமே நீயும் நானும் சந்திக்கலாம். மாங்குடி தாண்டி அரிசிலாற்று மணலிலே குதிரைச் சவாரி பழகினால் யாருக்குத் தெரியப் போவுது?" என்றான் சோமு.

திருட்டுத்தனமாகச் சாத்தனூரிலிருந்து வெகு தூரத்துக்கு அப்பால் மாங்குடி தாண்டி அரிசிலாற்றங்கரையிலே தினம் மாலையில் சந்தித்தார்கள் நண்பர்கள் இருவரும். குதிரைச் சவாரி செய்யக் கற்றுக்கொண்டான் சோமு.

ரங்க ராவ் அந்தச் சமயம் வீட்டிலே "சோமு! சோமு! என்று கூப்பிட்டுப் பார்ப்பார். பதில் சொல்லச் சோமு இருக்க மாட்டான். "கழுதைப் பயல் வரவர மோசமாயிண்டிருக்கான்!" என்பார் ரங்க ராவ். ஆனால் அவன் இன்னமும் சிதம்பரத்துடன் சேர்ந்துகொண்டுதான் மோசமாய்ப் போய்க் கொண்டிருக்கிறான் என்பது அவருக்குத் தெரியாது. போவதில்லை என்று தம்மிடம் சொல்லிவிட்டுப் பிறகு போவான் என்று அவர் நினைக்கவில்லை. சோமுவைத் தேடிய அவர் அதே சமயம் சிதம்பரத் தையும் தேடியிருந்தாரானால் குட்டு' வெளிப்பட்டிருக்கும். ஆனால் சிதம்பரத்தை ஒரு பொழுதும் தேடவேண்டிய அவசியம் நேர்ந்ததில்லை அவருக்கு - அவர் தேடவில்லை.

சோமு திரும்பியபின், "எங்கேடா போனே?" என்று கேட்க மாட்டார் ரங்க ராவ். அது ஒரு விசேஷம். ஏதாவது காரியமாகத் தேடியிருப்பார் அவனை. அந்தக் காரியத்தைச் செய்ய சோமு இல்லாமல் போய்விட்டால் ஒன்பது பேர் காத்திருந்தார்கள். காரியம் நடந்துவிடும். கூப்பிட்டுப் பார்த்துச் சோமு இல்லாதிருந்தது கூட மறந்துபோயிருக்கும் அவருக்கு.

வள்ளியம்மைக்கு மட்டும் அடிக்கடி சந்தேகம் தட்டிக் கொண்டே இருந்தது. தான் எவ்வளவுதான் முன் ஜாக்கிரதையாக என்னதான் செய்தாலும் கறுப்ப முதலியின் மகன் ஆயுள் பூராவும் கறுப்ப முதலியின் மகனாகவேதான் இருப்பானோ, திருந்தமாட்டானோ என்கிற பயம் அவளை அரித்துக்கொண்டே இருந்தது. அவன் நல்லவனாகிவிட வேண்டும் - ஊரில் மற்றவர்களைப் போல அதாவது மேட்டுத் தெருவாரைத் தவிர்த்து மற்றவர்களைப் போலத் தன் மகன் ஆகிவிடவேண்டும் என்று அவன் ஆசைப்பட்டாள். தன் பிள்ளையைக் 'காப்பாற்ற, அதுவும் சிதம்பரத்தினிடமிருந்து காப்பாற்ற அவள் பெரிதும் விரும்பினாள்.

ஆனால் ரகசியத்திலே சோமுவும் சிதம்பரமும் அரிசிலாற்றங் கரையிலே சந்தித்தார்கள். ஆற்று மணலிலே ரங்க ராவின் குதிரைமேல் ஏறிக் குதிரைச் சவாரி செய்யக் கற்றுக்கொண்டான் சோமு. குடி வெறியிலே வாழ்க்கையைப் பற்றிப் பேசிப் பல பல விஷயங்களை அவனுக்குப் போதித்தான் சிதம்பரம்.

திருட்டுத்தனமாக வளர்ந்த இந்த நட்பும், ரகசியமாகக் கற்றுக் கொண்ட இந்தக் குதிரைச் சவாரியும் இன்னும் சில நாட்களில் எப்படிப் பயன்பட இருந்தன என்று சோமுவுக்கே தெரியாது.

11

கல்யாண ஏற்பாடுகள்

சோமு வேலைக்கு அமர்ந்து பத்துப் பதினைந்து நாட்களுக்கெல்லாம் ரங்க ராவினுடைய மைத்துனர் பிள்ளை சாம்பமூர்த்தியும் அவனுடைய விதவைத் தாயாரும் வந்தார்கள். வந்து சாத்தனூரிலே நாலைந்து நாட்கள் தங்கினார்கள். இந்த நாலைந்து நாட்களில் சோனிபாயும் சாம்பமூர்த்தியின் தாயாரு மாகப் பேசிப் பேசிக் கங்காவுக்கும் சாம்பமூர்த்திக்கும் கல்யாணம் செய்துவிடுவது என்று நிச்சயித்துப் பிறகு ரங்க ராவுக்கும் தெரிவித்தார்கள். இதிலே சம்பந்தப் படாதவர்கள் போலத் தனித்து ஒதுங்கி நிற்க முயன்றார்கள் சாம்பமூர்த்தியும் கங்காவும் - ஒதுங்கி நிற்பது போலப் பாவனை செய்தார்கள்.

சாம்பமூர்த்தி தன் மாமாவைப் போல அவ்வளவு பணக்காரனல்ல. அவன் தகப்பனார் வைத்துவிட்டுப் போயிருந்த சொத்து,சொல்பந்தான். ஆனால் ரங்க ராவுக்கு கங்கா ஒரே பெண் - ஒரே குழந்தை அவருடைய ஆஸ்தி எல்லாம் அவருக்குப் பிறகு கங்காவுக்கும், அவள் மூலம் சாம்பமூர்த்தியையுந்தான் சேரும். பொருளைப் பற்றி அவர்கள் கவலைப்பட வேண்டியதில்லை. சாம்பமூர்த்தி படித்தவன் - அந்த வருஷந்தான் அவன் பி. ஏ. பரிட்சை கொடுத்து முதல் வகுப்பில் நல்ல தரத்தில் தேறியிருந்தான். நல்ல பையன்; கொஞ்சம் சாதுதான்; தெய்வ பக்தி யுள்ளவன். உருவத்திலும் குணத்திலும் தங்கள் மகள் கங்கா வுக்கும் மிகவும் ஏற்றவன் என்று சோனிபாயும் ரங்க ராவும் நினைத்தார்கள்.

இவ்வளவு நல்ல இடத்தில் தன் பிள்ளைக்குக் கல்யாணம் ஆகிறபோது சாம்பமூர்த்தியின் தாயாருக்கு என்ன ஆக்ஷேபம்? தவிரச் சாம்பமூர்த்திக்கும் இஷ்டந்தான். ஜாதகமும் பொருந்தியிருந்தது.

கல்யாணத்திற்கு நாளும் பார்த்தாகிவிட்டது. ஆனி மாதத்தில் ஒரு சுப முகூர்த்தத்தில் செய்வது என்று பெரியோர் களால் நிச்சயிக்கப்பட்டது.

பிறகு சாம்பமூர்த்தியும் அவன் தாயாரும் ஊருக்குத் திரும்பி விட்டார்கள். கல்யாணத்திற்குக் குறிப்பிட்டிருந்த நாளுக்கு இன்னும் ஒரு மாசமும் ஒரு வாரமும் இருந்தன.

கல்யாணம் நிச்சயமான தினத்திலிருந்து கல்யாண ஏற்பாடுகள் வெகு விமரிசையாக, ஜரூராகத் தொடங்கிவிட்டன.

நடு முற்றத்திலே உலை போட்டுக்கொண்டு மூன்று தட்டார்கள், நான்கு பையன்கள் உதவி செய்ய தினம் அதிகாலையிலிருந்து இருட்டும் வரையில், சாப்பிடப் போகும் நேரம் தவிர மற்ற நேரமெல்லாம், கை ஓயாமல் லொட்டு லொட்டு' என்று தட்டிக்கொண்டிருந்தார்கள் - அல்லது வாய் ஓயாமல் தங்கத்தை உலையிலிட்டுப் புஸ் புஸ்' என்று ஊதிக்கொண்டிருந்தார்கள். கங்காவுக்காக நூற்றிருபது பவுன்கள் உருமாறுவதற்கு இருந்தன.

தேவையான வெள்ளிப் பாத்திரங்களைக் கும்பகோணம் கடைத்தெருவிலே வாங்கிவிடலாம் என்று தீர்மானித்தார்கள். அப்படியும் சில சாமான்களை வெள்ளி வாங்கிக் கொடுத்துத் தனியாகச் செய்யச் சொல்வதே நல்லது என்று தீர்மானித்தார்கள். அதற்கும் தட்டார்களை ஏற்பாடு செய்தார்கள் - இவர்களும் வீட்டிலே வந்து உட்கார்ந்து கொண்டு 'லொட்டு லொட்டு' என்று தட்ட ஆரம்பித்திருப்பார்களேயானால், தெருவில் இருந்தவர்களுக்கெல்லாம் பைத்தியம் பிடித்திருக்கும்; ஓயாத சப்தம் கேட்கும் என்று சோமு எண்ணினான். நல்ல வேளையாக இந்த வெள்ளித் தட்டார்கள் அவரவர்கள் வீட்டிலேயே வேலை செய்து சாமான்களை எடை போட்டு ஒப்பித்துவிட்டுப் போனார்கள்.

முதலில் ரங்க ராயருடைய வீடு. பிறகு சர்வமானிய அக்ர ஹாரம். பிறகு சாத்தனூர்க் கிராமம். அதற்கும் பிறகு கும்பகோணம் கடைத்தெரு என்று ஒன்றன்பின் ஒன்றாக ரங்க ராவினுடைய மகளின் கல்யாணம் ஏற்பாடுகளால் அமர்க் களப்பட்டன.

பித்தளை வெள்ளிப் பாத்திரங்கள் வாங்கினார்கள் ஏராளமாக வாங்கினார்கள். பிறகு ஆயிரக்கணக்கானபேர்கள் விருந்து சாப்பிடுவதற்குத் தேவையான மளிகைச் சாமான்கள் வாங்கிச் சேகரித்தார்கள்.

பால், தயிர், நெய் எல்லாவற்றிற்கும் முன் கூட்டியே சொல்ல வேண்டியவர்களிடமெல்லாம் சொல்லி வைத்தார்கள். கல்யாணத் தம்பதிகளுக்கென்று ஏராளமான விலையு யர்ந்த ஜவுளி தினுசுகள் வாங்கினார்கள், நெருங்கிய பந்துக்களுக்கென்று ஆடம்பரமான துணிமணிகள் வாங்கினார்கள். பிறகு தூர பந்துக்கள்,ஏழைகளான உற்றார் உறவினர்கள் இவர்களுக்குச் சாதாரண வேட்டி, புடவை, ரவிக்கைகள் வாங்கி வைத்தார்கள். பிறகு "அடாடா! விட்டுப்போய்விட்டதே!" என்று மீண்டும் போய் ஏராளமான துணிமணிகள் வாங்கி வந்தார்கள். கடைசியாக வேலைக்காரர்கள், அண்டிப் பிழைப் பவர்கள், நம்பிப் பிழைப்பவர்கள் எல்லோருக்கும் அவரவர்களுக்கு ஏற்றபடி இன்ன இன்னது வாங்குவது என்று தீர்மானித்து வாங்கினார்கள்.

மேளக்காரர்களைப் பேசி அச்சாரம் கொடுத்தார்கள். பாட்டுக் கச்சேரிகள் செய்வதற்கு ஏற்பாடு செய்தார்கள். ஒரு சதிர்க் கச்சேரிக்கும் ஏற்பாடாயிற்று. தேவையான மாலைகளுக்குச் சொல்லி அச்சாரம் கொடுத்தார்கள். சந்தனம்,வெற்றிலை முதலியவற்றிற்கு ஏற்பாடு செய்தார்கள். எல்லா வற்றிற்கும் முன்கூட்டியே ஏற்பாடு செய்யவேண்டியிருந்தது. இல்லாவிட்டால் சமயத்தில் தேவையான சாமான் தேவையான அளவு கிடைக்காது போய்விட்டால் என்ன செய்வது?

இப்படியாகத் தினம் காலையிலும் மாலையிலும் இரண்டு வேளையும் ரங்க ராவ் பெட்டி வண்டியையோ கோச்சு வண்டி யையோ ஓட்டிக்கொண்டு வரச்சொல்லிக் கும்பகோணத்துக்குக் கிளம்புவார். தினம் அவருடன் இரண்டு வேளைகளிலும் கும்பகோணம் போய்வரும் பாக்கியம் சோமுவுக்குக் கிடைத்தது.

விடிய நாழிகைப் பொழுது இருக்கும் போதே எழுந்து குளித்துவிட்டுச் சோமு, 'பள பள' வென்ற மேனியுடன் சாய வேட்டியை இழுத்து இடுப்பிலே வரிந்து கட்டிக்கொண்டு கும்பகோணத்துக்குக் கிளம்பத் தயாராகிவிடுவான். அவன் தயாராக இருப்பதற்கும் ரங்க ராவ் விழித்து எழுந்திருப்பதற்கும் சரியாக இருக்கும். அவரும் ஸ்நானம், ஜபம் எல்லாவற்றையும் முடித்துக்கொண்டு கையில் வெள்ளிப் பூண் போட்ட ஏரழுஞ்சிக் கழியை எடுத்துக்கொண்டு கிளம்பத் தயாராவார். அவர் நெற்றியிலே கீற்றுச் சந்தனம் பளபளக்கும். கிளம்புகிற சமயத்திலே சோனிபாய் வெள்ளி டம்ளரில் தன் கையாலேயே காபி ஆற்றிக் கொண்டுவந்து கொடுப்பாள். அந்த நாளில் சாத்தனூரிலே காலை வேளையில் காபி சாப்பிட்டவர் ரங்க ராவ் ஒருவர்தாம். அவர் காபி சாப்பிடும் வழக்கத்தை வேறு எங்கேயோ கற்றுக்கொண்டு சாத்தனூருக்குக் கொண்டுவந்தார். காபி சாப்பிட்டானதும் கங்கா

பணப் பெட்டியைத் திறந்து நிறைந்திருக்கும் ஒரு பணப் பையைக் கொண்டுவந்து தன் தகப்பனார் கையில் கொடுப்பாள். அதை வாங்கிச் சோமு கையில் கொடுப்பார் ரங்க ராவ். சோமு பணப் பையைக் கொண்டு போய் வண்டியில் வைப்பான். ரங்க ராவ் அவனைத் தொடர்ந்து போய் வண்டியில் ஏறிக்கொள்வார்.

பெட்டி வண்டி கட்டியிருந்தால் சோமு வண்டி ஓட்டு கிறவனுக்குப் பக்கத்தில் உட்கார்ந்து கொள்ளுவான். கோச்சு வண்டியானால் பின்புறம் இருந்தபடியிலே ஏறி இரண்டு புறங்களிலும் இருந்த இரண்டு பித்தளைப் பிடிகளையும் பிடித்துக்கொண்டு நிற்பான். எந்த வண்டியில் போனாலும் கும்பகோணம் கடைத்தெருவை அரை நாழிகைக்குள் அடைந்து விடுவார்கள். இத்தனைக்கும் மாட்டையோ குதிரையையோ வண்டிக்காரன் அடித்து ஓட்டக்கூடாது. இரைந்து அதிகமாக அதட்டவும் கூடாது. வண்டிக்காரன் கை தவறியாவது குதிரையையோ மாட்டையோ அடித்துவிட்டானானால் அவ்வளவுதான் - அந்த ஆசாமியை மறுபடியும் வண்டி ஓட்ட அனுமதிக்கமாட்டார் ரங்க ராவ். அவருடைய மாடுகளும் குதிரைகளும் உயர்ந்த ஜாதியைச் சேர்ந்தவை. கொஞ்சக்கூட இடக்குப் பண்ணாமல் சிட்டாகப் பறக்கும்.

தெருவோடு போகிற வேறு வண்டிக்காரன் யாராவது தன் மாடுகளைச் சப்தம் போட்டு விரட்டிக் கொண்டிருந்தானானால் கூட ரங்க ராவுக்கு கோபம் வரும். வண்டியை நிறுத்தி அந்த வண்டிக்காரனை, “அப்படி என்னடா அவசரம் உனக்கு?” என்பார். மாட்டை அடித்துக் கொண்டிருந்தானானால் தன் வண்டியை நிறுத்தி இறங்கி அந்த வண்டிக்காரனுக்குப் புத்தி சொல்லிவிட்டுத்தான் மேலே போவார்.

கும்பகோணம் கடைத்தெருவை அடைந்து வண்டி நின்றவுடன் சோமு இறங்கி வந்து வண்டிக் கதவைத் திறந்து விடுவான். ராயர் இறங்குவார். பணப் பையை எடுத்துச் சோமு வின் கையில் கொடுப்பார். கைத்தடியை வலது கையில் பிடித்துக் கொண்டு கடைக்குள் போவார். நிறைந்திருக்கிற அந்தக் கனமான பணப் பையைத் தூக்கிக்கொண்டு அவரைப் பின் தொடர்வான் சோமு. கடைக்காரர்களுக்கு ரங்க ராவைப் பற்றித் தெரியும். அவரை விசேஷமாகவே கவனிப்பார்கள். அவர் பேரமே செய்யமாட்டார். தமக்கு வேண்டியது, பிடித்திருந்தது எல்லாவற்றையும் எடுத்து வைத்துக்கொண்டு, “எல்லாம் எவ்வளவு ஆயிற்று?” என்பார். கடைக்காரன் சொன்னது தான். மறுபேச்சே பேசமாட்டார் ரங்க ராவ். சோமு கையிலிருந்த பணப் பையை வாங்கி, அதன் வாயைச் சுற்றிக் கட்டியிருக்கும் கயிற்றை அவிழ்த்துக் கடைக்காரன் கேட்டதை அப்படியே எண்ணிக் கொடுத்துவிடுவார்.

திறந்த பையை அப்படியே சோமு விடம் கொடுப்பார். பையின் கனத்தில் கால்வாசி குறைந் திருக்கும். சோமு பையை மூடி அதன் கழுத்திலே கயிற்றை இறுகக் கட்டி வைத்துக்கொள்வான். ராயர் வாங்கிய சாமான்களை எல்லாம் கடைப் பையன்கள் கொண்டு போய் வண்டியில் வைப்பார்கள். ரங்க ராவ் வேறு ஒரு கடையை நோக்கிப் போவார் - கையில் பணப் பையுடன் தொடருவான் சோமு. வண்டி பின்னால் வந்து கொண்டிருக்கும்.

சில சமயங்களில் சாமான்கள் வாங்குவதற்குச் சோனிபாயும் கங்காவும் ரங்க ராவுடன் வருவார்கள். அவர்கள் வருகிற தினங்களில் வியாபாரம் இவ்வளவு சுலபமாக முடிந்துவிடாது. பணப் பையைத் தூக்கிக்கொண்டு நிற்கும் சோமுவுக்குக் கால்கள் கடுக்கும் - கைகளும் கடுக்கும். இது வாங்கலாமா அது வாங்க லாமா என்று அவர்கள் முடிவு செய்வதற்கே இரண்டு நாழிகை நேரம் பிடிக்கும். வேண்டியதை எடுத்து வைத்துவிட்டு விலை கேட்டுப் பேரம் செய்யவும் ஆரம்பித்துவிடுவார்கள்.

‘கும்பகோணம் கடைத் தெருவையே ஐந்து ரூபாய் கொடுத்து விலைக்கு வாங்கி விடலாம்’ என்று ஒரு காலத்தில் எண்ணியிருந்த சோமுப் பயலின் கண்கள் திறைந்தன. ‘கை கடுக்கிற இந்தப் பையைப் போல் இரண்டாயிரம் இருந்தாலும் போதாது என்கிற நினைவு ஏற்பட்டது அவனுக்கு.

எங்கே சென்றாலும் ரங்க ராவுக்கு எல்லோருமே எவ்வளவு மரியாதை செலுத்தினார்கள் என்பதைக் கண்டு ஆச்சரியப் பட்டான் சோமு, பிறகு ஆனந்தப்பட்டான். அவருடைய பணப் பையைச் சுமந்து நின்ற தனக்கும் அந்த மரியாதையிலே ஒரு பகுதி உரித்தாயிற்று என்று எண்ணி ஆனந்தப்பட்டான். ரங்க ராவுக்குக் கிடைத்த மரியாதைக்கு எவ்வளவோ காரணங்கள் இருக்கலாம் - அவர் படித்தவர், சர்க்கார் காரியாலயத்தில் பெரிய பதவி வகித்தவர், அறிவாளி, குணசாலி, பெரிய மனுஷ்யர், உயர் குலத்தில் உதித்தவர் - வேறு எவ்வளவோ காரணங்களும் இருக்கலாம். ஆனால் அதெல்லாவற்றையும் விடப் பெரிய காரணம், முக்கியக் காரணம், அவரிடம் பணம் இருந்ததுதான் என்பதை அறிந்துகொள்ளச் சோமுவுக்கு அதிக காலம் பிடிக்கவில்லை. தான் தூக்கிக்கொண்டு வந்த அந்தப் பணப் பைதான் ரங்க ராவுக்கு உலகம் காட்டிய மரியாதையின் அளவுகோல் என்று சோமு சுலபமாகவே புரிந்துகொண்டான். பணப்பை என்கிற லட்சியம் அவன் உள்ளத்திலே உரம் பெற்றது.

கும்பகோணத்திலே ரங்க ராவ் சாமான்கள் வாங்குவதற்கு மட்டும், கடைத்தெருவுக்கு மட்டுந்தான் போனார் என்பதில்லை. அவருக்கு

கணக்கற்ற நண்பர்கள் இருந்தார்கள். மேலக் காவேரிச் சர்வமானிய அக்ரஹாரத்தில் ஆரம்பித்துக் கும்பகோணத்துக் கீழண்டைக் கோடித் தெருவரையில் அவருடைய நண்பர்கள் பலர் வசித்து வந்தார்கள். ஊரிலே பெரிய மனுஷ்யர்கள் என்று சொல்லக் கூடியவர்கள் எல்லோரும் அவருக்குத் தெரிந்தவர்கள் தாம். சர்க்கார் உத்தியோகஸ்தர்களில் முக்கியமானவர்கள் எல்லோரையுமே அவருக்குத் தெரியும்.

சோமுவும் ரங்க ராயருடன் கும்பகோணத்தில் அவர் போன இடங்களுக்கெல்லாம் போனான். கும்பகோணத்துத் தெருக் களெல்லாம் சோமுவுக்குப் பரிச்சயமாயின. கும்பகோணத்துப் பெரிய மனிதர்கள் வீட்டு வாசல்களில் நின்று பழகினான் - பெரிய மனிதர்கள் வீட்டு வேலைக்காரர்கள் பலருடன் பேசிப் பழகினான்.

பெரிய மனிதர்கள் என்று பெயர் பெற்றவர்கள் எந்த எந்தச் சந்தர்ப்பங்களில் எப்படி எப்படி நடந்து கொண்டார்கள். என்ன என்ன பேசினார்கள் என்பதை ஓரளவு கவனித்து அறிந்து கொண்டான்.

சோமு வாழ்க்கையிலே புதுப் புதுப் பாடங்களைக் கற்றுத் தெளிந்து கொண்டிருந்தான்.

இதற்கிடையிலே கங்காவின் கல்யாணத்துக்கான ஏற்பாடுகள் வெகு விமரிசையாக நடந்துகொண்டிருந்தன.

வீட்டிலிருந்த எண்ணற்ற பீரோக்களும் பெட்டிகளும் அலமாரிகளும் கொள்ளவில்லை - அவ்வளவு புடைவைகளும், வேட்டிகளும் வந்து குவிந்துவிட்டன கல்யாணத்திற்கென்று. அந்தப் புடைவைகளில் எவ்வளவு ரகங்கள் இருந்தன! விதவிதமான, இழைக்கு இழை ஜரிகை மின்னியவை, கண்ணைப் பறிக்கும் வர்ணச் சேர்க்கைகள் கூடியவை. கொறநாடு, ஆரணி என்று பல ஊர்ப்பெயர்கள் கொண்டவை - இவ்வளவு புடைவைகள் உண்டா இவ்வுலகிலே என்று ஆச்சரியப் பட்டான் சோமு என்பதில் வியப்பு ஒன்றும் இல்லை. சோமன் ஜோடிகள் தாம் என்ன? எவ்வளவு அழகான முனைகள், பேட்டுகள் போட்ட வேட்டிகளைத் தேடிக் கொணர்ந்திருந் தார்கள்!

ஒரு பெரிய அறை பூராவும் ஒன்றின் மேல் ஒன்றாக உத்தரத் தை எட்டித் தொடும் வரையில் பித்தளைப் பாத்திரங்களாக அடுக்கியிருந்தன.

அடுத்த அறையிலே வெள்ளிப் பாத்திரங்கள் நிறைந் திருந்தன. பகலிலே கூட முன்னெல்லாம் இருட்டாக இருக்கும் அந்த அறையிலே இப்பொழுது ஒரு சிறு கைவிளக்கை எடுத்துக் கொண்டு போனால்

போதும். ஆயிரம் இரண்டாயிரம் விளக்குள் எற்றிவைத்தது போல் எங்கும் ஒளி வீசிற்று.

சாப்பாட்டுச் சாமான்கள் சமையல் அறைக்குள் அடங்கா எப்படி அடங்க முடியும்? சமையலுக்காகச் சத்திரம் போல இருந்த ஒரு பெரிய வீட்டை அதன் சொந்தக்காரரின் அனுமதி படன் எடுத்துக்கொள்ள ஏற்பாடு செய்திருந்தார்கள்! கல்யாணச் சாப்பாடு போடச் சாத்திரங்கள் போன்ற நாலு பெரிய வீடுகள் தயாராக இருந்தன - ஆனால் அவை போதுமா என்பது பின்னர் தான் தெரியவேண்டும்.

சமையலுக்காகஏற்பாடாகியிருந்தவீட்டிலேஒன்பதுசமையல்காரர்களை இரவு பகல் வேலை வாங்கிக் கொண்டிருந் தாள் சோனிபாய். சீர்வகைக்கு என்றும், விருந்துக்குப் பட்சணம் என்றும், வகைவகையான திண்பண்டங்கள் ஏராளமாகத் தயாராகிக்கொண்டிருந்தன.

கல்யாணக்கடுதாசி அச்சிட்டு, அனுப்பவேண்டியவர்கள் எல்லோருக்கும் அனுப்பியாகிவிட்டது. தினம் சாத்தனூர்த் தபாலாபீசிலிருந்து வழக்கமாக அரைவாசிகூட நிரம்பாத ஒரு சிறு பைதான் கிளம்பும். ஆனால் கங்காவின் கல்யாணக் கடிதாசுகள் தபாலில் சேர்ந்து அன்று இரண்டு பைகள் கிளம்பின.

இவ்வளவு சுறுசுறுப்புக்கும் இடையே ஒன்றுமே செய்யாமல், செய்வதற்கும் ஒன்றுமே இல்லாமல், கையைக் கட்டிக் கொண்டு, சும்மாக் கனவு கண்டு கொண்டு, உட்கார்ந் திருந்தாள் கங்கா.

கல்யாணம் நெருங்கிக்கொண்டிருந்தது - இன்னும் ஐந்தே நாட்கள் தாம் இருந்தன.

12

வதந்தியும் உண்மையும்

தினம் இரண்டு தரம் போய்ப் போய் வந்த அலுப்போ என்னவோ தெரியவில்லை. அன்று ரங்க ராவ் காலையில் கும்பகோணத்துக்குக் கிளம்பவில்லை. அல்லது வாங்க வேண்டிய சாமான்களெல்லாம் வாங்கி ஆகியிருந்தாலும் இருக்கலாம். காலையில் தான் கிளம்பவில்லையே மத்தியானம் எங்கே கிளம்பப் போகிறார் என்று எண்ணிச் சோமு பல நாட்களாகச் சிதம்பரத்தைப் பார்த்துக் குதிரைச் சவாரி செய்யாத பாவத்தைப் போக்கடித்துக்கொள்ளும் உத்தேசத்துடன் மத்தியானம் சோறு தின்றவுடன், ரங்க ராவ் படுத்துச் சற்றுக் கண்ணயர்ந்திருந்த சமயம், குதிரை லாயத்துப் பக்கம் போனான்.

அவன் போன சமயம் குதிரை லாயத்தில் சிதம்பரத்துடன் யாரோ குசுகுசு வென்று பேசிக்கொண்டிருப்பது போலச் சப்தம் கேட்டது. என்ன பேசுகிறார்கள் என்று ஒட்டுக் கேட்க வேண்டும் என்கிற நினைப்பே இல்லை சோமுவுக்கு. ஆனால் சிதம்பரத்தை தேடிக்கொண்டு யார் அப்படி வந்து ரகசியம் பேசுகிறார்கள் என்று அறிய அவன் விரும்பினான். தவிரவும் சுவரோரமாக நின்று ஒட்டுக் கேட்க விரும்பியிருந்தால் கூட எதுவும் காதில் விழுந்திராது என்பது நிச்சயம். லாயத்தில் பேசிக் கொண்டிருந்த ஆசாமி அவ்வளவு மெதுவாக, ஜாக்கிரதையாகப் பேசினான் - ஒரு வார்த்தையாவது தெளிவாக வெளியே கேட்கவில்லை.

ஆனால் இரண்டொரு விநாடிகள் கழித்து ஒரு சப்தம் தெளிவாகச் சோமுவின் காதிலே விழுந்தது. - யாரோ ஏழெட்டு

ரூபாய்களை எண்ணுகிற சப்தம் அது. ரங்க ராவ் போல் ரூபாய்களை ஏராளமாக எண்ணிப் பழகியவர்கள் அதிகச் சப்தம் செய்யாமல் எண்ண முடியும் என்பது சோமுவுக்குத் தெரியும்.

சிதம்பரத்திடம் ரூபாய்க் கணக்கில் பணம் இல்லை. இருக்க முடியாது என்பது சோமுவுக்குத் தெரியாதா? சில்லறையோ, ரூபாயோ, எது கையில் கிடைத்தாலும் கிடைத்தவுடனே பூராத் திட்டமும் குடித்துவிடுபவன் அவன். யாருக்கும் காசு பணம் கொடுக்கப்பட்டவன் அல்ல. ஆகவே வந்திருந்தவன்தான் சிதம்பரத்துக்குப் பணம் - வெள்ளிப்பணமாக, ரூபாய் ரூபாயாக எண்ணிக் கொடுத்துக் கொண்டிருந்தான் என்று சோமுவின் மனசிலே பட்டது. ஏன் சிதம்பரத்திற்கு அவன் பணம் கொடுத் தான்? எதற்காக? ரங்க ராவினுடைய குதிரையைத் திருட்டுத் தனமாக விற்றுக்கொண்டிருந்தானா சிதம்பரம்? ஏழெட்டு ரூபாய் என்றால் அல்ப சொல்பமல்லவே என்று எண்ணினான் சோமு.

இந்தச் சந்தர்ப்பத்தில் அவர்களில் யாராவது வெளியே வந்து தன்னைக் கண்டுவிட்டால் ஆபத்து என்று எண்ணிய வனாகச் சோமு முன் ஜாக்கிரதையுடன் "அண்ணாத்தே! அண்ணாத்தே!" என்று கூப்பிட்டுக் கொண்டே லாயத்திற்குள் புகுந்தான்.

சிதம்பரமும் அவனைத் தேடிக்கொண்டு வந்திருந்தவனும் குதித்து எழுந்தார்கள் திடுக்கிட்டுப் போய். ஆனால் சோமுவைக் கண்டவுடனே ஓர் அசட்டுச் சிரிப்புச் சிரித்தான் சிதம்பரம். தன்னைத் தேடி வந்திருந்த புது ஆசாமியிடம், "யாரோ என்னமோன்னு பயந்திட்டியா மச்சான்? அது யாரு தெரியுமில்லை? நம்ப கறுப்பன் மேட்டுத் தெருக் கறுப்பன் இல்லே..." என்றான்.

"எந்தக் கறுப்பன்?" என்றான் வந்தவன்.

"மேட்டுத் தெருவிலே வேறு யாரு கறுப்பன்? அந்தக் கறுப் பனுடைய மவன்தான் இவன். நம்ப ராயரு வூட்லேதான் இவனும் வேலை செய்யறான்!" என்றான் சிதம்பரம்.

இப்படிச் சொல்லிக்கொண்டே சிதம்பரம் தன் கையிலிருந்த ரூபாய்களை இடுப்புத் துணியிலே ரகசியமாகச் செருகி மறைத்துக் கொள்ள முயன்றான். ஆனால் அவ்வளவு பணத்தை அவன் என்றுமே இடுப்பில் செருகி அறியாதவன். ஆகவே ஒன்றன்பின் ஒன்றாக இரண்டு ரூபாய்கள் நழுவி விழுந்தன. தரை, மண்தரை தான் என்றாலும் நன்றாகக் கெட்டிப்பட்ட தரை. தரையிலே விழுந்த ரூபாய்கள், 'டணார் டணார்' என்று சப்தித்தன.

"அரிசிலாற்றங் கரைக்கு வாரயோன்னு கேக்க வந்தேன். நீ எங்கே வரப்போற இப்ப? கையிலே காசுவேறே இருக்கே. கீழமாங்குடி போனாத்தானே உடம்பு சரியாகும்!" என்று சிரித்துக்கொண்டே சொல்லிவிட்டுச் சோமு அங்கிருந்து வெளி யேறிவிட யத்தனித்தான்.

சிதம்பரம், "இன்னிக்கி எம் மச்சான் வேறு வந்திருக்கு, எப்படித்தம்பி நான் வரது? நாளைக்குப் பாத்துக்கலாமேங் கறேன்!" என்றான்.

சோமுவைப் பின் தொடர்ந்து சிதம்பரமும் அவன் 'மச்சானும்' வெளியே வந்தார்கள். அப்படி அவர்கள் தன்னைப் பின் தொடர்ந்து வந்ததற்குக் காரணம் என்னவாக இருக்கும் என்று யோசித்து அறிந்து கொள்ளச் சோமுவுக்கு அதிக நேரம் பிடிக்கவில்லை. அவன் அங்கே எங்காவது ஒளிந்து நின்று தாங்கள் பேசுவதை ஒட்டுக் கேட்டுவிடப் போகிறானோ என்று ஒளிந்து கொள்ள இடந்தராமல் அவர்கள் லாயத்துக்கு வெளியே வந்து விட்டார்கள். அவர்கள் நின்ற இடத்திலிருந்து சோமு போகிறானா நிற்கிறானா என்பதை அவர்கள் கவனிக்க முடியும்.

விஷயம் எதுவாக இருந்தாலும் இனி அங்கு நிற்பதிலே லாபம் இல்லை என்று கண்ட சோமு நேரே காவேரிக்கரைப் பக்கம் நடந்தான். காவேரிக்கரை மேட்டின் மேல் நின்று கொண்டு அவன் திரும்பிப் பார்த்தபோது சிதம்பரமும் அவன் மச்சானும் இன்னமும் லாயத்துக்கு வெளியே தோட்டத்தில் நின்று கொண்டு ஏதோ பேசிக் கொண்டிருந்தார்கள் - மிகவும் தாழ்ந்த குரலில், ரகசியமாகத்தான் ஏதோ பேசிக்கொண்டிருந் தார்கள் என்பது அவர்கள் முகபாவத்திலிருந்து தெரிந்தது.

தன் சிந்தனைகளைத் தொடரச் சோமுவுக்கு நேரம் இல்லை. அதற்குள் வீட்டிலிருந்து வந்த வேலைக்காரி ஒருத்தி, "சோமு, சோமுன்னு ஐயா தேடிக்கிட்டிருந்தாரே உன்னை? எங்கேடா போயிட்டே! ஐயா கும்பகோணத்துக்குப் போறாங்க போலிருக்கு. தெருவிலே பொட்டி வண்டிகூட நின்னிட்டிருந் துச்சு!" என்று சொன்னாள்.

குதிரை லாயம் இருந்த தோட்டத்துக்குள் போகாமல் சோமு அதை ஒட்டிய பாதை வழியாக ஓட்டமும் நடையுமாகச் சென்றான். ஆனால் அவன் போனபோது தெருவிலே ராயர் வீட்டுக்கு எதிரிலே வண்டி இல்லை. கிளம்பிவிட்டது போலும். விழுந்தடித்துக் குறுக்குவழியைப் பின்பற்றி ராஜபாட்டைக்கு ஓடினான். ராஜபாட்டையிலே கிழக்கே வெகு தூரத்துக்கப்பால், அடிவானத்துக்கருகே, பெட்டி வண்டி போய்க்கொண்டிருப்பது போல் இருந்தது. எவ்வளவு வேகமாக

ஓடினாலும் வண்டியைப் பிடிக்க முடியாது என்று தெரியும் சோமுவுக்கு. வீடு திரும்பி விட்டான்.

அவன் சர்வமானிய அக்ரஹாரத்துக்குள் நுழையும்போது குதிரை லாயத்தில் சிதம்பரத்துடன் பேசிக்கொண்டிருந்த அதே ஆசாமி தனக்குப் பத்தடி தூரத்தில் போய்க்கொண்டிருப்பதைக் கண்டான். அதே ஆசாமிதான் - சந்தேகமில்லை. அவன் ரங்க ராவினுடைய வீட்டைத் திரும்பித் திரும்பிப் பார்த்துக்கொண்டு சாவதானமாக நடந்து போனான். தன்னைச் சோமு கவனிப்பதை அவன் கவனிக்கவில்லை - கவனித்ததாகக் காட்டிக் கொள்ளவில்லை.

வீட்டு வாசலைச் சோமு அடைந்தபோது வீட்டுக்குள் ளிருந்து வள்ளியம்மை வந்து கொண்டிருந்தாள். அவளிடம் சோமு, "அதோ போறான் பாரு ஓர் ஆள், அவன் நம்ப குதிரைக் காரச் சிதம்பரத்துக்கு மச்சானாமே!" என்றான்.

"யாரு? அந்த ஆளா? குதிரைக்காரச் சிதம்பரத்துக்கா? சிதம்பரத்துக்கு மச்சானும் இல்லை. மாப்பிள்ளையும் இல்லை. யாராவது புதுசா வந்த குடிகாரனை உறவு சொல்லிக்கிட்டி ருப்பான்... ஆமாம்! ஒனக்குத்தான் எவ்வளவு தடவை சொல்றது...? அந்தச் சோதாப் பயலோட சேந்துக்கிட்டுத் திரியா தேடான்னு. புத்தி கித்தி கொஞ் சனாச்சும் இருந்திச்சானா..." என்று தன் மகனைப் பிரமாதமாகக் கோபித்துக் கொள்ள ஆரம்பித்து விட்டாள் வள்ளியம்மை.

சோமு தன் தாயார் சொன்னத்தில் கடைசிப்பகுதியைக் காதில் வாங்காமலே வீட்டிற்குள் போய்விட்டான். அவன் மனசிலே எப்படியோ ஏற்பட்ட சந்தேகம் ஊர்ஜிதமாயிற்று! ஆனால் உருவே தெரியாத சந்தேகம் அது - காரணங்களே ஏதும் இல்லாத சந்தேகம். ரங்க ராவ் அன்றிரவு திரும்பி வந்ததும் வேண்டுமானால் தன் சந்தேகத்தைப்பற்றி சொல்லி ஏதாவது செய்யலாமா என்று யோசித்துக்கொள்ளலாம் என்று விட்டு விட்டான். வேறு என்ன செய்ய முடியும் சோமு?

அன்றிரவு ரங்க ராவ் வீடு திரும்பிய போது வெகு நேரம் ஆகிவிட்டது. அவருடன் இரண்டு போலீஸ்காரர்களும் துப்பாக்கிகள் சகிதம் வந்திருந்தார்கள். பேச்சுவாக்கிலே ரங்க ராவ் தம் மனைவியிடம், "யாரோ கொள்ளைக் கூட்டத்தார் இந்தப் பிராந்தியத்திலே வந்து இறங்கியிருப்பதாகப் போலீஸ் இன்ஸ்பெக்டரும் மாஜிஸ்டிரேட்டும் சொன்னார்கள். கிராமத் திலே உதவிக்கு இருக்கட்டும் என்று இரண்டு போலீஸ்காரர்களையும் இங்கே 'டியூடி' போட்டு என்னுடன் அனுப்பி வைத்தார்கள். தினம் இரவு இரண்டு போலீஸ்காரர்கள் வந்து காவலாகப் படுத்துக்கொள்வார்கள்" என்றார்.

அவர் இதைச் சோனிபாயிடம் சொல்லிக்கொண்டிருக்கும் போது சோமு கூடத்திலே ரங்க ராவினுடைய படுக்கையைத் தட்டிப் போட்டுக்கொண்டிருந்தான். அவன் சொல்லவேண்டும் என்று மத்தியானம் நினைத்திருந்த விஷயத்தை அதுவரையில் மறந்துவிட்டான். இப்போது புதுச்செய்தி ஒன்று சொல்லவே சோமுவின் சந்தேகம் ஊர்ஜிதப்பட்டது. அந்தக் கொள்ளைக் கூட்டத்தையும் சிதம்பரத்தையும் எப்படியோ சோமு, அந்தப் புது ஆசாமி மூலம், சம்பந்தப்படுத்திவிட்டான். படுக்கை தட்டிப் போட்டுக்கொண்டிருந்தவன் சிந்தனையில் ஆழ்ந்தவனாக ரங்க ராவ் பக்கத்தில் நகர்ந்தான்.

அவனைக் கவனித்த ரங்க ராவ், “ஏண்டா பயலே, இன்னிக்கிச் சாயங்காலம் கூப்பிடறச்சே எங்கேடா போயிட்டே? என்ன வரவர மோசமாயிட்டிருக்கே நீ? உன்னை எங்கெல்லாம் தேடறது? என்றார்.

“இல்லீங்க...!” என்று ஏதோ சமாதானம் சொல்ல ஆரம்பித்த சோமு அந்த விஷயத்தை விட்டுவிட்டுத் தன் சந்தேகங்களை ஆதியோடந்தமாகச் சொல்லத் தொடங்கினான். தான் குதிரை லாயத்துக்குப் போனதையும், அங்கே புது ஆசாமி ஒருவன் சிதம்பரத்துக்குப் பணம் கொடுத்ததைப் பார்த்ததையும், அவர்கள் இருவரும் ‘குசுகுசு’வென்று ரகசியம் பேசியதையும் பற்றி விரிவாகச் சொன்னான். பிறகு அதே ஆசாமியைத் தெருவிலே பார்த்ததையும் சொன்னான். சிதம்பரம் அவனைத் தன் மச்சான் என்று உறவு கூறியதையும் சொன்னான்.

“பாம்புக் குட்டிக்கு பால் வார்த்து வளர்த்தாலும் அது ஒரு நாள் தீண்டாமல் விடுமா? அந்தச் சிதம்பரம்...” என்று ஏதோ சொல்ல ஆரம்பித்தாள் சோனிபாய்.

“இருக்கட்டும். இதெல்லாவற்றையும் கார்த்தாலே சரியாக விசாரித்துக்கொள்ளலாம். இன்றிரவு அப்படி ஒன்றும் நடந்து விடாது. கவலைப்பட இடம் இல்லை என்றுதான் எண்ணுகிறேன். எதற்கும் கதவுகளை எல்லாம் சாத்திச் சரியாகத் தாழிட்டு பூட்டிவிட்டுப் படுத்துக்கொள்வோம்” என்றார் ரங்க ராவ்.

கங்காவுக்கும் சோனிபாய்க்கும் கொள்ளைக்காரர்கள் என்ற உடனேயே பயம் வந்துவிட்டது. அவர்கள் நடுங்கினார்கள். தவிரவும் வெள்ளியும் தங்கமுமாகக் கல்யாணத்திற்கென்று செய்து வைத்திருந்தது வீட்டிலே ஏராளமாக இருந்தது.

“கடவுள் இருக்கார். பார்ப்பம்! காவலுக்குப் பத்து ஆள் கொண்டுவந்து சேர்க்கலாம் என்றால் கூட இப்போ நேரமில்லை. இரவு நாழியாகிவிட்டதே! பார்க்கலாம். பிழைத்துக் கிடந்தால் நாளை முதல் இருபது ஆட்களுக்கு

கூலி கொடுத்து இரவிலே காவல் படுக்கச் சொல்றேன், இன்றிரவு போது போகட்டும்” என்றார் ரங்க ராவ்.

வாசலில் தெருத் திண்ணையில் இருந்த இரண்டு போலீஸ் காரர்களையும் வெகு ஜாக்கிரதையாக இருக்கும்படியாகச் சொல்லிவிட்டுக் கதவுகளை எல்லாம் பந்தோபஸ்தாகத் தாழிட்டுக்கொண்டு படுத்தார் ரங்க ராவ். “நீயும் வீட்டுக்குப் போக வேண்டாண்டா பயலே, இங்கேயே படுத்துக்கோ !” என்று சோமுவுக்கு உத்தரவிட்டார்.

சோமுவும் கூடத்திலே ஒரு மூலையில் படுத்துக் கொண்டான். சுருட்டி மடக்கிக்கொண்டு.

நடுநிசியிலே வீட்டுக் கதவை யாரோ தடதட வென்று தட்டும் சப்தம் கேட்டு விழித்துக்கொண்டான் சோமு. உடனேயே புரிந்தது விஷயம் அவனுக்கு. ஒரு விநாடிகூட தாமதிக்கவில்லை அவன். கல்யாணத்திற்காகப் புழங்க அந்த வீட்டிலே இடம் போதாதே என்று அடுத்த வீட்டுக்கும் இதற்கும் இடையிலிருந்த சுவரிலே ஓர் ஆள் போகும்படியாக இடித்து விட்டிருந்தார்கள். அந்த வழியாகச் சோமு அடுத்த வீட்டிற்குள் புகுந்து கொல்லைக் கதவைச் சந்தடியில்லாமல் திறந்துகொண்டு வெளியேறினான்.

கொள்ளைக்காரர்கள் கையில் அகப்பட்டுக்கொண்டு ரங்க ராவும் சோனிபாயும் கங்காவும் எவ்வளவு துன்பங்களை அனுபவிப்பார்களோ என்ற பயம் சோமுவுக்கு உதவி கொண்டு வருவதானால் கும்பகோணத்திலிருந்து வந்தால் தான் உண்டு. சாத்தனூரில் யாரும் எந்தத் தெருவாரும், பிச்சாண்டியின் கொள்ளைக் கூட்டத்துக்கு எதிராக ரங்க ராவுக்கு உதவி செய்ய வரமாட்டார்கள் என்பது சோமுவுக்குத் தெரியும் - எப்படித் தெரியும் என்று சொல்வதற்கில்லை; அவன் உணர்ந்தது அது தான். இருட்டிலே வேலியோரமாகப் பதுங்கிப் பதுங்கிப் பத்து விநாடிகளில் குதிரை லாயத்தை அடைந்துவிட்டான்.

லாயத்தில் சிதம்பரம் வழக்கத்துக்கும் மீறியே அதிகமாகக் குடித்துவிட்டுப் பிரக்ஞையே இல்லாமல் கிடந்தான். வேகமாகப் போகக்கூடிய வெள்ளைக் குதிரையை அவிழ்த்து சந்தடியில் லாமல் சேணத்தை மாட்டி நடத்தி வெளியே கொண்டு போனான் சோமு. தாவி அதன்மேல் ஏறி அமர்ந்தான். ராஜ பாட்டையை அடையும் வரையில் சப்தம் ஒலிக்காதிருக்கும் பொருட்டு குதிரையைச் சற்று மெதுவாகவே நடத்தினான். பிறகு ராஜபாட்டையை அடைந்தவுடனே கும்பகோணத்தை நோக்கிக் குதிரையைத் தட்டி விட்டான். நாலுகால் பாய்ச்சலில் பறந்தது குதிரை.

கொள்ளைக் கூட்டத்தார் ரங்க ராவின் வீட்டுக் கதவைத் தட்டி கால்மணி நேரம் ஆவதற்குள் கும்பகோணத்தை நோக்கிச் சோமு குதிரைமேல் கிளம்பிவிட்டான். ஒருநாழிகை நேரத் திற்குள் போதிய போலீஸ் உதவியுடன் திரும்பி வந்துவிடுவது என்கிற உத்தேசம் அவனுக்கு.

சற்றேறக்குறைய இதே சமயத்தில் ரங்க ராயர் வீட்டிலே சோனிபாயையும் கங்காவையும் ஓர் அறைக்குள் போட்டுப் பூட்டி விட்டு ரங்க ராவைத் தூணோடு சேர்த்துக் கட்டிக்கொண்டிருந்தார்கள் திருடர்கள். கதவைத் தாமாகத் திறக்காவிட்டால் உடைத்துக்கொண்டு உள்ளே வந்து இம்சிப்பார்கள் என்று எண்ணி ரங்க ராவ் கதவைத் திறந்துவிட்டார். சாவிகளை வாங்கிக்கொண்டு அவரைக் கட்டிப் போட்டுவிட்டு, "உம்... எங்கெங்கே என்ன என்ன இருக்கிறது? சொல்லுங்கள் மரியாதையாக, நானும் உங்களை மரியாதையாக நடத்தத் தயார்" என்று பிச்சாண்டி சொன்னான் ரங்க ராவிடம்.

ரங்க ராவ் நடப்பது நடந்தே தீரும் என்று கடவுளின் மேல் பாரத்தைப் போட்டுவிட்டுச் சாவிகளைப் பிச்சாண்டியின் கையில் கொடுத்துவிட்டார். எங்கெங்கே என்ன என்ன இருக் கிறது என்றும் சொல்ல ஆரம்பித்தார். பிச்சாண்டியின் ஆட்கள் வீட்டிற்குள்ளே இங்கும் அங்கும் நடமாட ஆரம்பித்தார்கள்.

சோமு அவர்கள் கையில் சிக்கவில்லை என்பதைக் கவனிக்காமல் இல்லை ரங்க ராவ். அவன் சிறு பயல் ஏதாவது செய்வான் என்கிற நம்பிக்கை மட்டும் அவருக்கு இருந்தது. எவ்வளவு காலஹரணம் செய்ய முடியுமோ அவ்வளவும் செய்வது - கடவுளின் மேல் பாரத்தைப் போட்டுவிட்டு நம்பிக்கை இழக்காமல் இருந்துவிடுவது என்று தீர்மானித்தார் ரங்க ராவ்.

13

யுக்தி பலித்தது

எதிர்பார்த்ததைவிடச் சீக்கிரமாகவே சோமு கும்பகோணத்திலிருந்து உதவியுடன் - போதிய உதவியுடன் - சாத்தனூர் திரும்பி விட்டான்.

அவ்வளவு சீக்கிரமே எல்லாம் தயாராகி உதவியும் கிடைத்ததற்குக் காரணம் சோமுவினுடைய கெட்டிக்காரத்தனந்தான். கடலங்குடித் தெருவில் வசித்து வந்த மாஜிஸ்டிரேட் ஐயர் தன் யசமானருக்கு மிகவும் வேண்டியவர். நெருங்கிய நண்பர் என்பதைச் சோமு முன்னர் யசமானுடன் பல தடவைகள் கும்பகோணம் போன சமயத்தில் அறிந்து கொண்டிருந்தான். தவிரவும் மாஜிஸ்டிரேட் ஐயருக்குப் போலீசாரிடம் நல்ல செல்வாக்கு இருந்தது என்பது எப்படியோ தெரிந்திருந்தது அவனுக்கு. மாஜிஸ்டிரேட் ஐயரும் சோமுவை அதற்கு முன் பல தடவைகள் ரங்க ராவுடன் வந்திருந்தபோது கண்டது உண்டு. ஆகவே அவன் சுருக்கமாக விஷயத்தைச் சொல்லி, அவசியத்தையும் அவசரத்தையும் உணர்த்திய போது வெகு ஜரூராகவே ஆகவேண்டியதை எல்லாம் செய்ய முற்பட்டார் அவர். வீண் கேள்விகள் கேட்டுக்கொண்டு அநாவசியமாகக் காலங்கடத்தாமல் சுருக்கமாக ஒரு குறிப்பு எழுதிச் சோமுவிடமே கொடுத்து போலீஸ் ஸ்டேஷனுக்கு அனுப்பினார். பிறகு தம் ஆட்களையும் வெவ்வேறு இடங்களுக்கு ஆள் சேகரிக்க அனுப்பினார். தாமே தம் சைக்கிள் வண்டியில் ஏறிக்கொண்டு சோமுவைப் பின்தொடர்ந்து போலீஸ் ஸ்டேஷனுக்குப் போனார்.

மாஜிஸ்டிரேட் ஐயர் சொல்லியிருக்காவிட்டால் போலீஸ் ஸ்டேஷனில் நிச்சயமாகச் சோமுவை நம்பியிருக்க மாட்டார்கள். அவனும் கொள்ளைக் கூட்டத்தைச் சேர்ந்தவன் என்று தீர்மானித்து இரவு அவனை அடைத்துப் போட்டுவிட்டு மறுநாள் தான் சாவகாசமாக விசாரித்திருப்பார்கள். ஆனால் அன்றிரவு ரங்க ராவுடன் இரண்டு போலீஸ்காரர்களை அனுப் பியவர் மாஜிஸ்டிரேட் ஐயர் தாம், அவரும் அந்தப் பக்கத்து மனிதர்தாம் - ஆகவே பிச்சாண்டியின் கொள்ளைக் கூட்டத்தாரைப் பற்றிய செய்திகள் அவருக்கும் தெரியும். அவர்கள் சமீபத்தில் முகாம் போட்டிருந்தார்கள் என்கிற வதந்தி அவருக்கு எட்டியிருந்தது. தவிரவும் ரங்க ராவ் தம் வீட்டு கல்யாணத் திற்காகச் சேகரித்திருந்த ஏராளமான பொருள்களும், துணிமணிகளும், தங்க நகைகளும், வெள்ளிப் பாத்திரங்களும் குக்கிராமத் திலே கிடைக்கின்றன என்றால், கொள்ளைக் கூட்டத்தை வெற்றிலைப் பாக்கு வைத்து அழைக்கிற மாதிரிதானே!

முப்பது நாற்பது பேர் போலீஸ்காரர்கள் ஸ்டேஷனிலும் வேறு இடங்களிலும் ட்யூடியில் இருந்தவர்கள் - துப்பாக்கிகள் சகிதம் கிளம்பினார்கள். கும்பகோணம் குடியானவர் தெருக்களிலிருந்தும் பலர் கையில் தடிகளுடனும் அரிவாள்களுடனும் யுத்த சன்னத்தராகக் கிளம்பினார்கள். இன்ஸ்பெக்டரும் வந்தார். மாஜிஸ்டிரேட்டும் வந்தார் - இருவரும் சைக்கிளில் வந்தார்கள். சோமு தன் குதிரை மேலேயே திரும்பினான். போலீஸ்காரர்கள் ஓட்டமும் நடையுமாக அந்த நாலு மைல்களையும் வெகு துரிதமாகவே கடந்து விட்டார்கள்.

மாஜிஸ்டிரேட் ஐயரும், போலீஸ் இன்ஸ்பெக்டரும், சோமுவும் சாத்தனூர் எல்லையை அடைந்தவுடனே சற்று நின்று எப்படி என்ன செய்யலாம் என்று யோசித்தார்கள். சோமுதான் கொள்ளைக்காரர்களைப் பிடிப்பதற்கு சுலபமான யுக்தி சொன்னான். அதை நிறைவேற்றி வைக்கிற பொறுப்பும் அவனுடையதாயிற்று. சோமுவின் யுக்தியை விசாரித்து அறிந்து கொண்டு சரி' என்று மற்ற இருவரும் சம்மதிப்பதற்கும் போலீஸ் காரர்கள் வந்து சேருவதற்கும் சரியாக இருந்தது.

சாத்தனூர் சர்வமானிய அக்ரஹாரம் நிம்மதியாக இருந்தது. எவ்விதமான சந்தடியும் இல்லை. பிச்சாண்டியின் கொள்ளைக் கூட்டம் வழக்கமாகத் தடபுடலும் ஆர்ப்பாட்டங்களும் செய்த துண்டு என்று அறிந்திருந்த மாஜிஸ்டிரேட் சந்தேகப்பட்டார், சோமு சொன்னதெல்லாம் தவறாக இருக்குமோ என்று. சோமுவுக்கோவென்றால் அதற்குள் திருடர்கள் தங்கள் காரியத்தை முடித்துக் கொண்டு போய்விட்டார்களோ, அப்படிப் போயிருந்தால் போனதுதானே, என்ன செய்ய முடியும் என்று மனசு திக்கென்றது.

சந்தடி செய்யாமல் துப்பாக்கிகளைத் தயாராக வைத்துக் கொண்டு தெருக் கோடிகளில் நாலு நாலு சிப்பாய்களைக் காவல் இருக்கச் சொல்லி அனுப்பினார். ரங்க ராவ் வீட்டுக் கொல்லைப் புறத்திலும் வாசல் புறத்திலும் எட்டு எட்டுப் போலீஸ்காரர்கள் நின்றார்கள். மற்றவர்களை எல்லாம் பத்திரமாக நாலு பக்கங்களிலும் நிறுத்தி வைக்கச் சொல்லிவிட்டு சோமு மட்டும் தைரியமாகப் போய் ரங்க ராவ் வீட்டு வாசற் கதவை லேசாகத் தட்டினான். தட்டிவிட்டு தொட்டிப் பூட்டுத் துவாரத்தின் வழியாக உள்ளே நடப்பது ஏதாவது தெரிகிறதா என்று பார்த்தான். உள்ளே எண்ணெய்த் தீவர்த்திகளின் வெளிச்சம் சற்று மங்கலான சிவப்பாகத் தெரிந்தது. நிழலும் ஒளியும் மாறி மாறித் தென்பட்டன. கொள்ளைக்காரர்கள் போய்விடவில்லை - ஒருவர் தப்பாமல் மாட்டிக்கொண்டு விடுவார்கள் என்று சந்தோஷப்பட்டான் சோமு.

லேசாகத் தட்டியதற்கு பதில் ஏதும் இல்லாமல் போய் விடவே சோமு சற்றுப் பலமாகவே கதவைத் தட்டினான். ஆபத் தான காரியந்தான் - சடாரென்று கதவைத் திறந்து மண்டையில் ஒரு போடு போட்டால் கபாலமோட்சம் ஆகிவிடும். தொட்டிப் பூட்டுத் துவாரத்தின் வழியாகக் கொள்ளைக் கூட்டத்தைச் சேர்ந்தவன் ஒருவன் வெளியே நின்று கதவைத் தட்டுவது யார் என்று அனுமானிக்க முயன்றான் என்பதை அறிந்தான் சோமு. உடனே பூட்டுத் துவாரத்தண்டை வாயை வைத்துக் குசுகுசு வென்று மெல்லிய குரலில், “குதிரைக்காரச் சிதம்பரம் அனுப் பிச்சாரு! பிச்சாண்டிகிட்டே சொல்லு!” என்றான். கதவுக்கு அப்பால் நின்றவன் ஒன்றும் பதில் சொல்லாமல் உள்ளே போனான் என்பது தெரிந்தது. ஆனால் அடுத்த வினாடியே, யாரோ ஒருவன் அந்தக் கதவைத் திறந்தான் - பூராவும் திறக்காமல் சோமு உள்ளே வருவதற்கு மட்டும் இடைவெளி இருக்கும்படியாகக் கதவை ஒருக்களித்தான். சோமு உள்ளே வந்தவுடன் கதவை மீண்டும் சாத்தித் தாழிட்டு விட்டான்.

உள்ளே சோமு கண்ட காட்சி அவனைக் கதிகலங்க அடித்தது. சோனிபாயையும் கங்காவையும் காணவில்லை. ரங்க ராவைத் தூணோடு சேர்த்துக் கட்டியிருந்தார்கள். கூடம் பூராவும் வீட்டிலிருந்த சாமான்கள் எல்லாம் தாறுமாறாகச் சிதறிக் கிடந்தன. பல சாக்குகள் நிறைய சாமான்கள் போட்டுக் கட்டிக் கிடந்தன - எடுத்துப் போக தயாராகக் கட்டி வைத்திருந்தார்கள் என்று எண்ணினான் சோமு. ரங்க ராவினுடைய பணப்பெட்டி கூட கூடத்திலேதான் இருந்தது. அதற்குப் பக்கத்திலே பிடி மீசையும், குரூரம் ததும்பிய முகமும், சிவந்த கண்களுமாக உட்கார்ந்திருந்த வாட்டசாட்டமான மனிதன் தான்

பிச்சாண்டி என்பதிலே சோமுவுக்குச் சிறிதும் சந்தேகம் உண்டாகவில்லை. எடுத்துக் போகக்கூடிய சாமான்கள் வேறு என்ன என்ன இருந்தன என்று மூலை முடுக்குகளிலெல்லாம் தேடிக் கொண்டிருந்தார்கள் போலும் கொள்ளைக்காரர்கள். கூடத்திலே பத்துப் பன்னிரண்டு பேர்வழிகள் இருந்தால் ஜாஸ்தி. இருபது இருபத் தைந்து கொள்ளைக்காரர்கள் தாம் வந்திருந்தார்கள் என்பது நிச்சயமானவுடனே சோமுவுக்கு வெகு திருப்தியாக இருந்தது.

கதவைத் திறந்து சோமுவை உள்ளேவிட்ட ஆசாமி அவனைக் கொண்டுப்போய் பிச்சாண்டியின் முன் நிறுத்தினான். பிச்சாண்டி கண்களை விழித்து உருட்டிச் சோமுவைப் பார்த்து பயங்கரமான குரலில், "யாருடா பயலே! நீ யாரு? எப்படித் தைரியமா இங்கே வந்தே!" என்றான் மீசைமேல் கை போட்டபடி.

இதற்குள் அங்கிருந்தவர்களில் ஒருவன் சோமுவின் உதவிக்கு வந்தான்: "உங்களுக்குக்கூட உறவுன்னு சொல்லிக்கிட்டு மேட்டுத் தெருவுல கறுப்பன்னு ஒருத்தன் இருந்தான்லே, அவனுடைய மவனாம் இந்தப் பயல்...!" என்றான்.

யார் இப்படிச் சொன்னது என்று திரும்பிப் பார்த்தான் சோமு. குதிரை லாயத்தில் சிதம்பரத்துடன் பேசிக்கொண்டிருந்த ஆசாமி. சிதம்பரம் தன்னுடைய மச்சான் என்று சொன்ன அந்த ஆசாமி என்று கண்டவுடனே சோமுவுக்கு கொஞ்சம் தெம்பு வந்தது. தன் வார்த்தைகளை ஆமோதிக்க அங்கே ஓர் ஆள் இருந்தது பற்றி அவனுக்குப் பரம திருப்தி. "சிதம்பரந்தான் இப்ப என்னை அனுப்பிச்சு, நான் அவரோட லாயத்திலே படுத்துக்கிட்டிருந்தேன்... "

"அவனே வரத்துக் கென்னடா?" என்று குறுக்கிட்டான் பிச்சாண்டி.

சிதம்பரத்தின் மச்சான் மீண்டும் குறுக்கிட்டான். அவன் பிச்சாண்டிக்கு மிகவும் வேண்டியவன் போலும். இல்லா விட்டால் இப்படி அடிக்கடி துணிச்சலாகக் குறுக்கிடுவானா? "அவன் எப்படி வருவான்? இன்னிக்குப் பூராவும் ஓயாமே குடிச்சுப்பிட்டு நினைப்புத் தெரியாமே படுத்துக்கிடக்கான் அவன்" என்றான்.

சோமு அதைப் பிடித்துக்கொண்டான்: "ஆமாங்க, இன்னிக்கு பூரா அவருக்கு நினைப்பே இல்லீங்க. இப்பத்தான் ஏதோ நினைச்சிக்கிட்டாரு. 'சோமு'ன்னாரு. 'ஏன் அண்ணாத்தே!'ன்னேன். அவரு சொன்னாரு, பிச்சாண்டி இந்நேரம் வந்திருப்பான். அவன் கிட்டப்போய் நீ சொல்லு. ஐயா வூட்டுக்கு எதிரிலே இருக்கிற வூட்டையும் ஐயரு போன மாசந்தான் வாங்கிச்சு. வாங்கினப்பறம் ஒருநாள் நிச்சயமா

அவரு கூடத்திலே தென்கிழக்கு மூலையிலே ஏதோ பள்ளம் பறிச்சு எதையோ உள்ளே வச்சு மண்ணைப் போட்டு மூடினாரு. என்னன்னு நிச்சயமாகத் தெரியாது. பணம், காசு, வெள்ளி, தங்கம் இருக்கலாம். பிச்சாண்டியைப் பார்க்கச் சொல்லு. அந்த இடத்திலே ஏதாவது எனக்கு ஒரு பங்கு கேட்டேன்னு சொல்லு இன்னுச்சு. 'ஐயையோ! நான் போகமாட்டேன்! ஆப்புட்டுக் கிட்டா வாயைத் திறக்கறதுக்கு முன்னாடி அடிச்சுப்போட்டு டுவாங்க. நான் போகமாட்டேன் னேன். 'சிதம்பரம்னு பேரைச் சொல்லிக்கிட்டு போடா. ஒண்ணும் செய்ய மாட்டாங்கடான் னாரு சிதம்பரம். அப்புறம் மறுபடியும் குடிக்க ஆரம்பிச்சிடிச்சி. மறந்திட்டுப் பேசாதே இருந்திடுவாருன்னு சும்மாக் கிடந்தேன். ஆனால் அவர் சும்மா விடவில்லை! போடா சோமுப்பயலே! போடான்னு சொல்லிக்கிட்டே இருந்திச்சு. 'உனக்கும் எதினாச்சும் கிடைக்கும் டான்னாரு. வந்திட்டேன். உசிரைக் கையிலே பிடிச்சிக்கிட்டு" என்றான் சோமு.

கொள்ளைக்காரர்கள் எவ்வளவு பேர் இருப்பார்களோ, அவர்களைச் சேர்ந்தாற்போல் எதிர்க்க முடியுமோ என்னவோ என்கிற சந்தேகம், சோமு அழைத்து வந்த மாஜிஸ்டிரேட்டுக்கும், மற்றவர்களுக்கும். உயிருக்குத் துணிந்த கொள்ளைக்காரர்கள் போலீஸ்காரர்களின் துப்பாக்கிகளுக்கு அஞ்சமாட்டார்கள் என்பது நிச்சயம். அவர்கள் எவ்வளவு பேர்வழிகள்தாம் இருந்தாலும் இரண்டு கோஷ்டியாகப் பிரித்துவிட்டால் தீர்த்துக் கட்டி விடுவது சுலபமாக இருக்கும் என்றும் அதற்கானதைச் செய்யத் தான் தயாராக இருப்பதாகவும் சோமு சொன்னான். தன் யசமான் ரங்க ராவ் முந்தியவாரம் எதிர்ப்பக்கத்தில் ஒரு வீடு வாங்கியிருந்தது சோமுவுக்குத் தெரியும். சிதம்பரத்தின் பெயரை உபயோகித்துக்கொண்டு உள்ளே போய்விடலாம். உள்ளே போனபின் எதிரிலிருந்த வீட்டைப்பற்றிச் சொன்னால் கொள்ளைக்காரர்கள் நம்பாமலா இருந்துவிடப் போகிறார்கள் என்கிற நம்பிக்கை சோமுவுக்கு.

பிச்சாண்டி சந்தேகத்துடனேயே சோமுவைப் பார்த்தான். சின்னப் பயல்; நிஜம் சொல்லுகிறான் போலத்தான் இருந்தது; அதையும் சுலபமாகவே ஊர்ஜிதம் செய்துவிடலாம். ரங்க ராவினுடைய வாயிலே அடைத்திருந்த துணிப் பந்தை எடுத்து விடச் சொன்னான் பிச்சாண்டி. அவரை விசாரிக்கத் தொடங்கினான்.

சோமு தலையைக் குனிந்தபடியே உட்கார்ந்திருந்தான். தன் யசமானரை நிமிர்ந்து பார்க்கத் தைரியம் இல்லை அவனுக்கு. அவர் அந்தச் சமயம் அவனும் உண்மையிலேயே கொள்ளைக் கூட்டத்தாருடன் சேர்ந்துவிட்டான் என்றுதான் எண்ணியிருப்பார் என்று அவன்

நினைத்தான். நிமிர்ந்து அவரைப் பார்த்தானானால் சோமுவுக்குத் தாளாது. கையாலோ, கண்ணாலோ, முகபாவத்தாலோ ஏதாவது சைகை காட்டி விடுவான். அதைக் கொள்ளைக் கூட்டத்தார் யாராவது கவனித்து விடுவார்கள். அவ்வளவுதான். இருவருக்குமே ஆபத்து வந்துவிடும். போட்ட வேஷத்தைப் பரிபூரணமாக உணர்ந்து நடித்துவிடுவது என்று தீர்மானித்தவனாகச் சோமு குனிந்த தலை நிமிராமல் உட்கார்ந்திருந்தான்.

பிச்சாண்டி எதிர்வீட்டைப் பற்றிக் கேட்டதற்கு நேரடியாக எதுவும் பதில் சொல்லவில்லை ரங்க ராவ். "எதிர் வீட்டின் சாவி உன் கையிலிருக்கிற கொத்திலே இருக்கு, போய்ப் பாரு! இருந்தால் எடுத்துக்கோ!" என்றார். அவ்வளவுதான். மேலே எதுவும் சொல்ல அவர் மறுத்துவிட்டார். இதைச் சொன்னத்தில் அவர் குரலில் ஓர் அலட்சியம் தொனித்தது. இந்தக் குரல் சோமு வுக்குத் திருப்தி அளிப்பதாக இருந்தது. திருடர்கள் அநாவசியமாக அவரைத் தொல்லை கொடுத்து உபத்திரவித்திருந்தால் அவரால் அந்தக் குரலில் பேசியிருக்க முடியாது என்பது நிச்சயம்.

எதிர் வீடும் ராயருடையதுதான் என்பது ஏற்பட்டு விடவே சோமுவிடம் நம்பிக்கை வந்துவிட்டது பிச்சாண்டிக்கு. அவன் சொன்னத்தில் பாக்கியும் உண்மையாக இருப்பதில் என்ன தடை? புதிதாக இரண்டொரு தீப்பந்தங்களைக் கொளுத்தச் சொல்லி உத்தரவிட்டான். பிறகு தன் ஆட்களில் பதினைந்து பேரை அங்கே கூடத்தில் கொண்டு வந்து சேர்த்திருந்த சாமான்களை எல்லாம் எடுத்துத் தயாராகக் கட்டி வைத்துக் காவல் செய்யச் சொல்லிவிட்டு பன்னிரண்டு பதின்மூன்று பேர் பின் தொடரக் கதவைத் திறந்து கொண்டு வெளியே அக்ரஹாரத் துக்குள் போனான்.

சிதம்பரத்தின் 'மச்சான்' ஒருவன் தான் தைரியமாகப் பிச்சாண்டியை அணுகி, "வெளிச்சம் இல்லாமல் சத்தமும் செய்யாமல்..." என்று ஆரம்பித்தான்.

ஆனால் பிச்சாண்டி அவன் சொன்னதைக் காதில் வாங்காமல் 'கலகல' வென்று ஊரெல்லாம் எதிரொலிக்கும் படியாகச் சிரித்தான். அன்று ஏற்கனவே ஏராளமான பொருளும் வெற்றியும் கிடைத்துவிட்ட மிதப்புப் போலும் அவனுக்கு. "ஆமாண்டா! பாப்பாரத் தெருவிலே பிச்சாண்டியை எதிர்த்துக்கிட்டு வர யாருக்குடாலே துணிச்சல்? எல்லாம் உள்ளே போய்ப் பதுங்கிக்கிட்டிருப்பாங்கடா!" என்றான்.

அவன் கையிலே பளபளவென்று இரும்புப் பூண் போட்ட மூங்கில் தடி ஒன்று இருந்தது. கல்வீசக் கவண் ஒன்றும் இடுப்பிலே செருகியிருந்தான்.

அவன் கையிலிருந்த ஆயுதங்கள் இவைதாம். உட்கார்ந்திருந்த போது இருந்ததைவிட எழுந்து நின்ற போது பின்னும் அதிகப் பயங்கரமான தோற்றத்துடனே காட்சியளித்தான் அவன்.

தெருவிலே வந்தவுடன் இருட்டிலே ஓடி நழுவி விடுவது என்று உத்தேசம் சோமுப் பயலுக்கு. ஆனால் அந்த உத்தேசம் பலிக்கவில்லை. திடீரென்று என்ன சந்தேகம் தோன்றியதோ என்னவோ, சிதம்பரத்தின் மச்சான் சோமுவினுடைய வலது தோள் மேல் கையைப் போட்டுக்கொண்டே வந்தான்.

அவர்கள் வீட்டிலிருந்து வெளியேறித் தெருவில் கால் வைத்தபோது தெருவிலே யாரும் அவர்கள் கண்களில் தட்டுப் படவில்லை. போலீஸ் ஆட்கள் இருட்டிலே பதுங்கி ஒளிந்து கொண்டிருந்தார்கள் போலும். தீவர்த்திகளின் வெளிச்சம் தெருவில் ஒரு பகுதியிலேதான் விழுந்தது. அதற்கப்பால் இருந்த இருள் தீவர்த்திகளின் வெளிச்சத்தால் அதிகப்பட்டிருப்பது போலவே இருந்தது. தன் நண்பர்கள் அங்கேதான் இருந்தார்களா என்று அறிந்துகொள்ளச் சுற்று முற்றும் கூர்ந்து பார்த்த சோமுவுக்குக்கூட யாரும் கண்ணில் படவில்லை. ஏதோ உற்சவ காலத்தில் சுவாமி புறப்பட்டு வெளிவருவது போலக் கொள்ளைக் கூட்டத்தார் தீவர்த்திகளுடன் தெருவில் வந்தார்கள்.

தெருத்திண்ணைகளில் படுத்து உறங்கிக்கொண்டிருந்த சிலர்கூட முதல் சந்தடி கேட்டவுடனே எழுந்து சப்தம் செய் யாமல் உள்ளே போய்ப் படுத்திருப்பார்கள். கொள்ளைக் காரர்கள் நம் பக்கம் வராவிட்டால் சரிதான். ரங்க ராவ் ரொம்பவும் நல்லவர்தாம். அவருக்கு இந்தத் துரதிருஷ்டம் வேண்டாம். ஆனால் விதி - நாம் குறுக்கிடுவதால் விதிப்படி நடப்பதைத் தடுக்க முடியாது - நாமும் சிரமப்படும்படியானலும் ஆகிவிடலாம் என்று வேதாந்த பரமாகச் சிந்தித்துக்கொண்டே இழுத்துப் போர்த்திக்கொண்டு படுத்து உறங்கியிருப்பார்கள் - மூச்சுவிடவும் அஞ் சினவர்களாகப் படுத்துக் கிடப்பார்கள். ஏதாவது சப்தம் கேட்டால் உடையவர்களுக்கு உடனே திகில் - கொள்ளைக்காரர்கள் தங்கள் உடைமைகளை நாடி வந்து விட்டார்களோ என்று. பிச்சாண்டி சொன்னதும் சரிதான் - பாப்பாரத் தெருவிலே பிச்சாண்டியை எதிர்த்து தலை தூக்கத் தயாராக யார் இருந்தார்கள்?

உதவி செய்வதற்காக வந்திருந்தவர்கள் மேலே என்ன செய்வார்களோ, எப்படி நடந்துகொள்வார்களோ என்று திகிலாக இருந்தது சோமுவுக்கு. எந்த நிமிஷம் தன் உயிருக்கே ஆபத்து வந்துவிடுமோ என்று எண்ணிப் பயந்தான். சிதம்பரத்தின் மச்சான் கைப்பிடியிலிருந்து தன்னை விடுவித்துக்கொண்டு தைரியமாகவே பிச்சாண்டியின் பக்கத்திலேயே

நடந்தான் சோமு. ரங்க ராவின் சாவிக் கொத்திலிருந்து ஒரு சாவியைப் போட்டு எதிர் வீட்டு வாசற் கதவைத் திறந்தார்கள். மூன்று ஆட்கள் ஒரு தீவர்த்தியுடன் முதலில் வீட்டுக்குள் போனார்கள். அவர்கள் போய் இரண்டு நிமிஷங்களுக்கு பிறகுதான் பிச்சாண்டியும் உள்ளே செல்ல முயன்றான்.

வாசற்படியிலே அவன் கால் தடுக்கிற்று. நிமிர்ந்தான், மேல் படி அவன் தலையில் இடித்தது.

அதே வினாடியில் ஊரெல்லாம் ஒலிக்கும்படியாகக் குரல் கொடுத்தான் பிச்சாண்டி - பயங்கரமான ஓர குரல்; வார்த் தைகள் எதுவும் இல்லை - சந்கேதகமான ஒரு சப்தம்; அவ்வளவு தான்.

"உள்ளே ஏதோ ஆபத்திருக்கு!" என்று அவன் சொல்லி வாய் மூடுமுன் நடுத்தெருவிலிருந்து ஒரு குரல் கெக்கலி கொட்டிச் சிரித்து, ஆபத்து உள்ளே மாத்திரம் இல்லையப்பா, நாலு பக்கமும் இருக்கு!" என்றது. அந்தக் குரல் கும்பகோணத்து மாஜிஸ்டிரேட்டின் குரல் போல இருந்தது சோமுவுக்கு.

அதே வினாடி எங்கும் களேபரமாகிவிட்டது. பிச்சாண்டி யின் ஆட்களே அவனுக்குப் பின்னால் நின்றிருந்த படியால் அவனால் சுலபத்தில் தெருவை அடைந்துவிட முடியவில்லை. வாசற்படியும் ரேழியும் ரொம்பக் 'கீக்கிடம்' பிச்சாண்டியினால் கழி சுற்ற முடியாது.

எப்படியோ பிச்சாண்டியின் மனசில் தோன்றி விட்டது. இந்த இசைகேடான நிலைமைக்குத் தன் பக்கத்திலிருந்த சோமுப் பயல்தான் காரணம் என்று. பக்கவாட்டில் திரும்பி, வலது கையில் கழி இருந்ததால், இடது கையாலேயே பளார் என்று ஓர் அறை வைத்தான் சோமுவின் கன்னத்தில். காது பாடிற்று சோமுவுக்கு. அடுத்த அறை கன்னத்தில் விழுந்தது தெரியுமே தவிர அதை உணரவில்லை சோமு. அவன் சுருண்டு பிரக்ஞை இழந்து கீழே விழுந்துவிட்டான்.

இவ்வளவுதான் அன்றிரவு நடந்த சம்பவங்களைப் பற்றிச் சோமுவுக்குத் தெரியும். அதற்குப் பிறகு நடந்ததை அவன் பின்பு தான் விசாரித்து அறிந்து கொண்டான்.

14

பலா பலன்கள்

பிரக்ஞையற்றுக் கீழே விழப்போகிற சமயத்தில் சோமுவுக்கு 'வெற்றி பெற்றுவிட்டோம்' என்கிற திருப்தி ஏற்பட்டு விட்டது. அந்த வெற்றியின் சின்னமாகத்தான் மாஜிஸ்டிரேட்டினுடைய குரல். "ஆபத்து உள்ளே மட்டும் அல்ல; வெளியேயும், நாலு பக்கமும் சூழ்ந்திருக்கிறது" என்று பிச்சாண்டிக்கு அறிவித்தது.

கொள்ளைக் கூட்டத்தாரில் அன்று சர்வமானிய அக்ர ஹாரத்துக்கு வந்திருந்தவர்கள் இருபத்தொன்பது பேரும் ஒருவர் பாக்கியில்லாமல் சிக்கிக்கொண்டு விட்டார்கள்; பிச்சாண்டியும் உள்படத்தான். போலீஸ்காரர்களிலே மூவருக்குப் பலத்த காயம். போலீஸ்காரர்களுக்கு உதவி செய்ய முன்வந்திருந்த குடியான வர்களில் ஏழெட்டுப் பேருக்கு லேசான காயம். அது தவிர வேறு எவ்வித நஷ்டமும் ஏற்படவில்லை. சில சாமான்கள், முக்கியமாக வெள்ளிப் பாத்திரங்களும், பித்தளைப் பாத்திரங்களும், சாக்கிலே போட்டுக் கட்டப்பட்டதாலும் கீழே விழுந்து நசுங்கியதாலும் புது மெருகை இழந்திருந்தன; அவ்வளவுதான்.

சோமுவுக்கு விழுந்த அடி உண்மையிலே பலமான அடிதான். தான் இசைகேடாக மாட்டிக்கொண்டதன் காரணம் முழுவதையும் அறியாவிட்டாலும் தன் தோல்வியில் முக்கிய மாகப் பங்கெடுத்துக்கொண்டவன் சோமுதான் என்பதை ஊகித் தறிந்தவன் போலப் பிச்சாண்டி பையன் பிரக்ஞை இழந்து கீழே விழுந்த பிறகு கூட அவனை உதைத்து

அடித்திருக்கிறான். சோமு அவ்வளவு அடிகளையும் உதைகளையும் தின்றும் உயிர் வைத் திருந்ததே பெரிசு என்றுதான் சொல்லவேண்டும். மறு நாள் ரங்க ராவ் கும்பகோணத்திலிருந்து இங்கிலீஷ்' டாக்டரை வர வழைத்துக் காட்டினார். "சரியாகப் பார்த்துக்கொண்டால் பையன் பிழைத்துக்கொள்வான்" என்றார் டாக்டர். சோமுவின் உடம்பிலே அநேகமாக எல்லா இடங்களிலுமே மருந்து போட்டுக் கட்டிவிட்டுப் போனார். தினம் காலையிலும் மாலையிலும் வண்டி அனுப்பி டாக்டரை வரவழைத்து மருந்து போட்டுக் கட்டச் சொல்லி ஏற்பாடு செய்தார் ரங்க ராவ்.

இவ்வளவும் ஆனபிறகு சோமுவுக்குச் செய்யவேண்டியதை எல்லாம் செய்யாமல் விட்டுவிடுவார்களா? கங்காவும் சோனிபாயும் போட்டி போட்டுக்கொண்டு தங்கள் வீட்டுப் பிள்ளையே போல், அவனைப் பார்த்துக்கொண்டார்கள்.

உடம்பு தேறிச் சோமு நடமாட ஒரு வாரம் பிடிக்கும் போலத்தான் இருந்தது. ஆனால் இடையில் கல்யாண முகூர்த்தம் நெருங்கிக்கொண்டிருந்தது. என்ன செய்வது என்றறியாமல் தவியாகத் தவித்தார் ரங்க ராவ். தன் உயிரையும் கொடுத்து கொள்ளைக்காரர்களால் தங்களுக்கு ஏற்பட இருந்த நஷ்டத்தையும் அவமானத்தையும் போக்கிக் காப்பாற்றிய சிறுவன் உயிருக்குத் தவித்துப் படுக்கையோடு படுக்கையாகக் கிடக்கையில் கல்யாண மகோத்ஸவத்திலே தம் மனசு செல்வது மிகவும் கஷ்டமாக இருக்கும் என்று அவர் எண்ணினார். இரண்டு நாட்கள் கழித்து வந்த சாம்பமூர்த்தி ராயரும் அவர் தாயாரும் விஷயம் பூராவையும் கேள்விப்பட்டபின் ரங்க ராவ் எண்ணியது சரிதான் என்று அபிப்பிராயப்பட்டார்கள். சோனிபாய்க்கும் கங்காவுக்கும் அவர்களும் இதே அபிப்பிராயம் சொல்லியது வெகு திருப்தியாக இருந்தது. அடுத்த வாரத்திலே வேறு ஒரு முகூர்த்தம், உகந்ததாக இருந்தது. அந்த முகூர்த்தத்திலே கல்யாணத்தை நடத்தலாம்; அதற்குள் சோமுவும் எழுந்து நடமாடத் தொடங்கிவிடுவான் என்று எல்லோரும் ஏகமனதாகத் தீர்மானித்தார்கள். அப்படியே ஏற்பாடும் செய்தார்கள். கல்யாணத்துக்காக ஏற்பாடாகியிருந்த சாமான்களில் சில வீணாகத்தான் போயின - ஆனால் சொல்பந்தான். அதற்காகக் கவலைப்பட்டுக் கட்டுமா? போனால் போகிறது.

அவர்கள் எல்லோரும் எதிர்பார்த்ததைவிட அதி சீக்கிரமே சோமு குணமடைந்துவிட்டான். ரங்க ராவும் அவர் வீட்டாரும் தன்னைக் குணப்படுத்துவதற்காகப்பட்டிருந்த கஷ்டங்களையும், தனக்காகக்

கல்யாணமே ஒத்திவைக்கப்பட்டிருந்தது என்பதையும் அறிந்து அவன் கண்ணீர் பெருக்கினான்.

சாத்தனூர் பூராவிலுமே, ஏன் கும்பகோணத்திலும் கூடப் பல நாட்கள் இதேதான் பேச்சாக இருந்தது. பதினொரு வயசு நிரம்பாத ஒரு சிறு பையன், பிச்சாண்டியை - தன் பெயரைக் கேட்டு நாலு ஜில்லாக்கள் நடுங்கும்படி செய்திருந்த கொள்ளைக் கூட்டத் தலைவன் பிச்சாண்டியை - எதிர்த்துத் தப்பி ஓடி, உதவி அழைத்து வந்து, யுத்தி செய்து, பிடித்துக் கொடுத்து விட்டான் என்பதே பேச்சாக இருந்தது. அந்தப் பையன் பெரியவனானபின் என்ன என்ன செய்வானோ என்று ஆச்சரியப்பட்டார்கள் ஜனங்கள்.

திருடர்கள் வந்து பிடிப்பட்டதற்கு மறுநாள் காலையில் தான் வள்ளியம்மைக்கு விஷயம் தெரியும். பிள்ளை அடிப்பட்டு கிடப்பதைக் கண்டு அவள் பதைத்துப் போனாள். பிழைப் பானோ மாட்டானோ என் ஒரே மகன்' என்று அடிவயிற்றில் நெருப்பைக் கட்டிக்கொண்டு செய்ய வேண்டியதைச் செய்ய முற்பட்டாள்.

“உங்களுக்குச் சிரமம் எதுக்குங்க? அதுவும் கல்யாண சமயத்திலே... என் வூட்டுக்குத் தூக்கிட்டுப் போறேனுங்க...” என்றாள் வள்ளியம்மை ரங்க ராவிடம்.

ரங்க ராவ் நடந்ததை எல்லாம் விஸ்தாரமாக அவளிடம் சொன்னார். தாமும் தம் பெண்டாட்டியும் பெண்ணும் அவனுக்கு எவ்வளவு கடமைப்பட்டிருந்தார்கள் என்றும் சொன்னார்.

வள்ளியம்மைக்குப் பயம் ஒரு புறம் இருக்கப் பெருமையும் ஒரு புறம் பியத்துக் கொண்டு போயிற்று. ஊரிலே கறுப்ப முதலி செய்திருந்த பாபங்களுக்கெல்லாம் தன் மகன் இந்த ஒரே காரியத்தால் பிராயசித்தம் செய்து விட்டான் என்கிற எண்ணம் உண்டாயிற்று வள்ளியம்மைக்கு. இனிமேல் தங்களைப் பற்றி ஊரார் இளப்பமாகப் பேசமாட்டார்கள் என்று எண்ணி ஆனந்தித்தாள். அவள் கண்கள் நிறைந்தன! “சின்னப்பய சாமி, என் பிள்ளை! ஒண்ணும் அறியாப் பயல்?” என்றாள்.

“இனிமேல் என் பிள்ளை மாதிரி அவன்!” என்றார் ரங்க ராவ்.

அப்பொழுதுதான் கிணற்றடியில் ஸ்நானம் செய்து விட்டு ஈரப்புடவையுடன் கூடத்துக்கு வந்த சோனிபாய், ‘சூத்திர ஸ்திரீயைத் தீண்டிவிட்டால் மீண்டும் ஸ்நானம் செய்ய வேண்டும் என்பதைக்கூட மறந்துவிட்டு, வள்ளியம்மையைக் கட்டிக்கொண்டு ஹோ வென்று அலறத் தொடங்கிவிட்டாள்.

சோமுவுக்கும் வள்ளியம்மைக்கும் தங்களால் ஆனது எது வேண்டுமானாலும் செய்யத் தாம் தயாராக இருப்பதாகச் சொன்னார் ரங்க ராவ்.

கண்ணீரைத் துடைத்துக் கொண்டு வள்ளியம்மை, “உங்க புண்ணியத்திலே உங்க நிழலிலே வளர்ந்து பெரியவன் ஆனால் என் பிள்ளை புழைச்சுக்குவான்” என்றாள்.

‘செய்ய வேண்டிய எல்லாவற்றையும் அவர்கள் நன்கு கவனித்துக் கொள்வார்கள். அப்பொழுதோ, பின்னரோ தான் செய்ய வேண்டியது இனி ஒன்றும் கிடையாது என்று நிம்மதி பிறந்தது வள்ளியம்மைக்கு. கறுப்பன் போன நாள் முதலாக அன்று வரையில் அவள் பட்டிருந்த அவஸ்தை எல்லாம் இந்த நிம்மதியை வேண்டித்தானே? அவளுடைய வாழ்க்கை லட்சியம் நிறைவேறி விட்டது.

சோமுவுக்கு உடம்பு தேறி மற்ற விஷயங்களைப் பற்றி ஞாபகம் வர ஆரம்பித்தவுடனே முதல் விஷயமாக அவன் குதிரைக்காரச் சிதம்பரத்தைப் பற்றித்தான் விசாரித்தான். கொள்ளைக்காரர்கள் பிடிபட்டதற்கு மறுநாள் முதலே சிதம்பரத்தைக் காணவில்லை என்றும், பயந்து எங்கேயோ ஓடி விட்டான் என்றும் தெரிவித்தார் ரங்க ராவ். கொள்ளைக் கூட்டத் துக்கு உளவாளியாக இருந்தது உண்மையே என்றாலும், அவன் இல்லாவிட்டால் தான் குதிரை சவாரி செய்யக் கற்றுக் கொண்டிருக்க முடியாது என்றும், குதிரை சவாரி செய்யக் கற்றுக் கொண்டிராவிட்டால் அவ்வளவு சீக்கிரம் கும்பகோணம் போய் உதவி அழைத்து வந்திருக்க முடியாது என்றும் அப்படிச் சீக்கிரம் வராமல் போயிருந்தால் என்ன ஆயிருக்குமோ என்றும் பீடிகை போட்டான் சோமு.

“இன்னும் அரை நாழிகை கழித்து வந்திருந்தாயானால் என்ன ஆயிருக்கும் தெரியுமா? எல்லாம் போயிருக்கும்! சுரண்ட வேண்டியதை எல்லாம் சுரண்டிக்கொண்டு போயிருப்பான் பிச்சாண்டி” என்றார் ரங்க ராவ்.

சோமு, “எனக்காக அந்தச் சிதம்பரத்தை விட்டு விடுங்கோ - ஒண்ணும் பண்ணவேண்டாம். எங்கேயாவது அவன் தொலை யட்டும் - அவனாகப் படு குழியிலே விழுந்து பாழாகட்டும்!” என்றான்.

“அவனைப் பற்றி நான் இதுவரையில் போலீஸ்காரர்களிடம் பிரஸ்தாபிக்கவே இல்லை. எப்படியாவது தொலையட்டும் என்றுதான் விட்டுவிட்டேன்” என்றார் ரங்க ராவ்.

ஒரு வினாடி யோசித்துவிட்டு ரங்க ராவ் மேலும் சொன்னார்: "இது என்ன அல்ப விஷயம். உனக்கு எது வேணு மானாலும் கேள் - செய்கிறேன்" என்று.

சோமுப் பயலுக்கு உள்ளூற எவ்வளவோ ஆசைகள் குமுறிக் கொண்டிருந்தன. ஆனால் இது வேண்டும் என்று கேட்கலாமா, அது வேண்டும் என்று கேட்கலாமா, என்று அவன் தயங்கவில்லை. இந்தக் கேள்வி கேட்டால் இதுதான் பதில் சொல்வது என்று தீர்மானித்து வைத்திருந்தவன் போல - முன் ஒரு தரம் சற்றும் தயங்காமல் சாயவேட்டி' என்று இதே கேள்விக்குப் பதில் சொன்னதுபோல - இப்பொழுதும் பதில் அளித்தான்.

"எனக்கு எழுதப் படிக்கச் சொல்லிதரச் சொன்னீங் கன்னா..." என்றான் சோமு.

இந்த மாதிரியான பதிலை எதிர்பார்க்கவில்லை ரங்க ராவ். 'சாத்தனூர் மேட்டுத் தெருவிலே கறுப்பன், கறுப்பன் என்று ஊரெல்லாம் கரித்த ஒரு போக்கிரிக்கும், வள்ளியம்மையா, காளியம்மையா என்று ஊரெல்லாம் பயந்து ஒதுங்கிய ஒரு சிறுக்கிக்கும் பிறந்த இந்தப் பயலுக்குத்தான் மனசிலே என்ன என்ன ஆசைகளடா ஒளிந்து கிடக்கின்றன' என்று ஆச்சரியப் பட்டார் அவர். எழுதப்படிக்கவன்றோ 'ஆசைப்பட்டான் அவன்! ஆகா! மனித உள்ளத்தின் தரங்கள், தன்மைகள் எத்தன்மையன என்று யார்தாம் முடிவுகண்டு சொல்லிவிட முடியும்? இந்தப் பயல் எழுதப் படிக்கக் கற்றுக்கொள்ள ஆசைப்படுகிறானே!'

தன்னையும் மீறியே ரங்க ராவ், "பலே" என்றார். பிறகு மீண்டும், "கங்காவின் கல்யாணமெல்லாம் ஆன பிறகு நல்ல நாள் பார்த்துச் சுப்பிரமணிய ஐயரை விட்டு உனக்கு எழுதப் படிக்க சொல்லித்தரச் சொல்லுகிறேன்" என்றார்.

சற்றுப் பணிவாக தயக்கத்துடன் சோமு, "இன்னொன்று கூட..." என்று ஆரம்பித்தான்.

"நீ எது கேட்டாலும் நடக்கும். தைரியமாகச் சொல்லுடா?" என்றார் ரங்க ராவ்.

மேட்டுத்தெரு கறுப்பமுதலியின் மகனாகப் பிறந்து விட்டவனுக்கா துணிச்சலில்லாது போய்விடும்! சோமு, "நம்ப கங்கா அம்மா கல்யாணத்திலே மாப்பிள்ளை அழைக்கறபோது குதிரை மேலே வச்சுத்தானே அழைச்சு வருவாங்களாம்! நான் கும்பகோணத்துக்குச் சவாரி செய்துவந்த அந்த வெள்ளைக் குதிரை மேலே மாப்பிள்ளை

அழைக்கணும். மாப்பிள்ளையோட அந்தக் குதிரையை நான் கடிவாளம் பிடிச்சு அழைச்சு வரணும்!” என்றான்.

சோமுவினுடைய கடைசி வார்த்தைகளைக் கேட்டுக் கொண்டே வந்த கங்கா, மாப்பிள்ளையைப் பற்றி பேச்சு ஏதோ நடந்து கொண்டிருப்பதை அறிந்ததும் திரும்பிவிட முயன்றாள், வெட்கப்பட்டுக்கொண்டு. ஆனால் ரங்க ராவ் அவளைக் கூப் பிட்டுச் சிரித்துக் கொண்டே, “பார்த்தியா கங்கா! நம்ப சோமுப் பயல் ஆசையைப் பார்த்தியா!” என்று சோமுவின் விருப்பத்தை அவளிடம் சொன்னார்.

கங்கா தலை குனிந்தபடியே பதில் எதுவும் சொல்லாமல் நின்றாள்.

ரங்க ராவ் சோமுவிடம், “சோமு, உன் இஷ்டப்படியே ஆகட்டுமடா! சீக்கிரம் நீ எழுந்து நடமாட ஆரம்பித்துவிடு” என்றார்.

கொள்ளைக்காரர்கள் பிடிபட்டதற்கு ஆறாம் நாள் சோமு நொண்டிக்கொண்டே நடமாட ஆரம்பித்தான். எழுந்தவுடன் முதல் காரியமாக அவன் குதிரை லாயத்துப் பக்கந்தான் போனான். தன்னை அன்றிரவு சுமந்து சென்ற குதிரையின் கழுத்தைக் கட்டிக்கொண்டு வெகு நேரம் சிந்தனையில் ஆழ்ந்தவனாக நின்றான்.

15

கல்யாண விமரிசை

எவ்வளவோ விமரிசையான கல்யாணங்கள் பல நடந்த காலம் அது. விமரிசையான கல்யாணங்களுக்குப் பெயர்போன காலம் அது. நாட்டிலே சுபிட்சம் இருந்தது. பணக்காரர்களோ அரசியல் வாதிகளோ ஏழைகளின் கஷ்டங்களை எண்ணிக் கண்ணீர்விட ஆரம்பிக்காத காலம் அது என்று சொல்லலாமா? ஒருவன் கையில் பணமும் இருந்து, இப்படி செய்ய வேண்டும் என்கிற ஆசையும் இருந்தால் - எவ்வளவு விமரிசையாக வேண்டுமானாலும் கல்யாணம் செய்யலாம் - கொண்டாடலாம். இல்லாதவர்களும் கல்யாண வீட்டுக்காரர்களுடன் சேர்ந்துகொண்டு கொண்டாடுவார்கள் - குதூகலிப்பார்கள்; குறை கூற மாட்டார்கள். வேலையும் பணமும் அற்றவர்கள் தினசரிப் பத்திரிகைகளுக்கு, இப்படிப் பணத்தை வீண்விரயம் செய்து கல்யாணம் செய்யலாமா?' என்று விவாதங்கள் கிளப்பிக் கடிதங்கள் எழுத மாட்டார்கள். வயிற்றுவலிக்காரர்களும், ஏழைக் குறும்புக்காரர்களும், பத்திரிகைகளில் நம்பிக்கை வைப்பவர்களும், சோஷியலிஸ்டுகளும் தோன்றாத காலம் அது! மக்களுக்கு அறிவூட்டி அவர்களை முன்னுக்குக் கொண்டுவருவதே கருமமும் சிரத்தையும் கண்ணுங் கருத்துமாகக் கொண்ட சமூகச் சீர்திருத்தக்காரர்களும், பத்திரிகைகளும் இல்லாத காலம் அது!

ஆகவே சாத்தனூரிலும் சுற்றுப்புறத்திலும் உள்ள ஜனங்கள் எல்லோரும் கங்காபாய் - சாம்பமூர்த்தி ராயர்

கல்யாண விமரிசையைப்பற்றிப் பேசிப்பேசிப் பெருமைப்பட்டுக் கொண்டிருந்தார்கள். 'அனாவசியமாகப் பேசுகிறோம். சமுதாய நலத்துக்கு எதிர் செய்கிறோம். 'என்று அறியாமலே அப்பாவி களான அவர்கள் அந்தக் கல்யாண விமரிசையைப் பாராட்டிப் பேசிக்கொண்டிருந்தார்கள். சிதம்பரத்திலிருந்து தஞ்சாவூர், திருவையாறு, திருச்சிராப்பள்ளி வரையில் ஒரு தலைமுறையில் எங்கே கல்யாணம் என்கிற பேச்சு வந்தாலும் யாராவது ஒரு கிழவர், நேரில் போய்ப் பார்த்தவர் சொல்லுவார்; “கல்யாணம் என்றால் எல்லாம் கல்யாணமாகிவிடுமா? ஸார். சாத்தனூர் ரங்க ராவ் ஆத்துக் கல்யாணம் மாதிரி முன்னேயும் இருந்திராது; பின்னேயும் இருந்ததில்லை; இனிமேலும் இருக்கப் போவதில்லை” என்று. இந்த வாக்கியம் இல்லாமல் கல்யாணங்களைப் பற்றிய பேச்சுப் பூர்த்தியாவதே அபூர்வம். முன் காலத்தி லெல்லாம் ராஜாக்கள் வீட்டுக் கல்யாணங்கள் எவ்வளவு விமரிசையாக நடக்கும், அவ்வளவு விமரிசையாக நடந்தது கங்கா பாய்க்கும் சாம்பமூர்த்தி ராயருக்கும் கல்யாணம்.

சாதாரணமாகக் கல்யாணம் என்றால் நாலு நாட்கள் என்றுதான் பெயர். ஆனால் ரங்க ராவ் வீட்டுக் கல்யாணத்திற்கு வந்த விருந்தாளிகள் பத்துப் பதினைந்து நாட்கள் விருந்தாளி களாகத் தங்கி அமர்க்களம் பண்ணினார்கள். உறவினர்கள் மட்டுமல்ல; வெகு தூரத்துக்கு அப்பாலிருந்த நண்பர்கள், பெரிய பெரிய உத்தியோகஸ்தர்கள் எல்லாம் லீவு வாங்கிக்கொண்டு வந்து இன்னும் லீவுக்கு எழுதிப்போட்டுவிட்டுத் தங்கி விட்டார்கள். ரங்க ராவினுடைய விருந்தாளிகளாக.

நான்கு நாட்கள் சாத்தனூர்க் கிராமம் பூராவுமே ரங்கராவ் வீட்டிலேதான் விருந்துண்டது. கும்பகோணத்திலிருந்து கால் வாசிப் பேர் சாத்தனூருக்கு வந்துவிட்டார்கள். அக்ரஹாரத் திலே நாலு வீடுகளில் சமையல் சாப்பாட்டுக்கு ஏற்பாடு செய்திருந்தது போதாமல் கீழ வீதியிலே இருந்த சாத்திரங்களிலும் கல்யாண விருந்து நடந்தது. ஏழைகள், எளியவர்கள், பந்துமித் திரர்கள், பிராம்மணர்கள், பிராம்மணர் அல்லாதவர், பள்ளுப் பறை பதினெட்டுச் சாதிக்குமே தனித் தனிப் பந்தியாக விருந் தளிக்கப்பட்டது. அந்தக் கல்யாண விருந்து நடந்த நாலு தினங்களில் மட்டும் ஒரு லட்சம் இலைகளுக்கு மேல் விழுந்திருக்கும் என்று சொல்வது மிகையாகாது. வாழைத்தோட்டங்கள் மலிந்த சாத்தனூரிலும் சுற்றுப்புறத்திலும் உள்ள வாழைமரங்கள் எல்லாம் மொட்டையாகி விட்டன என்று ஒரு கிழவர் விவரித்தது பொய்யல்ல என்றுதான் சொல்லவேண்டும்.

“ஆஹா! ஆஹா! என்ன சாப்பாடு?” என்பார் ஒரு கிழவர், ஞாபக இன்பத்திலே முகம் மலர. “மாயவரத்திலே, சமையல் காரர்களுக்குப்

பெயர்போன மாயவரத்திலே, அதே முகூர்த்தத்தில் நடக்கவிருந்த பல கல்யாணங்களுக்குச் சமைப்பதற்கு ஆளே அகப்படாமல் போய்விட்டது. எல்லாச் சமையல்காரர்களும் சாத்தனூர்க் கல்யாணத்துக்குப் போய்விட்டார்கள்!” என்றார் ஒரு கிழவர்.

“மேளக் கச்சேரிகள் - பாட்டுக் கச்சேரிகள் - இரண்டு சதிர்க் கச்சேரிகள் - ஆஹா! பிரும்மானந்தம்!” என்பார் இன்னொரு கிழவர்.

“மாப்பிள்ளை அழைக்கும்போதும் நாலாம் நாள் ஊர்வலத்தின் போதும் வாணவேடிக்கைகளுக்கு ஏற்பாடாகியிருந்தது. மடாதிபதிகள் பட்டம் ஏறும் போதும், கோயில் உற்ஸவ காலங்களிலுங்கூடத் தனக்கு இவ்வளவு பணம் சேர்ந்தாற் போலக் கிடைத்ததில்லை என்று ஒரு வாணக்காரன் என்னிடம் நேரில் சொன்னான்” என்பார் ஒரு கிழவர். “அவன் ஒருத்தன் தானா? அவனைப்போல நாலு வாணக்காரர்கள் பணம் வாங்கிப் போனார்கள்” என்பார் இன்னொரு கிழவர், நேரில் கண்ட மாதிரி.

கல்யாணத்திற்குச் சந்தனமும் வாசனை திரவியமும் கொடுப்பதாக அச்சாரம் வாங்கிய சாயபு, அந்தப் பணத்தை முதலாகப் போட்டு ஒரு பெரிய கடை வைத்துவிட்டான் என்றார்கள்.

புஷ்பம்... ஏன் எல்லாவற்றையும் பற்றியும் இப்படித்தான் சொல்லிக்கொண்டார்கள்.

மற்றதெல்லாம் எப்படியானாலும் ரங்க ராவினுடைய ஆஸ்திகளில் கால்வாசிக்கு மேல் இந்தக் கல்யாண விமரிசை களால் கரைந்துவிட்டது என்னவோ உண்மையே! கொள்ளைக் காரர்களிடமிருந்து தம் பொருளைக் காப்பாற்றிவிட்ட உற்சாகத் திலே கையைத் தாராளமாக உதறி, முன்னால் போட்டிருந்த திட்டத்தைவிட அதிகமாகவே செலவு செய்தார். ரொக்கமாகக் கையில் இல்லாததற்கு ஈடு சொல்ல அவருக்குக் கடன் கொடுக்க ‘நான் நீ என்று எவ்வளவோ பேர் காத்திருந்தார்கள். காத்திருந்த வர்களில் யாரையும் ரங்க ராவ் ஏமாற்றிவிடவில்லை. தாராள மாகவே கடன் வாங்கினார், வாங்கினது பூராவையும் செலவும் செய்து விட்டார்.

தஞ்சை ஜில்லா பூராவும் பிச்சாண்டியினுடைய பெயரைக் கேட்டே நடுங்கிக்கொண்டிருந்த சமயத்திலே அந்தப் பிச்சாண்டி யின் புகழ் ஓய்ந்து அவனும் சிறையில் அடைபடுவதற்குக் காரணமாக இருந்த கல்யாணம் அது. முடிசூடா மன்னன் என்று எண்ணி யாருக்கும் அடங்காது திரிந்து அட்டகாசம் செய்து கொண்டிருந்த அந்தப் பிச்சாண்டி கைதாவதற்கு மூல காரணமாக இருந்தவன் பதினொரு

வயசு நிரம்பாத ஒரு சிறுவன் என்றறிந்து ஆச்சரியப்படாமல் இருக்க முடியுமா? அந்தப் பையன் பிச்சாண்டிக்குக்கூட ஏதோ ஒரு வழியில் உறவு என்று சொல்லிக்கொண்டார்கள்.

விஷயம் கேள்விப்பட்டவர்கள் எல்லோரும் அந்தப் பையனைப் பார்ப்பதற்கென்று சாத்தனூர் வந்தார்கள். பையன் பார்ப்பதற்கும் துடியாத்தான் இருந்தான்.

இண்டு இடுக்கு இல்லாமல் ஜரிகை வேலை செய்த சிவப்பு வெல்வெட்டுக் குல்லாயும், சிவப்பு வெல்வெட்டுச் சட்டையும், சிவப்பு வெல்வெட்டுச் சராயும், சிவப்பு வெல்வெட்டு ஜோடுகளும் போட்டுக் கொண்டு மாப்பிள்ளை அழைக்கும் போது குதிரையின் லகானைப் பிடித்துக்கொண்டு வந்தவன்தான் அந்தப் பையன்! சோமு என்று பெயர் அவனுக்கு.

இவ்வளவு விமரிசைகளும் தன்னால் தான் என்று ஓரோர் சமயம் எண்ணினான் சோமு - தனக்காகத்தான் என்று ஓரோர் சமயம் எண்ணினான் - அப்படி நினைப்பது தவறு என்று எண்ணினான் ஓரோர் சமயம்.

வள்ளியம்மை எதுவும் எண்ணவில்லை; அவள் ஆனந்தத்தில் அழுந்திக் கிடந்தாள்!

இடைவேளை

முப்பது வருஷங்கள்

1

முப்பது வருஷங்கள்!

முப்பது வருஷங்கள் என்றால் சற்றேறக்குறைய பதினாயிரம் நாட்கள்! பதினாயிரம் நாட்களில் ஆறு லட்சம் நாழிகைகள் அடங்கியுள்ளன. ஆறு லட்சம் நாழிகைகளில் அறுபது கோடி வினாடிகள்.

ஒரு மனிதனுடைய வாழ்க்கையிலே ஒவ்வொரு வினாடியுமே முக்கியமானதுதான் - அற்புதமானதுதான் - முடிவுற்றதுதான்!

இந்த அறுபதுகோடி வினாடிகளின் சரித்திரத்தை அப்படியே எழுதுவதென்பது நடக்காத காரியம் - முடியாத காரியம்!

இந்தியனுடைய சராசரி வயசு முப்பதுக்குள்தான் என்று கணக்கெடுத்திருக்கிறார்கள். மனிதர்களிலே அல்பாயுசாக மாண்டு விடுகிறவர்கள் எவ்வளவோ பேர். பூர்ண ஆயுசுடன் வாழுகிறவர்களுக்குக்கூட முப்பது வருஷங்கள் என்றால் பெரிய விஷயம் என்றுதான் சொல்லத் தோன்றுகிறது.

ஆனால் உலக சரித்திரத்திலே எடுத்துக் கொண்டால் முப்பது வருஷங்கள் என்பதை மிகவும் சொல்ப காலம் என்று தான் சொல்ல வேண்டும்.

உலகமும், உலகிலே மனிதனும் உற்பத்தியாகி எவ்வளவோ வருஷங்கள் ஆகிவிட்டன. எவ்வளவு வருஷங்கள் ஆயின என்று திட்டமாகச் சொல்ல முடியாது. ஹிந்துக்கள் ஒன்று

சொல் வார்கள், கிறிஸ்தவர்கள் ஒன்று சொல்வார்கள். அடையார் தியாஸபிக்காரர்கள் ஒன்று சொல்வார்கள். ஆனால் மனித உள்ளம் சமையத் தொடங்கி - அது ஆதியில் மனித உடலிலோ, புழுவின் உடலிலோ, மிருகத்தின் உடலிலோ, தேவ உடலிலோசமையத் தொடங்கி கல்ப கோடிகள் பல ஆகிவிட்டன.

கல்ப கோடி வருஷங்களை எண்ணிப்பார்க்கும் போது முப்பது வருஷங்கள் மிகவும் அல்பமானவைதாம்.

ஆனால், "நான் பிறந்த அதே வினாடியில் பிறந்தது தான் இவ்வுலகமும்" என்று சொல்கிறவன்தான் மனிதன். அப்படிப் பட்டவனுக்கு முப்பது வருஷங்கள் மிகவும் முக்கியமான கால மாகத் தோன்றுவதில் ஆச்சரியமே இல்லை.

2

நாளுக்கு நாள், நாழிகைக்கு நாழிகை, வினாடிக்கு வினாடி, உலகம் மாறிக்கொண்டுதான் இருக்கிறது.

நூற்றுக்கணக்கான வருஷங்கள் நிலைத்து நின்ற ஒரு சாம்ராஜ்யம் முப்பது வருஷங்களில், முப்பதே நாட்களில் அழிந்து விடலாம்.

ஒவ்வோர் இரவும் வானத்திலிருந்து எவ்வளவோ நட்சத் திரங்கள் உதிருகின்றன. அவற்றில் ஒன்று வந்து மோதினால் போதும் - ஒரே வினாடியில் உலகமே அஸ்தமித்துவிடும்.

சாதாரண ஜனங்கள் வினாடிக்குப் பத்துப் பேர் இறந்து கொண்டிருக்கிறார்கள் - பத்துப் பேரோ பதினொரு பேரோ பிறந்துகொண்டிருக்கிறார்கள்.

இயற்கை தேவி கோபித்துக்கொண்டால் - கடல் பொங்கினால், பூகம்பம் வந்தால், வானம் குமுறினால், எரிமலை கக்கினால் ஒரு வினாடியிலே நகரங்கள் அழிந்து விடுகின்றன - நாகரிகங்கள் புதைந்து விடுகின்றன - மனிதர்கள் மாயமாக மறைந்துவிடுகிறார்கள்!

ஒரு மனிதனுடைய ஆசைகள் ஒரே வினாடியில் பூர்த்தியாகி விடுகின்றன. இன்னொருவனுடைய ஆசைகள் ஏழேழு தலை முறைக்கும் பூர்த்தியாக மாட்டாதவை என்று அதே வினாடியில் தெரிகிறது.

ஆமாம், ஒப்புக்கொள்ள வேண்டியதுதான். ஆசைகளே இல்லாத மனிதர்களும் இருந்து, வாழ்ந்து வினாடிக்குப் பின் வினாடியாகக் கழித்து வாழ்க்கை நடத்துகிறார்கள்.

3

சோமுவினுடைய பதினோராவது வயதிலிருந்து நாற்பத்தோராவது வயது வரையில் ஒரு முப்பது வருஷங்கள் கழிந்தன.

முப்பது வருஷங்களில் உலகத்திலே என்ன என்ன நடக்க முடியும் என்பதற்கு இந்த முப்பது வருஷங்களை விடச் சிறந்த உதாரணம் வேறு என்ன வேண்டும்?

இந்த முப்பது வருஷங்களிலே!

விஞ்ஞானிகளும் அறிவாளிகளும் எவ்வளவோ அற்புதமான, புதுமையான, பல விஷயங்களை அறிந்து கண்டு பிடித்தார்கள்.

சமுதாய வழிகளைத் திருத்தி அமைக்கப் பாடுபட்டார்கள் பலர்.

மனித வாழ்க்கையின் அர்த்தத்தையும் லட்சியத்தையும் தெளிவு செய்ய முயன்றார்கள் சிலர்.

எவ்வளவோ காவியங்கள் புத்தம் புதிய காவியங்கள் தோன்றின.

எத்தனையோ லட்சியங்கள் தோன்றி மறைந்தன.

மகாயுத்தம் ஒன்று நடந்து ஓய்ந்தது.

சில்லறை யுத்தங்கள் எவ்வளவோ நடந்தன - தனி மனிதனுக்கும் தனி மனிதனுக்கும், கோஷ்டிக்கும் கோஷ்டிக்கும், தேசத்துக்கும் தேசத்துக்கும், நாகரிகத்துக்கும் நாகரிகத்துக்கும், லட்சியத்துக்கும் லட்சியத்துக்கும், ஆசைக்கும் ஆசைக்கும் எவ்வளவோ சில்லறை யுத்தங்கள் நடந்து ஓய்ந்தன.

ஒரு சாம்ராஜ்யம் நிலைத்தது. ஒரு சாம்ராஜ்யம் அழிந் தொழிந்தது. ஒரு புது சாம்ராஜ்யம் முளைத்தது.

எவ்வளவோ மன்னர்கள் இறந்தார்கள் - போனவர்கள் போகப் புது மன்னர்கள் முடி சூடினார்கள்.

வீரர்கள் தோன்றினார்கள். வெற்றி பெறாத வீரர்கள் வீர முரசு கொட்டினார்கள்.

மகான்கள் எவ்வளவு பேர் - ஊருக்கு ஒரு மகான், தேசத்திற்கு ஒரு மகான் என்று முளைத்தார்கள்.

எவ்வளவோ கவிகள் எதிர்காலத்தை வரவேற்றுப் பாடினார்கள்.

4

இந்த முப்பது வருஷங்களில் கடவுள், மற்றெல்லா வருஷங்களிலும் இருந்ததுபோலவே எதிலும் பட்டுக்கொள்ளாமல் தாம் இருந்தார்.

மனிதனுடைய ஆத்மா எப்பொழுதும் போலத்தான் இருந்தது. அன்பும் வெறுப்பும், பொய்யும் மெய்யும், ஒளியும் நிழலும் மனிதனுடைய ஆத்மாவிலே, உள்ளத்திலே, அந்தரங் கத்திலே சலிக்காமல் தாண்டவமாடின.

5

தனி மனிதனுடைய ஆசைகளும் லட்சியங்களும் சமய சந்தர்ப் பங்களும் ஏற்றவாறு வளைய வளைய வந்துகொண்டிருந்தன.

பெண், மண், பொன் என்கிற ஆசைகள் எப்போதும் போலவே இந்த முப்பது வருஷங்களிலும் மனிதர்களின் உள்ளங்களிலே ஆட்சி செலுத்தின.

காலத்துக்கேற்ற ஆசைகள் சில - ரெயில் பிரயாணம் செய்து பார்க்க வேண்டும் என்று அந்தக் காலத்தில் ஆசைப்பட்ட வர்கள் எவ்வளவோ பேர்! ரெயிலைப் பற்றிக் கேள்விப் படாமலே இருந்துவிட்டவர்கள் எவ்வளவோ பேர்.

சோமு சிறுவனாக இருந்தபோது ஏதாவது வண்டியில் கொஞ்ச தூரமாவது சவாரி செய்ய வேண்டும் என்று ஆசைப் பட்டான் - ரங்க ராவ் வீட்டில் வேலைக்கு அமர்ந்தபின் இந்த ஆசை பூர்த்தியாகிவிட்டதால் மறைந்து போய்விட்டது.

ஆனால் மறைந்த ஓர் ஆசையின் இடத்திலே ஆயிரம் ஆசைகள் தழைத்தன.

6

சந்நியாசம் பூண்டவன் கூட ஆசைகளை எல்லாம் துறந்து விட்டவன் என்று சொல்ல முடியாது. மோட்சம் என்கிற ஆசை அவனை உந்துகிறது.

கடவுள் என்று கோயிலில் போய்க் குடியேறி இருக்கிறானே அவன்கூட ஆசைகளை வென்றுவிட்டான் என்று சொல்ல முடியாது. அவனுக்கும் பக்தர்களுடைய பக்தி ரசம் தேவையாகத் தான் இருக்கிறது.

7

ஒரு விதத்தில் ஆசைப்படாதவனை அதிருஷ்டசாலி என்று சொல்லலாம் - ஆசைப்படாதவனுக்கு ஏமாற்றம் என்பதே இராது.

ஒரு விதத்தில் பார்க்கப் போனால் ஆசைகள் அற்றவனை ஜடம் என்று சொல்லவேண்டும் - உயிரற்ற வஸ்து என்றுதான் சொல்ல வேண்டும்.

உயிர் வாழ்வது என்பதற்கு அர்த்தம் என்ன? ஆசைப் படுவது என்பதுதான் அர்த்தம்.

மனிதனுடைய ஆசைகளால் தாம் வாழ்க்கை என்பது வினாடிக்குப்பின் வினாடி என்று சாத்தியமாகிக்கொண்டிருக் கிறது.

இந்தப் பிரபஞ்சத்திலே உழைப்பு என்று ஒரு சக்தியும், அந்தச் சக்தியை இயக்கும் காரணமாக ஆசை என்று ஒரு சக்தியும் ஒன்றையொன்று தழுவி நெருங்கி நிற்கின்றன. இவை இரண்டும் நித்தியமான, அழியாத சக்திகள்.

இந்த இரண்டு சக்திகளையும் மீறி மனிதன் வாழ முடியாது. வாழ முயல்வது மதியீனம் - பைத்தியக்காரத்தனம்.

8

சோமு பைத்தியக்காரன் அல்ல; மதீயினனும் அல்ல. அவன் உள்ளத்திலே ஆசைகள் பொங்கின - அவன் உடலிலே உழைப்பதற்குத் தேவையான சக்தி இருந்தது.

9

எழுதப் படிக்கக் கற்றுக்கொள்ள வேண்டும் என்று ஆசைப் பட்டு அதைச் சமயம் வாய்த்தபோது ரங்க ராவிடம் கூடச் சொன்னான் சோமு.

கங்காபாயின் கல்யாணச் சந்தடி எல்லாம் அடங்கிய பிறகு ரங்க ராவ் சாத்தனூர் மிடில் ஸ்கூல் தலைமை உபாத்தியாயர் சுப்பிரமணிய ஐயரிடம் சொல்லி, சோமுவுக்கு எழுதப் படிக்கச் சொல்லித் தர ஏற்பாடு செய்தார்.

பள்ளிக்கூடத்து நிழலிலே தங்கி அகாரணமாகத் தன் பிரம்பால்

அடிப்பட்டான் அந்தப் பையன் என்று சுப்பிரமணிய ஐயருக்கு ஞாபகம் இருந்தது போலும். அவர் இந்த ஒரு மாணவனை மட்டும் பிரம்பால் தொட்டது கூட இல்லை.

பிரம்பெடுக்க அவசியமே இல்லை. பையன் கற்றுக்கொள்ள ஆசைப்பட்டான். ஒரு தரம் சொன்னால் போதும், மனசிலே இருத்திக்கொண்டான்.

தினம் மாலையில் சுப்பிரமணிய ஐயர் வீட்டுக்குப் போய் இரண்டு நாழிகை நேரம் படிப்பான், எழுதுவான், கணக்குப் போடுவான்.

இரண்டு வருஷங்களுக்குள்ளாகவே ஆரம்பக் கணக்குகளை எல்லாம் சுலபமாகப் போடப் பழகிவிட்டான் - தமிழைத் தடுமாறாமல் வாசிக்கக் கற்றுக்கொண்டுவிட்டான். ஆங்கிலம் அவ்வளவாக ஏறவில்லை.

நாலு வருஷங்களுக்குள்ளாகப் படித்தது போதும்; அதற்கு மேல் தேவையில்லை' என்று சொல்கிற அளவுக்குப் படித்துவிட்டான்.

10

ஐந்து ரூபாய் பணம் சேர்த்துக் கும்பகோணம் கடை வீதியை விலைக்கு வாங்கிவிட வேண்டும் என்று அவன் ஆசைப்பட்டான் ஆரம்ப காலத்தில். நாளடைவில் ஐந்து ரூபாய் போதாது என்கிற விஷயம் அவனுக்குத் தெரியவந்தது. அதற்காக அந்த ஆசையை விட்டுவிடுவதாக இல்லை அவன். ஐம்பதோ, ஐந்நூறோ, ஐந்து லட்சமோ, கும்பகோணத்துத் கடைத் தெருவையே விலைக்கு வாங்கிவிடுவது என்று அவன் தீர்மானித்துக் கொண்டான்.

ஒரு சமயம் மூன்று தம்பிடிகள் சேர்த்துக்கூட வைத்தான். இளவயசில் உண்டிப்பெட்டி ஒன்று வாங்கி அதிலே பணம் போட ஆரம்பித்தான். ஒரு முப்பது வருஷங்களில் அந்த உண்டிப் பெட்டி எவ்வளவோ தரம் நிறைந்து காலியும் ஆயிற்று.

உண்டிப் பெட்டியிலே வெள்ளிக் காசு தவிர வேறு எதுவும் போடுவதில்லை என்று தீர்மானித்த காலமும் ஒன்று வந்தது.

இந்த முப்பது வருஷங்கள் மட்டுமல்ல - அதற்கப்பாலும் பல வருஷங்கள் அந்த உண்டிப் பெட்டிக்கு அவசியம் ஏற்பட்டு மறைந்த பிறகும் கூடத் தன் சிறு வயசின் ஆசைகளின் சின்னமாக அதை வைத்திருந்தான் சோமு.

11

மனிதர்களுடைய நட்பு மதிப்பு என்கிற விஷயங்களிலே சோமுவை மிகவும் அதிருஷ்டசாலி என்றுதான் கூற வேண்டும்.

பிச்சாண்டியைப் பிடித்துக்கொடுத்தவன் என்கிற ஞாபகம் வெகு நாட்கள் வரையில் சாத்தனூரிலே இருந்தது. ஆனால் அதுகூட மறைந்து விட்டது காலக்கிரமத்தில்.

ரங்க ராவ் வீட்டு வேலைக்காரன், மிகவும் நம்பகமானவன் என்கிற மதிப்பு ரங்க ராவ் இருந்த வரையில் நீடித்தது.

ரங்க ராவோ அவனை வேலைக்காரனாக நடத்தவில்லை; நண்பனைப்போலத்தான் நடத்தினார்.

மிடில் ஸ்கூல் தலைமை உபாத்தியாயர் சுப்பிரமணிய ஐயருடைய பிள்ளை கிருஷ்ணசாமியும் சோமுவும் ஒரே வயதினர் - இணை பிரியாத தோழர்கள் ஆயினர்.

தன் நிலைமைக்கு அதிகமாகவே மதிப்பையும் பிறருடைய நட்பையும் பெற்ற சோமுவை அதிருஷ்டசாலி என்றுதான் சொல்லவேண்டும்.

12

கங்காபாயினுடைய கல்யாணத்திற்குப் பிறகு ரங்க ராவின் காரியம் எதுவுமே சரிவர நடக்கவில்லை. கொஞ்சங் கொஞ்சமாக அவருடைய குடும்பம் தரம் இறங்கிக்கொண்டிருந்தது.

ஏழை உறவினர்கள் பலர் பிள்ளைக்குப் படிப்பு வேண்டும் என்றும், பெண்ணுக்குக் கல்யாணம் ஆக வேண்டும் என்றும், இரண்டுக்கும் பணம் தேவை என்றும் கையை ஏந்திக்கொண்டு வந்து ரங்க ராவிடம் நின்றார்கள். ஒன்றும் தராமல் விட்டு விடுகிற சுபாவம் இல்லை ரங்க ராவுக்கு.

வருகிற விருந்தாளிகளை வராதே என்று சொல்ல முடியுமா? தானதருமங்கள் வழக்கம் போல நடந்தே தீர வேண்டு மல்லவா?

கங்காவினுடைய கல்யாணத்திற்கென்று கடன் வாங்கின இடங்களுக்கெல்லாம் தவணை தவறாமல் வட்டி செலுத்தியாக வேண்டாமா?

எதிலென்று செலவை மட்டுப்படுத்த முடியும்,

எப்பொழுதும் போலச் செலவு ஆகிக்கொண்டுதான் இருந்தது.

13

இருந்த தொல்லைகளெல்லாம் போதா என்று தாயாதி ஒருவன் பயங்க ராவ் சுயமாகச் சம்பாதித்து வாங்கியிருந்த நிலங்கள் கூடப் பிதுரார்ஜிதமானவைதாம் - அவற்றை இவர் தகப்பனார் உரியவர்களுக்குப் பங்கிட்டுக் கொடுக்காமல் ஏமாற்றி விட்டார் - அப்போது தான் மைனராக இருந்ததால் விஷயம் தெரியவில்லை - பாங்க ராவுக்கு உள்ள ஆஸ்திகளில் சரிபாதி தன்னுடையவை என்று வழக்குத் தொடர்ந்தான்.

கும்பகோணம் கோர்ட்டிலே வழக்கு இரண்டு வருஷங்கள் நடந்தது. ஏதோ சந்தர்ப்ப, ஜாதக விசேஷத்தால் ரங்க ராவ் தோற்றுவிட்டார்.

மேல் கோர்ட்டில், தஞ்சைக் கோர்ட்டில் அப்பீல் செய்து கொண்டார்; ஜெயித்தார்.

ஆனால் தாயாதி ஹைக்கோர்ட்டில் அப்பீல் கொடுத்தான். ஜெயிக்காமல் விடுவதில்லை என்று வீம்புடன் கட்சியாடினார் ரங்க ராவ்.

கேஸ் ரங்க ராவ் பக்கந்தான் தீர்ப்பாயிற்று. ஆனால் முடிவு காண்பதற்குள் ரங்க ராவினுடைய ஏராளமான ஆஸ்திகளில் பாதிக்கு மேல் கரைந்துவிட்டன.

ரங்க ராவுக்கோ, அவருடைய தாயாதிக்கோ இந்த விவகாரத்தால் லாபம் சிறிதும் இல்லை. ஆனால் சோமுவுக்கு ஏராளமான லாபம்.

தஞ்சைக்கும், பிறகு சென்னைக்கும் பல தடவைகள் ரங்க ராவுடன் ரெயிலேறிப் போய் வந்தான் அவன். புது அனுபவங்கள் ஏராளமாக ஏற்பட்டன.

உலக அறிவு விசாலித்துக்கொண்டிருந்தது அவனுக்கு.

14

வழக்கு ஹைக்கோர்ட்டில் விசாரணையில் இருந்த போது சோனிபாய் இறந்துவிட்டாள்.

ரங்க ராவுக்கு வலதுகை ஒடிந்துவிட்டதுபோல இருந்தது.

அவள் பாக்கியசாலிதான் - சுமங்கலியாகக் கணவன் மடியிலே தலைவைத்தபடியே உயிர் துறந்தாள்.

ஒன்றன்பின் ஒன்றாகத் துன்பங்கள் ரங்க ராவைத் தொடர்ந்து பீடிப்பதை எண்ணி மனம் நொந்தான் சோமு. ஆனால் இந்த மாதிரி விஷயங்களில் அவன் செய்யக்கூடியது என்ன?

15

கிட்டத்தட்ட அதே சமயத்தில், கொள்ளைக்காரர்கள் சாத்தனூருக்கு வந்த இரவில் கும்பகோணத்துக்குச் சோமுவைச் சுமந்து சென்ற அந்த வெள்ளைக் குதிரையும் செத்து வைத்தது. நல்ல கோடையில் வெப்பம் தாங்காமல் 'படக் கென்று கீழே விழுந்து உயிர் துறந்தது அது.

அதனிடம் சோமு அளவற்ற பிரியம் வைத்திருந்தான் - அவன் வாழ்க்கை உயர்வதற்கே ஆதாரமான ஒரு காரியத்தைச் செய்வதற்கு உதவியது அந்தக் குதிரைதானே!

குதிரை இறந்துவிட்டதைச் சாக்காக வைத்துக் கொண்டு ரங்க ராவ் கோச்சு வண்டியையும் மற்ற குதிரையையும் விற்று விட்டார். "பெட்டி வண்டி இருக்கிறதே, போதும்!" என்று சமாதானம் சொன்னார்.

16

வீட்டிலே வேலைக்காரர்களும் முன்பு போல அதிகமில்லை.

சோமுவைத் தவிர இன்னும் ஒரே ஓர் ஆள்தான் இருந்தான், எல்லாக் காரியங்களையும் பார்த்துக்கொள்வதற்கு.

"நான் ஒண்டி ஆசாமிதானே! எதற்காக ஏகப்பட்ட வேலைக்காரர்கள்?" என்றார் ரங்க ராவ்.

மாறிவிட்ட நிலைமையில் வந்த பேச்சு இது.

சமையல்காரன் சமைத்தான். சாப்பிடுவதற்கென்று உறவு கொண்டாடிக்கொண்டு வந்த விருந்தாளிகளுக்குக் குறைவில்லை. வீடு 'ஜே ஜே' என்றுதான் இருந்தது.

ஆனால் ரங்க ராவுக்கு வாழ்க்கையிலே பழைய பிடிப்போ, உற்சாகமோ இல்லை. அவர் மனம் உடைந்துவிட்டது.

சோனிபாய் இறந்த இரண்டாவது வருஷம் அவரும் இறந்துவிட்டார்.

17

சோமு விரும்பியபடி அவனுக்குச் சாத்தனூர்க் கடைத் தெருவிலே ஒரு சிறிய கடை ஏற்பாடு செய்து தந்துவிட்டுப் போக வேண்டும் என்றுதான் அவர் எண்ணியிருந்தார். ஆனால் அது நடக்கவில்லை.

அந்த உத்தேசத்தை அவர் கூடுமானவரையில் தள்ளிப்போட்டுவிட்டார்.

சோமுவைத் தம் வீட்டைவிட்டு வெளியேற அனுமதிக்கவே அவருக்குக் கடைசிக் காலத்தில் விருப்பமில்லாது போய்விட்டது. சோமு எதிரில் இல்லாவிட்டால், அவருக்கு எதுவுமே ஓடாது. சதா, "சோமு சோமு" என்று கூப்பிட்டுக்கொண்டே இருப்பார்.

பெற்ற பிள்ளை என்பார்களே, அதைப்போல இருந்தான் சோமு அவருக்கு.

18

அவர் இறப்பதற்கு ஒருவாரம் முந்தித்தான் அகஸ்மாத்தாகக் கங்காபாய் தன் கணவனுடன் சாத்தனூர் வந்திருந்தாள்.

சாம்பமூர்த்தி ராயருக்கு அப்போது போலீசில் உத்தியோகம் ஆகியிருந்தது. அவருக்கு லீவில்லை என்று மறுநாளே கிளம்பிவிட்டார்.

ஆனால் தன் தகப்பனார் மனமொடிந்து உடம்பு மிகவும் பலகீனமாக இருப்பதை எண்ணிப் பின் தங்கினாள் கங்காபாய்.

ரங்க ராவ் இறந்துவிட்ட செய்தி கேட்டுச் சாத்தனூர் வந்த சாம்பமூர்த்தி ராவ், வேலைக்குத் திரும்பிப்போக மனம் இல்லாமல், இருந்த ஆஸ்தி போதும், அதை சரிவரக் கவனித்துக் கொண்டால் சௌகரியமாக வாழலாம்' என்று தீர்மானித்து வேலையை ராஜிநாமா செய்துவிட்டு சாத்தனூரிலேயே தங்கிவிட்டார்.

ரங்க ராவின் கணக்குப்படி ஆஸ்திகள் குறைந்து விட்டனவே தவிர, ஊராரின் கணக்குப்படி சாம்பமூர்த்தி ராயருக்குச் சற்று அதிகமாகவே ஆஸ்தி இருந்தது என்றுதான் சொல்ல வேண்டும். சீரும் சிறப்புமாகக் குடித்தனம் செய்யப் போதிய ஆஸ்தி இருந்தது.

19

சற்றேறக்குறைய இதே சமயத்தில் தான் இருக்கும் - வள்ளியம்மைக்கும் உடம்புக்கு வந்துவிட்டது.

உள்ளூர்ப் பரிகாரியின் மாத்திரைகளுக்கும், சூரணங்களுக்கும், கஷாயங்களுக்கும் அவள் உடம்பு தேறவில்லை.

சாம்பமூர்த்தி ராயரும், கங்காபாயும் கும்பகோணத்து டாக்டரை வரவழைத்து வைத்தியம் செய்தால் சரியாகப் போய் விடலாமோ என்று எண்ணினார்கள்.

கும்பகோணத்து டாக்டர் வந்தார். ஏதோ ரத்தத்திலே சர்க்கரை ஜாஸ்தியாக இருக்கிறது என்றும், ஜுரம் தனியாது என்றும், கடைசியில் பிரக்ஞை இழந்து இறந்தே விடுவாள் என்றும் சொல்லிவிட்டுப் போய்விட்டார். மருந்தும் என்னவோ கொடுத்துவிட்டுப் போனார். இருக்கிறவரையில் சரியாகப் பார்த்துக்கொள்வதுதான் சிலாக்கியம் என்றும் சொல்லிவிட்டுப் போனார்.

நாற்பத்தேழு நாட்கள் படுத்த படுக்கையாகவே கிடந்து விட்டு வள்ளியம்மை யாருடனும் ஒரு வார்த்தை கூடப் பேசாமல் உயிர் துறந்தாள். அப்பொழுது அவளுக்கு வயசு நாற்பதுக்குள் தான் இருக்கும்.

சாம்பமூர்த்தி ராயரின் செலவிலே அவளுடைய கடைசிக் காரியங்கள் எல்லாம் ஒழுங்காகச் சற்று ஆடம்பரமாகவே நடந்தன. மேட்டுத் தெருவிலே வசித்தவர்கள் வேறு யாருக்கும் அதற்குமுன் அந்த மாதிரிக் கொட்டும் முழக்கும் மேளமும் ஆர்ப்பாட்டமும் நடந்ததில்லை என்று சொல்லிக் கொண்டார்கள் ஜனங்கள்.

20

வள்ளியம்மை படுத்த படுக்கையாக விழுந்த இருபத்தோராவது நாளிலிருந்து அவள் பிரக்ஞையில்லாதிருந்தாள்.

அவள் நன்றாக இருந்தபோதும், படுக்கையில் விழுந்து விட்டபோதும், பிரக்ஞை இழந்துவிட்டபோதும், உதவி செய் வதற்கு அவளுடைய சிநேகிதி ஒருத்தி வீட்டுக்கு வந்து போய்க் கொண்டிருந்தாள். மேட்டுத் தெருவிலே பக்கத்து வீட்டுக்காரி; பாப்பாத்தி அம்மாள் என்று பெயர்.

பாப்பாத்தி அம்மாளுக்கு வயசு இருபத்திரண்டு இருபத்து மூன்று இருக்கும். சோமுவைவிட மூன்று நான்கு வயசு பெரியவள். ஒரு குழந்தை பெற்றெடுத்தவள் அவள். கணவன் குடிகாரன் - மேட்டுத் தெருவிலே யார்தான் குடிகாரன் இல்லை? கூலிக்கு வண்டியோட்டிப் பிழைத்து வந்தான்.

பாப்பாத்தி அம்மாள் நல்ல நிறமும், கட்டு மஸ்தான தேகமும், கரு கரு வென்ற கண்களும், சுருண்டு சுருண்டு அடர்ந் திருந்த தலைமயிரும் உடையவள். பார்க்க அழகாயிருப்பாள். எப்போதும் யாருடனும் சிரித்துச் சிரித்துப் பேசிக்கொண்டி ருப்பாள்.

வள்ளியம்மை படுத்த படுக்கையாகக் கிடந்தபோது அடிக்கடி சோமுவுடன் அவன் வீட்டிலே தனியாக இருக்கும் பாக்கியம் கிடைத்தது பாப்பாத்திக்கு. சின்னப் பையன் என்று அதுவரையில் சோமுவைப்பற்றி

எண்ணியிருந்த பாப்பாத்தி புதுக் கண்களுடன் அவனைப் பார்க்கத் தொடங்கினாள். அவன் தன்னைப் பார்த்த பார்வையிலிருந்து அவன் விஷயம் அறியாதவன். 'கன்னி' கழியாதவன் என்பதை அறிந்து கொண்டாள். அதைப் பயன்படுத்திக்கொள்ள முற்பட்டாள்.

சோமு திடமான சரீரமும் வலுவும் உள்ளவன். வசீகரமான தோற்றமும் பெற்றிருந்தான். சாப்பாட்டுக்குச் சிறிதும் கவலை யின்றிச் சாப்பிட்டு, நாள் பூராவும் ஓடியாடி வேலை செய்து, வாலிபக் கட்டும் மெருகும் பெற்றிருந்தான். இருபதாவது வயசை எட்டிக் கொண்டிருந்தான். நல்ல வயசு, நல்ல தோற்றம், பணங் காசும் சற்றுத் தாராளமாகவே கிடைத்துக்கொண்டிருந்தது.

பாப்பாத்தியம்மாள் அவனை அடையத் திட்டம் போட்டாள். சாமர்த்தியசாலியான பெண்ணால் செய்து முடிக்க முடியாத காரியம் என்ன?

21

பெண் இன்பத்தை முதல் முதலாக சோமு அந்தப் பாப்பாத்தி யிடம் நுகர ஆரம்பித்தான். இது ஆரம்பமானது வள்ளியம் மைக்கு பிரக்ஞை தப்பியதற்கு மறுநாளுக்கு மறுநாள்.

அதற்குப் பிறகு பாப்பாத்திக்கும் சோமுவுக்கும் தொடர்பு, பிணைப்பு, நாளுக்கு நாள், நாழிகைக்கு நாழிகை பலப்பட்டது.

வள்ளியம்மை போனபின் தடை எதுவுமே இல்லை. மேட்டுத் தெருவிலே மிகவும் சகஜமான காரியங்கள் தாம் இவை யெல்லாம்.

மேட்டுத் தெருவிலே பிறந்து மேட்டுத் தெருக் குணாதிசயங்களுக்கு ஏதோ ஓரளவு விலக்காக இருந்தான் என்பதனால் மேட்டுத் தெரு குணங்கள் சிறிதும் இல்லாது போய்விடும் என்று சொல்லிவிட முடியுமா என்ன?

சோமு பல விஷயங்களில் மேட்டுத் தெருக்காரனாகவே கடைசிவரையில் இருந்தான்.

22

இதுவரையில் லேசாகக் கற்பனையில் மட்டுமே பெண்ணாசைக் கொண்டு கற்பனைக் கடலில் நீந்திக்கொண்டிருந்த சோமு உண்மைக் கடலின் கரைகளை எட்டிவிட்டான்.

பணத்தாசையைப்போல பெண்ணாசையும் அவன் வாழ்க்கையிலே இனி இடைவிடாமல் ஆட்சி செலுத்த இருந்தது.

23

வெளிப்படையாக அவ்வளவாகத் தெரியவில்லையே தவிர சோமுவின் மனசிலே பெண்ணாசை பாப்பாத்தியம்மாள் மூலம் தோன்றி உரம் பெற்றுக்கொண்டிருந்தது.

ஸ்திரீ என்று புடவையைக் கட்டிக்கொண்டு எவள் எதிர் பட்டாலும் அவளை நிர்வாணமாகக் கற்பனை செய்து பார்க்கும் சக்தியை மனசிலே போற்றி வளர்த்துக்கொண்டிருந்தான் சோமு.

இரவு பகல் சிந்தனை இதுதான்.

இந்த விஷயத்திலே எவ்வளவு தூரம் அவனுக்குத் துணிவு இருந்தது என்பதை ஒரு சிறிய உதாரணத்தால் புரியும்படி சொல்லலாம்.

அவனுடைய பழைய யசமானின் பெண்ணும், புது யசமானின் மனைவியுமான கங்காபாயைப் பற்றிக்கூட அவன் இந்த மாதிரி கற்பனை செய்யத் துணிவு கொண்டான்.

பழைய சோமு எங்கே? புதிய இந்தச் சோமு எங்கே?

ஆனால் அவன் அதிர்ஷ்டம் - எப்படியோ இந்தக் கற்பனை யையும், சிந்தனைகளையும் வெளிப்படையாகக் காட்டிக் கொள் ளாமல் சாதாரணமாக நடித்துக்கொண்டிருந்தான். அதற்குத் தேவையான தெம்பும் சக்தியும் இருந்தன அவனுக்கு.

தேவைக்கு, நடைமுறையில், பாப்பாத்தி இருந்தாள்.

நாளடைவிலே பாப்பாத்தியைப் போல இன்னும் நாலைந்து பேரும் சோமுவுக்கு சிநேகிதமானார்கள்.

24

இந்த விஷயமெல்லாம் கேள்விப்பட்டுத்தானோ என்னவோ, சாம்பமூர்த்தி ராயர் தம் பொறுப்பை உணர்ந்து, சோமு எப்படி யானாலும் தம் குடும்பத்தைச் சேர்ந்தவன் என்பதற்காக அவனுக்குக் கல்யாணம் செய்து வைத்துவிட முற்பட்டார்.

குடியானத் தெருவிலிருந்து ஒரு முதலியார் பெண்ணைப் பரிசம் பேசிக் கல்யாணம் செய்வித்தார்.

அந்தப் பெண்ணின் தாயாரும் வள்ளியம்மையைப் போல இளம் பருவத்திலே பல புருஷர்களுடன் கூடி வாழ்ந்தவள் என்பதால் குடியானத் தெரு முதலியார் பையன்கள் யாரும் அவளைக் கல்யாணம் செய்து கொள்ளத் தயாராக இல்லை. பெண் என்னவோ நல்ல பெண்தான். பார்ப்பதற்கும் சுமாராக இருந்தாள். பதினேழு வயசு நடந்துகொண்டிருந்தது.

பரிசப் பணம் எல்லாம் தாமே கொடுத்து இருநூறு ரூபாய் வரையில் செலவு செய்து சோமுவுக்கு அவனுடைய இருபத்து நாலாவது வயசிலே கல்யாணம் செய்து வைத்தார் சாம்பமூர்த்தி ராயர்.

மேட்டுத் தெருவிலே கறுப்பமுதலியும், வள்ளியம்மையும் குடித்தனம் நடத்திய அதே வீட்டில், சோமு முதலியும் அவன் மனைவி மீனாச்சியும் குடித்தனம் நடத்தத் தொடங்கினார்கள்.

25

குடித்தனம் என்னவோ சரியாகத்தான் நடந்தது.

ஆனால் மனைவி என்ற ஒருத்தி, மீனாச்சி என்கிற பெயருடன் வீட்டுக்கு வந்துவிட்ட காரணத்துக்காக சோமு பாப் பாத்தியையும் அவளைப் போன்றவர்களையும் தேடிப் போனதை நிறுத்தி விடவில்லை. அவர்களுடன் இருந்த சிநேகிதம் அவன் கல்யாணத்துக்குப் பிறகு பலப்பட்டதே தவிர குறையவில்லை.

பாவம்! மீனாச்சி என்ன செய்வாள்! சகித்துக்கொண்டிருப்பதைத் தவிர வேறு எதுவும் செய்ய வழியறியாமல் தவித்தாள்.

ஒரு நாள் தன்னையும் மதிக்காமல் பாப்பாத்தியை வீட்டுக்கு அழைத்து வந்து இரவு பூராவும் அவளுடன் குலாவுவதைக் கண்டபின் மீனாச்சிக்கு ஆத்திரம் பொங்கி வழிந்தது.

மறுநாள் நேரே கங்காபாயிடம் போய் அவள் அழுதாள் - விஷயத்தைச் சொன்னாள். கங்காபாய்தான் என்ன செய்வாள்? "ஐயாவை விட்டுச் சொல்லச் சொல்றேன் போ!" என்றாள்.

ஐயா சொன்னதன் பலன் மீனாச்சிக்கு அன்று திட்டுகளும் வசவுகளும், அடிகளும், உதைகளும் ஏராளமாகக் கிடைத்தன. அவ்வளவுதான்!

சோமு தன் வழியே போய்க்கொண்டிருந்தான் - யாரும் குறுக்கிடுவதை அவன் விரும்பவில்லை. பொறுப்பதாகவும் இல்லை.

26

போதாக்குறைக்கு குடிக்கவும் தொடங்கி விட்டான்.

அது எப்பொழுது யாரால் எப்படி ஏற்பட்ட பழக்கம் என்று யாருக்கும் நிச்சயமாகத் தெரியாது. பாப்பாத்தி மூலமாகத்தான் குடிப்பழக்கம் ஏற்பட்டது, தன் கணவனுக்கு என்று மீனாச்சி குற்றஞ் சாட்டியது உண்மையாகவும் இருக்கலாம் - பொய்யாகவும் இருக்கலாம்.

ஆனால் சோமுவைக் குடிப்பழக்கம் பற்றிக்கொண்டது.

குடி வெறியிலே மீனாச்சியைக் காரணமில்லாமலே போட்டு அடித்து உதைத்து ஹிம்சிப்பதும் தினசரிக் காரியம் ஆகிக் கொண்டிருந்தது.

பாவம்! மீனாச்சி என்ன செய்வாள்? அழுதாள் ஓயாமல் அழுதாள்.

மேட்டுத் தெருவுக்கு ஏற்காத பெண் அவள்.

நடப்பதை எல்லாம் ஒன்றுவிடாமல் கங்காபாயிடம் போய்ச் சொல்லி அழு அழு' என்று அழுதாள்.

மனிதன் இப்படி மாறுவானா? அன்றிருந்த சோமு எப்படி, இன்றிருக்கும் சோமு எப்படி?' என்று எண்ணித் துயருற்ற கங்காவும் மனங்கலங்கினாள்.

27

சோமுவைக் கல்யாணம் செய்துகொண்டு ஒன்பது வருஷங்கள் ஆனபிறகு ஒரு நாள் மீனாச்சி ஒரு பிள்ளையைப் பெற்று வைத்துவிட்டு, ஒன்பது வருஷங்கள் அழுத சிரமமும், பிள்ளை பெற்ற சிரமமும் தாங்காமல் இறந்துவிட்டாள்.

சற்றேறக்குறைய அதே சமயம் - இரண்டொரு மாசங்களுக்கு முன் கணவனைப் பறிகொடுத்துவிட்டு விதவையாகி இருந்த பாப்பாத்தியம்மாளைத் தன் இளங் குழந்தையைப் பார்த்துக் கொள்வதற்கு என்கிற சாக்கில் சோமு தன் வீட்டிலேயே சேர்த்துக்கொண்டு விட்டான்.

கொஞ்ச நாட்களுக்கெல்லாம் சோமுவும் பாப்பாத்தியும் கணவனும் மனைவியும் போலவே வாழத் தொடங்கி விட்டார்கள்.

பாப்பாத்திக்கு குழந்தை ஒன்றும் பிறக்கவில்லை. கட்டிய கணவன் மூலம் பெற்ற குழந்தையும் இரண்டு வருஷங்கள் வாழ்ந்துவிட்டு இறந்துவிட்டது.

ஆனால் ஒன்று, மீனாச்சி விட்டுப்போன பிள்ளைக் குழந்தையைத் தன் குழந்தையைப் போலவே கண்ணுக்குக் கண்ணாக சீராட்டிப் பாராட்டிச் செல்வமாகப் பார்த்துக் கொண்டாள் பாப்பாத்தி.

28

குடிப்பதிலும், பெண்கள் விஷயத்திலும் சாத்தனூரிலே சோமுவின் ஆர்ப்பாட்டங்கள் அதிகரித்துக்கொண்டிருந்தன.

சாம்பமூர்த்தி ராயர் வீட்டிலே அவனுக்குப் போதிய வேலை இல்லை. அவன் வேலை செய்ய வராமல் இருப்பதே நல்லது என்று கூடச் சொல்லத் தலைப்பட்டு விட்டார்கள்.

இருபது வருஷங்களுக்கு முன், "சோமு சோமு" என்று ஊரெல்லாம் புகழ்ந்தது. பிச்சாண்டியைப் பிடித்துக் கொடுத்த வன்; ரங்க ராவ் குடும்பத்தின் அந்தரங்க வேலைக்காரப் பையன்' என்றார்கள்.

இப்பொழுதோ எல்லோரும் அவனைப்பற்றிக் கேலி செய்தார்கள். "தெரியாதா? கறுப்ப முதலி மகன் பின்னே எப்படி இருப்பான்?" என்று ஏளனம் செய்தார்கள்.

29

கங்காபாய்க்குக்கூட அவனிடம் அனுதாபம் இல்லாமல் போய்விட்டது. ஒரு நாள் அவள் தன் கணவனிடம் "இனிமேல் அவனை நம்ப வீட்டுக்குள்ளே விடறதே சரியில்லை என்றுதான் தோன்றது" என்றாள்.

"ஏன்?" என்றார் சாம்பமூர்த்தி ராவ்.

"நேற்றுச் சாயங்காலம் அவன் குடித்துவிட்டு என்னைப் பார்த்த பார்வை இப்பொழுது நினைத்துப் பார்த்தால் கூட எனக்குப் பயமாக இருக்கிறது. அவனை இனிமேல் வீட்டிலே வைத்துக்கொள்வது சரியில்லை. நமக்கும் ஆபத்து, நம் குழந்தை குட்டிகளுக்கும் ஆபத்துதான்" என்றாள் கங்காபாய்.

இருபது வருஷங்களில் அவள் இரண்டு ஆண் பிள்ளைகளுக்கும் ஒரு பெண் குழந்தைக்கும் தாயாகி இருந்தாள். மூத்த பிள்ளைக்கு வயசு பதினாறு பதினேழு இருக்கும். இளைய பிள்ளைக்குப் பன்னிரண்டு; பெண்ணுக்கு வயசு ஏழு. இந்தக் குழந்தைகளின் தாய் என்கிற பொறுப்பை உணர்ந்து பேசினாள் கங்கா.

"நானும் அவனுடைய போக்கைப் பார்த்துக்கொண்டு தான் இருக்கிறேன். நன்றாகத்தான் இல்லை. ஆனால் என்ன செய்யலாம்

- கண்டித்துப் பிரயோசனம் இல்லையே!" என்றார் சாம்பமூர்த்தி ராவ். அவர் எப்பொழுதுமே சாது. தவிரவும் அவரால் எதையுமே அழுத்தமாகச் சொல்ல முடியாது. சோமு விடம் அவருக்கு ஏராளமான அனாவசியமான அனுதாபம் இருந்தது.

கங்காபாய், "சாத்தனூர்க் கடைத் தெருவிலே ஒரு கடை வைத்துத் தரவேண்டும் என்று எங்கப்பாவை அவன் வெகு நாளைக்கு முன் கேட்டுக் கொண்டிருந்தான். பலசரக்குக் கடை வைத்துத் தர எவ்வளவு செலவாகும்?" என்று விசாரித்தாள்.

"ஆயிரம் ரூபாய் போட்டால் போதும்; நல்ல கடையாக வைத்துத் தந்துவிடலாம் என்று நினைக்கிறேன்" என்றார் சாம்பமூர்த்தி ராவ்.

"அவன் எங்கப்பாவுக்குச் செய்திருப்பதற்கு ஆயிர ரூபாய் ஒரு பிரமாதம் இல்லை. கொஞ்சம் கூடப் போனாலும் பாதகமில்லை. அவனுக்கு என்று ஒரு கடை ஏற்பாடு செய்து கொடுத்து விடுங்கள். கருத்தாகக் கடையைப் பார்த்து நடத்திக் கொண்டு பிழைத்தால் பிழைக்கட்டும். இல்லையானால் எப்படி யாவது போகட்டும். நமக்கும் அவனுக்கும் இனிச் சம்பந்தம் இல்லை என்று இருந்துவிடலாம்" என்று சொன்னாள் கங்காபாய்.

"நீ சொல்றது சரி. நம்மேல் எதுவும் பிசகில்லை என்று ஆகிவிடும்" என்றார் சாம்பமூர்த்தி ராவ்.

30

சாம்பமூர்த்தி ராவ் ஒரு லட்சியவாதி. அவர் எந்தக் காரியத் தையுமே, யார் காரியத்தையுமே கருத்தாகச் செய்வார். எடுத்துக் கொண்ட காரியத்தில் தயங்க மாட்டார். பணம், காசு என்கிற லட்சியமே கிடையாது அவருக்கு. வெள்ளை மனசு.

சோமுவுக்குக் கடை வைத்துத் தருகிற காரியத்திலே முழு மனசுடன் ஈடுபட்டார்.

வாடகைக்கு இடம் கிடைத்தால் போதாது என்று விலை கொடுத்தே கடைத் தெருவில் நல்ல கடை ஒன்று வாங்கிக் கொடுத்தார். ஆயிரம் ஆயிரத்திருநூறு ரூபாய் வரையில் முதல் போட்டுச் சாமான்கள் வாங்கிக் கொடுத்தார். முதலில் கொஞ்ச நாள் போட்டுப் புரட்ட என்று இருநூறு ரூபாய் கையில் பணம் கொடுத்தார்.

சுபயோக சுபமுகூர்த்தத்திலே சோமசுந்தர முதலியாருடைய மளிகைக் கடை, சாத்தனூர்க் கடைத் தெருவிலே திறக்கப் பட்டது. முதல் நாள்

பூராவும் சாம்பமூர்த்தி ராயரே சோமுவுடன் இருந்து என்ன என்ன காரியங்களை எப்படி எப்படி நடத்த வேண்டும் என்று அவனுக்குச் சொல்லிக்கொடுத்தார்.

31

தனக்கென்று ஒரு கடை ஏற்பாடாகப் போகிறது என்று அறிந்த நாள் முதலே சோமு புதுமனிதன் ஆகிவிட்டான். கடை ஆரம்பிப்பதற்குப் பத்து நாட்கள் முன்னதாகவே கள்ளுக் கடைப் பக்கம் போவதை அவன் நிறுத்திவிட்டான்.

ஆனால் பாப்பாத்தி அம்மாள் மட்டும் அவன் வீட்டிலேயே தான் தங்கியிருந்தாள். அவள் தன் பிரியத்தைச் சோமுவிடம் வைத்துவிட்டாள். அவனை விட்டுப் பிரிவதாக இல்லை அவள். அவளை அடித்து விரட்டுவது சாத்தியமில்லை என்று அறிந்தவன் போலச் சோமுவும் ஒரு தரம் முயன்றபின் சும்மா இருந்து விட்டான்.

ஒரு கடையில் உட்கார்ந்து வியாபாரம் செய்ய வேண்டும் என்கிற ஆசை அடி நாட்களிலே சோமுவுக்கு ஏற்பட்டதுதான். எத்தனையோ வருஷங்களுக்குப் பிறகு அந்த ஆசை, கனவு, லட்சியம் பலித்திருந்தது.

கடையில் உட்கார்ந்து வியாபாரம் செய்வதைத் தவிர வாழ்க்கையிலே வேறு எவ்வளவோ விஷயங்கள் இருந்தன என்பதையே அவன் மறந்துவிட்டான். அப்படி மறப்பது அவனுக்குச் சாத்தியமாக இருந்தது என்பதுதான் விசேஷம். குடிப்பதை அடியோடு நிறுத்திவிட்டான். பாப்பாத்தியைத்தவிர வேறு பெண்களுடன் பழகுவதையும் எப்படியோ நிறுத்தி விட்டான். பெண்களைப் பற்றிக் கனவுகள் காண்பதைக்கூட நிறுத்தி விட்டான்!

வியாபாரமும், வியாபாரத்தின் மூலம் சம்பாதிப்பது என்பதும் அவன் லட்சியங்களாயின. தினத்தில் அறுபது நாழிகை நேரம் இதேதான் சிந்தனை அவனுக்கு.

அதிருஷ்டசாலிதான் சோமு. வேலையிலே இவ்வளவு ஈடுபாடுள்ளவன் முன்னுக்கு வராமல் இருக்க முடியுமா?

32

மீண்டும் சாத்தனூர் வாசிகள் சோமுவைப் பற்றி மதிப்புடன் பேசத் தொடங்கினார்கள்.

"சோமு சாதாரண ஆசாமி இல்லையப்பா!" என்றார்கள் சிலர்.

“மேட்டுத் தெரு பயலிடம் புதுமையாக எதையும் காணா விட்டால் ரங்க ராவ் அவனை அங்கீகரித்துச் செய்ததை எல்லாம் செய்திருப்பாரா?” என்றார்கள் சிலர்.

“சாம்பமூர்த்தி ராவ் எதற்காக இந்த ஆளுக்குப் பணம் கொடுத்து எல்லாம் செய்கிறார்?” என்று புதுத் தலைமுறையைச் சேர்ந்த இளைஞர்கள் சந்தேகத்துடன் விஷயம் ஏதோ இருக்கிறது என்று எண்ணிக்கொண்டு கேட்டார்கள்.

ஆனால் சாம்பமூர்த்தி ராவ் தம்முடைய ஆப்த நண்பரான ஒருகரை சீனிவாசையரிடம், “என்னவோ தெரியவில்லை, நம்ப சோமுவின் வாழ்க்கையைப் பாருங்கள். நல்ல பையன்; நடுவில் கொஞ்ச நாள் கெட்டலைந்தான். மீண்டும் எப்படியோ சரிப்பட்டு விட்டான்” என்று சொல்லிக்கொண்டிருந்தார்.

ஒருகரை ஐயர், “கடவுளின் வழிகள் அனந்தம். மனிதனுக்குப் புரியாதவை - பார்க்கலாம்” என்றார்.

இந்த வேதாந்தத்துக்குச் சிறந்த உதாரணமாக அமைந்தது சோமுவின் வாழ்க்கை.

33

கடையிலே அப்படி ஒன்றும் பிரமாதமாக ஓஹோஹோ’ என்று லாபம் வந்துவிடவில்லை. ஆனால் எல்லாம் திருப்திகரமாகவே நடந்து வந்தன.

தினசரி கிடைக்கிற லாபத்திலே ஒரு பங்கு எடுத்துத் தனியாக மீதம் பிடித்து வைப்பது என்று மீதம் பிடித்தான். தபாலாபீஸ் ஸேவிங்ஸ் பாங்கில் பணம் கட்டி வந்தான்.

நாணயமாக வியாபாரிகளிடம் நடந்து கொள்ளவும் வாங்க வருகிறவர்களிடம் மரியாதையாகப் பேசவும் பழகிக் கொண்டான். வியாபாரத் தந்திரங்கள் பூராவும் சுலபத்திலேயே அவனுக்குப் படிந்தன.

எழுதப் படிக்கக் கற்றுக்கொண்டதைத் தொடர்ந்து செய்யாமல் விட்டுவிட்டதை எண்ணி வருந்தினான். இரண்டோர் ஆங்கிலபோதினிகளையும் பாடப் புஸ்தகங்களையும் வாங்கி வைத்துக் கொண்டு தானாகப் படிக்கத் தொடங்கினான்.

மேட்டுத் தெருவிலிருந்த தன் வீட்டைச் செப்பனிட்டு, போனது வந்ததெல்லாம் சரிபார்த்துப் புதுக்கினான் சோமு.

34

கடை வைத்த நாலைந்து வருஷங்களுக்குள்ளாகவே செட்டும் கட்டுமாக வியாபாரம் செய்து ஆயிரம் ரூபாய்க்கு மேல் கண்டுவிட்டான் சோமு.

ஒருநாள் அவன் சாம்பமூர்த்தி ராயரிடம் போய்க் கடைக்காக அவர் போட்ட முதல் பணத்தைத் திருப்பிக் கொடுத்து விட முயன்றான். அவர் திருப்பி வாங்கிக்கொள்ள மறுத்து விட்டார். “உன் செல்வம் நன்றாக விருத்தியடைந்து மேலும் மேலும் செழிக்க வேண்டும்” என்று ஆசீர்வதித்து அனுப்பினார்.

கங்கா பாய்க்கும் அவருக்கும் நமஸ்காரம் செய்து விட்டுத் திரும்பும் போது சோமுவின் கண்களில் நீர் துளிர்த்திருந்தது. அவர்களுடைய கண்களிலும் நீர் துளிர்த்திருந்தது என்பதை அவன் கவனிக்கவில்லை.

35

அதற்குள் சோமுவினுடைய பையன் நடராஜனுக்கு வயசு ஐந்து நிறைந்துவிட்டது.

ஒரு நல்ல நாள் பார்த்து மேளம் முதலியன கொட்டி பையனுக்குப் புது வேட்டி உடுத்து, வாத்தியார் ஐயாவுக்கும் சோமன் ஜோடி கொடுத்து, பள்ளிப் பையன்களுக்கெல்லாம் பொரி கடலை கைநிறையக் கொடுத்து அவனைப் பள்ளிக் கூடத்தில் கொண்டு போய்ச் சேர்த்தான்.

நடராஜன் பள்ளிக்கூடம் போக ஆரம்பித்த சமயத்திலே சுப்பிரமணிய ஐயருடைய மாடிப் பள்ளிக்கூடம் மறைந்து விட்டது. சுப்பிரமணிய ஐயர் இறந்துவிட்டார். அவருடன் பள்ளிக்கூடமும் போய்விட்டது. இப்பொழுது நடராஜன் சேர்ந்த பள்ளிக்கூடம் போர்டு மிடில் ஸ்கூல். அதற்கென்று தனிக் கட்டடம் ஊரின் மேலண்டைக் கோடியில் இருந்தது.

தன் பையனுடைய முதல் நாள் சோமுவும் பள்ளிக்கூடம் போனான்.

அந்தப் பள்ளிக்கூடத்திலே இருநூறு பேர் வாசித்துக் கொண்டிருந்தார்கள். ஏழு உபாத்தியாயர்கள். மாசம் முதல் தேதி முதல் சம்பளம் வாங்கிக்கொண்டு பையன்களைப் படிப்பிப்பதற்கென்று ஏற்பட்டிருந்தார்கள்.

பையன்களில் சிலரைத் தனியாகக் கூப்பிட்டு அவர்களுடன் பேசினான் சோமு. பிறகு உபாத்தியாயர்களுடன். அவர்களுக்குச் சரி சமானமாக உட்கார்ந்து கொண்டு ஆங்கிலமும் தமிழும் கலந்த

ஒரு மணிப்பிரவாளத்திலே பேசினான். சுப்பிரமணிய ஐயரையும் அவருடைய மாடிப் பள்ளிக்கூடத்தையும் பற்றிச் சிலாகித்துப் பேசினான். ஆங்கிலம் கற்றுக்கொள்ள கார்த் வெயிட் ரீடர்களைப் போன்ற சிறந்த சாதனம் வேறு இல்லை என்று உபாத்தியாயர்களுக்கு உபதேசம் செய்தான். ஆனால் அந்த உபாத்தியாயர்களில் பலருக்கு கார்த் வெயிட் ரீடர்களைப் பற்றி எதுவும் தெரியாது. அப்படி ஒன்று இருந்தது என்று கூடத் தெரியாது.

மாடிப் பள்ளிக்கூடத்து நிழலில் தங்கி ஒரு நாள் சுப்பிரமணிய ஐயரிடம் அகாரணமாகத் தான் பிரம்படி பட நேர்ந்ததை ஹாஸ்யம் ததும்பச் சொன்னான் சோமு. மிடில் ஸ்கூல் தலைமை உபாத்தியாயரும் மற்ற உபாத்தியாயர்களும் கூடச் சிரித்தார்கள். ஆனால் அவர்கள் மனசுக்குள்ளே சோமுவைப்பற்றி நல்ல அபிப்பிராயம் இல்லை. 'காலிப்பயல்! ஏதோ சோமன் ஜோடி வாங்கிக் கொடுத்துவிட்டால் அவன் சொல்கிற கதைகளை எல்லாம் நான் கேட்டுக் கொண்டிருக்க வேண்டும் என்று எண்ணிவிட்டான்' என்று எண்ணினார் தலைமை உபாத்தியாயர்.

"ராயர் வீட்டு வேலைக்காரனாக இருந்த பயல் கையிலே ரெண்டு காசு சேர்ந்தவுடனே அட்டகாசம் பண்ண ஆரம்பித்து விடுகிறானே" என்று எண்ணினார்கள் மற்றவர்கள்.

சோமு போனபிறகு அவர்கள் தங்களுடைய அபிப் பிராயங்களை ஒருவருக்கு ஒருவர் பரிமாறிக்கொண்டார்கள். ஆனால் முதல் உதவி உபாத்தியாயர் சொன்னதுபோல "மளிகைக் கடைக்காரனுடன் சண்டை போட்டுக்கொள்ளு வானேன்? எப்பவாவது சமயத்தில், கையில் பணமில்லாத போது சாமான்கள் கேட்டால் கொடுப்பான். அதைக் கெடுத்துக் கொள்வானேன்?" என்றுதான் எல்லோரும் நினைத்தார்கள்.

தவிரவும் சாத்தனூரிலே சோமுவினுடையதுதான் பெரிய மளிகைக் கடை.

இரண்டாம் பகுதி

உச்சி

01

ஸ்டேஷன் மகஜர்

சாத்தனூருக்குத் தெற்கெல்லை காவேரியாறு. கோடை நாட்களிலே காவேரியாற்றைக் கடக்கப் பாதரட்சை என்கிற சாதனம் ஒன்று மட்டும் இருந்தால் போதுமானது. ஜலம் ஓடுகிற நாட்களிலே, நீந்திக் கடக்கலாம். ஆனால் காரியமாகப் போகிறவர்கள் உடம்பை நனைத்துக்கொள்ள முடியாது. நீந்தத் தெரிந்தவர்களின் எண்ணிக்கையும் குறைந்துகொண்டு வருகிறது. இடுப்புத் துணியை வரிந்து தலையில் கட்டிக்கொண்டு, துணி நனையாமல் நீந்தி அக்கறை சேர்ந்து உடம்பைத் துடைத்துக் கொண்டு மேலே போகிறவர்கள் ஒரு காலத்தில் அதிகப் பேர் இருந்திருக்கலாம். இப்பொழுது இவர்கள் எண்ணிக்கை மிகவும் குறைவுதான்.

காவேரி ஆற்றைக் கடப்பதற்குத் துணை செய்ய சர்வ மானிய அக்ரஹாரத் துறையிலே தருமத்தோணி உண்டு. தருமத்தோணி - காசில்லாமல் ஆளை ஏற்றிக் கொண்டுபோய் அக்கரையில் சேர்த்துவிடுவார்கள். மூட்டை முடிச்சு, சுமைகளுடன் வந்தால், சற்றுப் பெரிய சுமை ஒன்றுக்குக் காலணா என்று கூலி வசூல் செய்துவிடுவார்கள். இரவிலே கரை ஏறியபின் 'தோணி வேண்டும்' என்று யாராவது கேட்டார்களானால் பிரத்தியேகமாகக் கூலி கேட்பார்கள் - நிறையவே கேட்பார்கள்.

மேற்கே, கோயில் தெற்குச் சந்நிதிக்கு நேர் எதிரில் உள்ள துறையிலே அக்கரையிலும் இக்கரையிலும் கழி நிறுத்தி கயிறு கட்டிப் பரிசல் தள்ளுகிறார்கள். கூலி தரவேண்டும் - ஆளுக்கும் உண்டு, சுமைக்கும் உண்டு.

பரிசல் துறையில் பரிசல் ஏறிக் காவேரியின் தென் கரையை அடைந்து அங்கிருந்து தெற்கே செல்லும் பாதையோடு போனால் காவேரி மேடு கடந்தவுடனேயே இன்னொரு மேடு தென்படும். அது அரிசிலாற்றங்கரை மேடு. அதற்கப்பால் அரிசி லாற்றிலும் அந்தத் துறையிலும் பரிசல் விடுவார்கள். கூலி கொடுத்துத்தான் இங்கேயும் ஆற்றைக் கடக்க வேண்டும்.

அரிசிலாற்றையும் கடந்து மண் ரஸ்தாவோடு தெற்கே போனால் கும்பகோணத்திலிருந்து தஞ்சாவூருக்குப் போகும் கப்பி ரோட்டை அடையலாம். அந்த ரோட்டோடு கிழக்கே ஒன்றே கால் மைல் தூரம் போனால் ஒரு ரெயில்வே ஸ்டேஷன் இருக்கிறது. ரோட்டோடு மேற்கே ஒரு மைல் போனால் மற்றொரு ரெயில்வே ஸ்டேஷன் இருக்கிறது. இரண்டுக்கும் இடையே சாத்தனூர் தெற்குச் சந்நிதி மண் ரஸ்தாவுக்கு எதிரே ரெயில்வே ஸ்டேஷன் ஒன்றும் இல்லை.

கும்பகோணம் போய் ரெயிலேறாத சாத்தனூர் வாசிகள், கிழக்கேயோ மேற்கேயோ இருந்த ஒரு ஸ்டேஷனில் தான் போய் ரெயிலேறுவார்கள். ரெயில் நாகரிகம் முன்னைக்கு இப்போது பரவிவிட்டது. சாத்தனூர் வாசிகளிலே ரெயில் ஏறி அறியாத வர்கள் யாரும் இல்லை இந்த நாட்களில் என்று சொல்வது அப்படி ஒன்றும் மிகைப்படுத்திச் சொல்வது ஆகாது.

தங்களுக்கென்று தனியாக ஒரு ஸ்டேஷன் இல்லாதது பெரிய அகௌரவம் என்று சாத்தனூர் வாசிகள் உணர ஆரம் பித்துப் பல வருஷங்கள் ஆகிவிட்டன. அந்த அகௌரவத்தைப் போக்குவதற்குச் சிறந்த வழி என்ன என்று பல பிரமுகர்கள் பல நாட்கள் சிந்தித்துப் பார்த்தார்கள். இந்தச் சிந்தனைகளின் பலனாக ரெயில்வே கம்பெனிக்கு ஒரு மகஜர் அனுப்பப்பட்டது.

கோயில் தெற்குச் சந்நிதிக்கு நேர் எதிரே மண் ரஸ்தாவும் ரெயில் பாதையும் சந்திக்கும் இடத்திலே சாத்தனூர் என்கிற பெயருடன் ஒரு ரெயில்வே ஸ்டேஷன் நிர்மாணமாக வேண்டும் என்று கம்பெனியாருக்கு மகஜர் அனுப்பினார்கள் சாத்தனூர் பிரமுகர்கள்.

ரெயில் பாதை வளைத்து, இரண்டு ஆறுகளையும் தாண்டிக்கொண்டு, ஊருக்குள் வந்து தெருத் தெருவாகப் புகுந்து பார்த்துவிட்டுத் தன் வழியே திரும்பி மேலே போக வேண்டும் என்று நல்ல வேளையாகச் சாத்தனூர்ப் பிரமுகர்கள் வேண்டவில்லை. அப்படிக் கேட்கத் தெம்பிருந்து கேட்டும் இருப்பார் களேயானால் ரெயில் பாதை சாத்தனூர்க்குள்ளேயே திரும்பியிருந்தாலும் திரும்பியிருக்கும். யார் சொல்ல முடியும்? அதற் காகும் செலவை மட்டும் ஊர்க்காரர்கள்

ஏற்றுக்கொண்டிருப்பார்களேயானால் ரெயில் பாதை திரும்பி ஊருக்குள் வந்து விட்டே போயிருக்கும்.

ஆனால் ரெயில் பாதை இருந்த இடத்திலேயே இருக்கட்டும் சாத்தனூர் என்ற போர்டுகளுடனும், சிவப்புக் கொடி பச்சைக் கொடி காட்ட வெள்ளைச் சராயும் கோட்டும் போட்ட ஒரு ஸ்டேஷன் மாஸ்டருடனும் ஒரு ஸ்டேஷன் தோன்றினால் போதும் என்று எண்ணினார்கள் சாத்தனூர் பிரமுகர்கள். ரெயில் பாதையை ஒட்டியிருந்த நிலத்துக்குச் சொந்தக்காரரான சிவஷண்முகம் செட்டியார் ஸ்டேஷன் நிர்மாணிப்பதற்குத் தேவையான பூமியைத் தருவதாக ஒப்புக்கொண்டார். எவ்வளவு புண்ணியம் இதனால் நமக்குச் சேரும் என்று அவர் மனசில் எண்ணினாரோ தெரியாது. இந்தப் பூதானத்தை உத்தேசித்துச் சித்திர புத்திரன் அவர் ஏட்டில் எவ்வளவு புண்ணியம் கணக்கு எழுதினானோ - அதுவும் மனிதர்களுக்குத் தெரிவதற்கில்லை.

கும்பகோணத்திலிருந்து திருவையாறு போகும் ரஸ்தாவிலே சாத்தனூர்தான் பெரிய ஊர். ஐயாயிரம் ஆறாயிரம் வீடுகள். அவற்றில் பல வெறும் குச்சுகள்தாம்; பல இடிந்து விழுந்து கொண்டிருந்தன. பல இருபது இருபத்தைந்து வருஷங்களாகப் பூட்டித்தான் கிடக்கின்றன - இருந்தன. பதினாயிரத்துக்கு மேல் ஜனத்தொகை உண்டு. ஊரிலே யூனியன் பஞ்சாயத்து ஆங்கில அதிகாரத்தின் சட்ட திட்டங்களுக்கெல்லாம் உட்பட்டு ஆட்சி செலுத்தியது. முப்பது முப்பத்தைந்து வருஷங்களுக்கு அதிக மாகவே தபாலாபீஸ் இருந்தது. அதற்கும் முந்திய காலத்திலிருந்தே சப் - ரிஜிஸ்டிரார் ஆபீஸ் இருந்து வந்திருக்கிறது. லோகல் பண்டு ஆஸ்பத்திரி, ஜில்லா போர்டு மிடில் ஸ்கூல், பாடல் பெற்ற கோயில் - ரகத்துக்கு ஒன்று இருந்தது. பணம் மிகுந்த மிராசுதாரர்களுக்கும், அவர்களைப் பின்தொடர்ந்து வரும் கோர்ட்டு விவகாரங்களுக்கும் எந்தக் காலத்திலுமே சாத்தனூரில் பஞ்சம் இருந்ததில்லை. சாத்தனூர் வெற்றிலை பிரசித்தமானது - கல்கத்தா வரையில் போய்க்கொண்டிருந்தது. சாத்தனூர்த் துணிகளுக்கு நாடெங்கும் கிராக்கியுண்டு. ஊரிலே மற்ற எல்லாம் இருந்தன. ரெயில்வே ஸ்டேஷன் ஒன்று இல்லாததுதான் பெருங் குறை என்று மகஜரிலே கண்டிருந்தது.

சாத்தனூர் ஜனங்களின் தேவைகளைப் பூர்த்தி செய்வதற்கு வேண்டிய சாமான்களெல்லாம் ஏராளமாக வந்துகொண்டிருந்தன; கும்பகோணம் வழியாக வந்துகொண்டிருந்தன; சாத்தனூரிலே தேவைக்கு அதிகமாக உற்பத்தியான சாமான்கள், முக்கியமாக வெற்றிலை, துணிமணிகள், பி. ஏ. பட்டதாரிகள் எல்லாம் கும்பகோணம் வழியே வெளியேறிக்கொண்டிருந்தன. கும்பகோணத்தின் ஆதிக்கம் ஒழிந்தால் சாத்தனூர் வலுவு பெறும் என்று ரெயில்வே கம்பெனியாருக்கு வற்புறுத்திச் சொன் னார்கள்

சாத்தனூர்ப் பிரமுகர்கள், இன்னமும் இந்த நிலைமை நீடிப்பது சரியல்ல, நியாயம் அல்ல என்று விண்ணப்பித்துக் கொண்டார்கள்.

செவ்வாய்க்குச் செவ்வாய், கிருத்திகைக்குக் கிருத்திகை சுற்றுப்புறத்திலிருந்த ஊர்களிலிருந்தெல்லாம் பக்தர்கள் கால் நடையாகவோ, புதிதாக ஏற்பட்டுக்கொண்டிருந்த பஸ் வண்டிகளில் ஏறியோ, சுவாமி தரிசனத்துக்கு வந்து போய்க் கொண்டிருந் தார்கள். சாத்தனூர் என்று ஒரு ரெயில்வே ஸ்டேஷன் ஏற்பட்டு விட்டால் அதன் மூலந்தான் அவர்கள் வந்து போவார்கள். ஸ்டேஷனில் இறங்கினாலும் இரண்டு மைல்கள் நடக்க வேண்டும்; ஆனால் வழி நேர்வழி. சந்நிதியில் கொண்டு போய்ச் சேர்க்கும் வழி என்பதிலே மகிமை இல்லையா? ஸ்டேஷனில் நின்றாலே தெய்வ சந்நிதியில் நிற்பது போலத்தானே ஆகும்! இவ்வளவு புண்ணியத்தையும் ரெயில்வே கம்பெனியார் கட்டிக் கொள்ள வேண்டும் என்று தாங்கள் ஆசைப்படுவதாக மகஜரில் எழுதியிருந்தார்கள்.

இன்னொரு விஷயமும் அந்த மகஜரிலே வற்புறுத்தப்பட்டிருந்தது. சாத்தனூரிலே தபாலாபீஸ் முப்பத்தைந்து வருஷங்களுக்கு அதிகமாகவே இருந்து வருகிறது. எனினும் தபால் பைகளைத் தூக்கிக்கொண்டு தினம் ரன்னர்தான் கும்பகோணத்திலிருந்து ஓடிவரவேண்டியிருந்தது. தூக்கமாட்டாமல் தபால்களைத் தூக்கிக்கொண்டு வந்து அவன் சாத்தனூர் சேரும்போது பகல் பன்னிரண்டு மணி ஆகிவிடும். தபால் பட்டுவாடா ஆகும் போது சில நாட்கள் அஸ்தமித்துவிடுவது கூட உண்டு. என்ன அவமானகரமான விஷயம்! சாத்தனூர் ரெயில்வே ஸ்டேஷன் என்று ஒன்று ஏற்பட்டுவிட்டால் சாத்தனூர் தபாலுக்கும் கும்பகோணத்தை நம்பியிருப்பது என்கிற நிலைமை மாறிவிடும்.

தவிரவும் வருஷம் பூராவும் சாத்தனூர் ஸ்டேஷனிலே பிரயாணிகளுக்கும், ரெயிலில் ஏறுகிறவர்களுக்கும் இறங்குகிறவர்களுக்கும், குறைவே இராது என்று சத்தியம் செய்து தந்தார்கள் ஊர் பிரமுகர்கள்.

இந்தச் சாத்தனூர் ஸ்டேஷன் மகஜர் தென்னிந்திய சரித்திரத்திலேயே பிரசித்தியாக இருக்க வேண்டிய ஒரு மகஜர். ஏதோ கால வித்தியாசத்தால் அது அவ்வளவாகப் பிரசித்தி யடையாமல் இருந்துவிட்டது.

அந்த மகஜரிலே கையெழுத்திட்டிருந்தார்கள் பின் வருகிற சாத்தனூர்ப் பிரமுகர்கள் எல்லோரும்.

சி. சொ. மு. சிவஷண்முகம் செட்டியார், லேவாதேவி, பஞ்சாயத்து.

ரா. சாம்பமூர்த்தி ராயர், பி. ஏ. , மிராசுதார்.

ஒருகரை எஸ். ஸ்ரீனிவாசையர், மிராசுதார்.

சுப்புராவ், கோயில் டிரஸ்டி.

எஸ். எம். இஸ்மாயில் ராவுத்தர், வெற்றிலை வியாபாரம்.

சி. எஸ். ஸ்ரீனிவாஸாசாரி, பி. ஏ. , பி. எல். , சப்-ரிஜிஸ்டிரார்.

பழனியாண்டிப் பிள்ளை, போர்டு மிடில் ஸ்கூல், ஹெட்மாஸ்டர்.

பஞ்சநாதம், L. M. P. , லோகல் பண்டு ஆஸ்பத்திரி டாக்டர்.

ஐயாசாமிப் பிள்ளை, பெரிய பண்ணை.

சி. பி. சுந்தரம் ஐயர், ரிடையர்டு ஸ்டேஷன் மாஸ்டர்.

எம். பஞ்சாபகேசன், M. A. B. L., அட்வொகேட், கும்பகோணம்.

சிவலிங்கக் குடும்பம், பஞ்சாயத்துப் போர்டு மெம்பர்.

இதுபோல இன்னும் இருபது இருபத்தைந்து பிரமுகர்களுடைய கை ஒப்பங்கள் அந்த மகஜரிலே இருந்தன.

கடைசிக் கையெழுத்து வெகு ராயசமாக ஆங்கிலத்திலே போட்டிருந்தது:

சோமசுந்தர முதலியார், மளிகை மெர்ச்செண்டு என்று.

சோமு என்கிற மேட்டுத் தெருப்பையன், ரங்க ராவினுடைய குதிரை வண்டிப் படியிலே நின்று கொண்டு சேவகம் செய்த சோமு, குடித்துவிட்டுப் பெண்களைத் துரத்தி ஊரிலே அட்டகாசம் செய்த சோமு, அந்தப் பருவங்களெல்லாம் தாண்டி இப்பொழுது ஊர்ப் பிரமுகர்களிலே ஒருவனாகி விட்டான் என்பதற்கு இதைவிட மிகச் சிறந்த அத்தாட்சி வேறு என்ன வேண்டும்?

இனிமேல் 'மளிகை மெர்ச்செண்டு சோமசுந்தர முதலியார் அவர்களைச் சோமு சோமு என்று சொல்லிக் கொண்டிருப்பது கூடத் தப்புதான் - அல்லவா?

மகஜரிலே சோம சுந்தர முதலியார், மளிகை மெர்ச்செண்டு கையெழுத்திட்டது ஒரு காரணமாக இல்லாமல் இருக்கலாம் என்பது ஒப்புக்கொள்ள வேண்டிய விஷயம்தான் - எனினும் மகஜர் கிளம்பிய ஏழெட்டு மாசங்களுக்குள்ளாகவே சாத்தனூர் ஸ்டேஷன் தோன்றிவிட்டது. ஸ்டேஷன் என்று ஒரு ஷெட்டுப் போட்டு சிவப்புக்கொடி காட்ட அங்கு ஒருவரை நிறுத்தி முதல் ரெயில் அங்கே நின்றபோது, அந்தக் காட்சியைக் காண்பதற்கு ஊர் பூராவுமே திரண்டு வந்திருந்தது என்று சொன்னால் அதில் ஆச்சரியப்பட ஒன்றுமில்லை.

சந்தா வசூல் செய்து ஏராளமாகச் செலவு செய்தார்கள். கூடியிருந்தவர்களுக்கெல்லாம் சுண்டல் விநியோகம் செய்யப்பட்டது. பிரமுகர்களெல்லாம் இளநீர் சாப்பிட்டார்கள். சந்தனம், பாக்கு, வெற்றிலை வழங்கப்பட்டன. அந்த 'முதல்' ரெயிலில் வந்திருந்தவர்கள் சிலருக்குக் கூட. ரெயில் என்ஜினுக்கு மாலைகள் அணிவித்தார்கள். என்ஜின் டிரைவருக்கும் கார்டுக்கும் மரியாதை செய்தார்கள். ஸ்டேஷனிலே தேங்காய் உடைத்துப் பூசை செய்தார்கள், சிலர் குட்டிப் பிரசங்கங்கள் செய்யவும் ஆரம்பித்தார்கள். ஆனால் ரெயில் அவர்களுடைய பிரசங்கங்களைக் கேட்பதற்குத் தாமதிக்கவில்லை. "கூஂகூஂ" என்று கூவிவிட்டு 'குப்குப்' என்ற சப்தத்துடன் புகையைக் கக்கிக்கொண்டு போய்விட்டது.

ரெயில் போன பிறகு சாத்தனூர் ஸ்டேஷனிலே உற்சாக மாகப் பிரசங்கம் செய்தவர்களிலே மளிகை மெர்ச்செண்டு சோமசுந்தர முதலியாரும் ஒருவர். சாத்தனூர் ஸ்டேஷன் நிர்மாணமாகிவிட்டது என்று திருப்தி அடைந்து அத்துடன் நின்றுவிடக் கூடாது என்றும், வண்டிகள் போக்குவரத்துக்கு வசதியாக அரிசிலாறு காவேரியாறு இரண்டுக்கும் பாலங் கட்டச் சொல்லி சர்க்காரையும் ஜில்லா போர்டையும் நிர்ப்பந்திக்க வேண்டும் என்றும், பாலங்கள் தேவை என்றும், சுருக்கமாகவும் தெளிவாகவும் சொன்னார் சோம சுந்தர முதலியார். திருவை யாறுக்கும் கும்பகோணத்துக்கும் இடையே காவேரியாற்றுக்கு ஓர் இடத்திலும் பாலம் இல்லாதது மிகவும் வருந்தத்தக்க விஷயம் என்றார்.

இதுபோல இன்னும் கொஞ்சம் பேசி இருப்பார் அவர். ஆனால் அங்கே கூடியிருந்த சிறுவர்கள் எல்லோரும் ரெயில் விளையாட்டு விளையாட ஆரம்பித்துவிட்டார்கள். கூகூ' என்று ஏக காலத்தில் இருந்து முப்பது குரல்கள் கூவின ஐம்பது அறுபது தொண்டைகள் 'குப்குப் 'என்று சப்தித்தன. ஒருவர் பின் ஒருவராக, ரெயில் தொடராக வேகமாக வந்தார்கள் எழுபது எண்பது சிறுவர்கள். தம் பிரசங்கத்தை நிறுத்திவிட்டு வேடிக்கை பார்க்கப் போய்விட்டார் சோமசுந்தர முதலியார். பிரசங்கம் பாதியிலே நின்றதில் அவருக்கு வருத்தமில்லை!

சிறுவர்களின் ரெயில் விளையாட்டுக்குத் தலைமை வகித்தவன் அவருடைய மகன் நடராஜன்தான்!

மேட்டுத் தெருவானுக்கு உதயமான சிந்தனை, பாலங்களைப் பற்றிய யோசனை, தங்களுக்கு உதயமாகாமல் போனது ஏன் என்று வருத்தப்பட்டவாறே ஊர் திரும்பினார்கள் பிரமுகர்கள். சரியான யோசனை அது; அவன் மனசில் உதய மாயிற்றே என்று பொறாமைப்பட்டார்கள்.

02

அதிருஷ்டமா? சாமர்த்தியமா?

சோமசுந்தர முதலியாருக்கு அதிருஷ்டம் இருந்தது என்று சொல்வதா, சாமர்த்தியம் இருந்தது என்று சொல்வதா, இரண்டுமே பரிபூரணமாக இருந்தன என்று சொல்வதா?

என்ன சொன்னால் தான் என்ன? அவர் தொட்டதெல்லாம் துலங்கத்தான் துவங்கின. ஜாதக விசேஷமாகத்தான் இருக்க வேண்டும் அது. ஆனால் அவர் பிறந்தபோது யாரும் ஜாதகம் கணிக்காமல் விட்டுவிட்டார்கள். ஜோதிட சாஸ்திரத்துக்கே அது பெரிய நஷ்டம் என்றுதான் சொல்ல வேண்டும்.

முன் யோசனையும், சாமர்த்தியமும், அபாரமான புத்திக் கூர்மையும், சிரமப்பட்டு உழைப்பதற்குத் தெம்பும், எடுத்துக் கொண்ட வேலையிலே ஈடுபாடும் இருந்தன அவருக்கு. எல்லா வற்றையும் மறந்துவிட்டுக் 'கருமமே கண்ணாக' என்பார்களே அதுபோல உழைப்பதிலே அவருக்கு ஈடு சாத்தனூரிலே யாரும் இருந்ததில்லை என்றுதான் சொல்லவேண்டும்.

சர்வமானிய அக்ரஹாரத்திலே இந்தத் தலைமுறையில் பி. ஏ., எம். ஏ. , என்று படித்து, முதல் வகுப்பிலே தேறி, மெடல்களும் சர்டிபிகேட்டுகளும் பெற்றவர்கள் பலர் இருந்தார்கள். ஐ. ஸீ. எஸ். பரிட்சை, எப். ஸீ. எஸ் பரிட்சை என்று போட்டி பரிட்சைகள் கொடுத்துத் தோல்வியுற்று வந்து வேதாந்தமும் அலட்சியமும் தொனிக்கப் பேசிக்கொண்டே முப்பத்தைந்து ரூபாயில் குமாஸ்தா வேலை எப்போதாவது கிடைக்காதா என்று தேடிப் போய்க் கொண்டிருந்தார்கள் சிலர். இவர்கள்

சாதாரணமாகச் சோமசுந்தர முதலியாரைப் பற்றிச் சிந்தித்துப் பார்த்ததே இல்லை. விஷயம் பூராவையும் அறிந்து சிறிது சிந்தித்துப் பார்த்திருப்பார்களேயானால் ஓரளவு தங்கள் வாழ்க்கை வழிகளைக்கூட மாற்றிக்கொண்டு தங்கள் வெற்றிக்கும் அடிகோலியிருப்பார்கள்.

தாம் விரும்பி ஈடுபட்ட துறையிலே தம்மால் செய்து முடிக்க முடியாத காரியம் எதுவுமே இல்லை. இருக்க முடியாது என்கிற நம்பிக்கையுடன் ஈடுபட்டார் சோம சுந்தர முதலியார். அவருடைய வெற்றிக்கு முக்கியக் காரணம் இந்தத் தன்னம்பிக்கை தான் என்று சொல்வது முற்றும் தவறாகிவிடாது. இதற்கடுத்தபடியாகத்தான் சாமர்த்தியத்தையும் அதிருஷ்டத்தையும் ஜாதக விசேஷத்தையும் சொல்ல வேண்டும்.

தெய்வம் என்கிற ஒரு லட்சியத்திலேயே முன்னாட்களில் பக்தர்கள், கவிகள், கலைஞர்கள் எல்லோரும் பரவசமடைந்து லயிப்பது சாத்தியமாக இருந்தது. மளிகைக்கடை வியாபாரத்திலே ஒரு பக்தி பரவசத்துடன் லயிப்பது சோமசுந்தர முதலியாருக்குச் சாத்தியமாக இருந்ததே ஆச்சரியம், அதிசயம் என்றுதான் போற்ற வேண்டும். பணம் என்கிறது பிரதான லட்சியம். அந்த லட்சியத்தை அடைவதற்கு மளிகைக்கடை என்பது ஒரு சாதனம்; லட்சியத்திலும் சாதனத்திலும் ஒரே ஈடுபாடு வேண்டும் என்று மூர்த்தன்யமாகப் பிற சிந்தனை எதுவுமின்றி தாமாகவே அறிந்து ஈடுபட்டார் அவர்.

மேட்டுத் தெரு கறுப்பனுக்கும் வள்ளியம்மைக்கும் மகனாக வந்து அவதரித்த சோமுவுக்கு இந்தப் பரவசமான ஈடுபாடு இருந்ததைத்தான் ஜாதக விசேஷம் என்று சொல்ல வேண்டும் என்று நினைப்பார்கள் சிலர். இந்த அளவுகடந்த தன்னம்பிக்கையைத்தான் அதிருஷ்டம் என்று சொல்ல வேண்டும் என்பார்கள். யார் எப்படிக் கட்சியாடினால் தான் என்ன? ஈடுபாடும் தன்னம்பிக்கையும் சுபாவ சாதுர்யமும் முன் யோசனையும் ஏராளமாக அமைந்திருந்தன அவருக்கு. இவை எல்லாம் இப்படிக் கலந்து எப்படி வந்தமைந்திருந்தனவோ அவரிடம்? யார் கண்டு சொல்ல முடியும்!

இவ்வுலகிலே ஒரு விஷயத்தை எண்ணி ஆசைப்படுவதற்கே தெம்பு வேண்டியிருக்கிறது. அந்த ஆசை பூர்த்தியாகும் வரையில் ஆசையாக நீடிக்க வேண்டும் - அதாவது சிலகாலமாவது நீடிக்க வேண்டும். ஆசை என்று தோன்றிவிட்டு மறைந்து விடக்கூடாது. பரிபூரணமாக அடைவதற்கு இடைவிடாது பாடுபட்டு உழைக்க வேண்டும். ஆசையும்

அந்த ஆசை காரணமாக உழைப்பும், சோமசுந்தர முதலியாரிடம் பரிபூரணமாகக் கலந்து அமைந்திருந்தன.

சோமசுந்தர முதலியாருக்கு வியாபாரத் தந்திரங்கள் எல்லாம் வெகு நன்றாகத் தெரிந்திருந்தன. எப்படி? யார் சொல்ல முடியும்? முந்திய ஜன்மத்து வாசனையாகத்தான் இருக்க வேண்டும் அது.

மற்றவர்களுடைய கடைகளிலெல்லாம் வியாபாரம் படுத்துப் போன பிறகுகூட அவர் கடையிலே ஜோராக வியாபாரம் நடந்து கொண்டிருந்தது. மற்றவர்களுடைய பேரங்கள் படியா. அவருடைய பேரங்கள் சுலபத்தில் அதிகச் சிரமமில்லாமலே படிந்தன. ஒரே ஆசாமியிடம் அவரும் சரக்கு வாங்குவார் - வேறு ஒரு கடைக்காரனும் வாங்குவான் - முதலியார் கொஞ்சம் மலிவாகக் கூட வாங்குவார். அவர் வாங்கிய சரக்கு எவ்வளவு நாட்களானாலும் கெடாமல் இருக்கும் - மற்றவன் வாங்கிய சரக்கு ஒரு வாரத்துக்குள்ளாகவே உளுத்துப் பூச்சி கண்டுவிடும்.

சுருக்கமாகச் சொல்லிவிடுவதே நல்லது - அவர் கைப்பட்ட தெல்லாம் கண்ணாடியாகத் துவங்கின.

ஒரு சிறிய மளிகைக் கடையை வைத்துக்கொண்டு அவர் எப்படியோ ஐயாயிரம் ரூபாய் சேர்த்துவிட்டார் என்று ஊரார் ரகசியமாகப் பேசிக்கொண்டார்கள். சாத்தனூர்த் தபாலாபீஸ் ஸேவிங்ஸ் பாங்கியிலே ஐயாயிரம் ரூபாய் சேர்த்துப் போட்டிருந்தார் என்கிற ரகசியச் செய்தி ஊரிலே பரவிற்று. இந்த ரகசியம் பரவ ஆரம்பித்தது தபாலாபீசிலிருந்துதான் என்று அறிந்தவர்கள் இது உண்மையாகவே இருக்கும் என்றும் நம்பினார்கள்.

தம் ரகசியங்களெல்லாம் ஊரிலே அம்பலத்துக்கு வந்து விடுகின்றன என்று எண்ணித்தானோ என்னவோ முதலியார் கும்பகோணத்துப் பெரிய பாங்கி ஒன்றில் கணக்கு வைத்துக் கொள்ள ஆரம்பித்தார்.

பணம் என்கிற எல்லையற்ற லட்சியத்தை உத்தேசிக்கையில் சாத்தனூர்க் கடைத்தெருவும், அதிலே சோமசுந்தர முதலி யாருடைய மளிகைக் கடையும் மிகவும் சிறிய சாதனங்களாகவே தோன்றுகின்றன. முதலியாருக்கும் இப்படித்தான் தோன்றின போலும்! இன்னும் பெரிய லாபகரமான சாதனங்களைத் தேடினார் அவர்.

சாத்தனூர் கடையிலே இரண்டு மூன்று ஆட்கள் இப்பொழுது வேலை செய்தார்கள். கடையை நேர்முகமாக முதலியாரே தாம் இருந்து

கவனிக்க வேண்டும் என்கிற அவசியம் இல்லை. வேறு காரியங்கள் செய்வதிலே கவனம் செலுத்தலாம் என்று தோன்றிற்று முதலியாருக்கு.

கும்பகோணத்துப் பாங்கியிலும் தபாலாபீஸிலும் போட்டு வைத்திருந்த பணத்தில் பாதிக்குமேல் வாங்கி முதலாகப் போட்டுக் கும்பகோணம் மடத்தெருவிலே ஒரு மளிகைக்கடை வைக்க ஏற்பாடு செய்தார். சற்றுத் தடபுடலாகவே ஆரம்பிக்கப்பட்டது அந்தக் கடை. விளம்பர சாதனங்கள் எதையும் விட்டு விடாமல் உபயோகப்படுத்திக்கொண்டார். புதுக் கடையிலே வியாபாரம் ஆரம்பத்தில் நன்றாக நடந்தது - நீடித்தும் நன்றாகவே நடந்தது.

ஒரு நாளிலே இருபத்துநாலு மணி நேரம் - அறுபது நாழிகை நேரம் இருக்கிறது. இந்த அறுபது நாழிகைகளிலும் ஒரு காரியமும் செய்யாமல் இருந்துவிடுகிறவர்கள் உண்டு. சாப்பிடுவார்கள், தூங்குவார்கள், சாப்பாட்டுக்கும் தூக்கத்துக்கும் இடையே விழித்த கண் விழித்தபடியே உறங்குவார்கள். சாத்தனூர் போன்ற கிராமாந்தரப் பிரதேசங்களிலே பலர் திண்ணை திண்ணையாக உட்கார்ந்து கொண்டு பிறர் காரியங்களைப் பற்றி எல்லாம் கல்லிக் கல்லி அலசி அலசிப் பேசிப்பேசியே நாள் பூராவையும் போக்கி விடுவார்கள். பாங்கி குமாஸ்தா உழைக்கும் நேரம் எல்லாம் பிறர் பணத்தை எண்ணி வைக்கிறான். அக்கௌண்ட்ஸ் ஆபீஸ் குமாஸ்தா பிறர் கணக்குகளைப் பார்த்துச் சரி செய்ய முயலுகிறான். பத்திரிகாசிரியன் உலகிலுள்ள மற்றவர்களுடைய செய்திகளை எல்லாம் விழுந்து விழுந்து மொழிபெயர்த்துக் கொண்டிருக்கிறான். இவ்வளவு உற்சாகத் துடன் அவரவர்கள் தங்கள் தங்கள் வேலைகளையும் கவலைகளையும் கவனிப்பது என்று ஏற்படுமேயானால் எவ்வளவோ லாபகரமாக இருக்கும்!

சோமசுந்தர முதலியாரை இந்த ஒரு விஷயத்திலேனும் அதிருஷ்டசாலி என்றுதான் சொல்லவேண்டும். அவருக்குப் பிறரைப்பற்றி எண்ணிச் சிந்திக்கிற சுபாவமே இல்லை. தம் வசம் ஆனவர் அவர் - பூராவும் தம் வசம் ஆனவர். சோமசுந்தர முதலியாருக்கு இருபத்து நாலு மணி நேரமும் சோமசுந்தர முதலியாரைத் தவிர வேறு நினைப்பே கிடையாது - அவருடைய கவலைகள், சம்பாத்தியம், பிரச்சனைகள் எல்லாம் அவருடையவைதாம். ஒரு நிமிஷ நேரங்கூடச் சிந்தனையில் கூட அவருடன் போட்டியிட ஆள் கிடையாது. தம் காரியத்தை, தம் லாபத்தைக் கணக்கிடுவதிலேயே ஈடுபட்டிருந்தார் அவர்.

சாத்தனூரிலே சின்ன மளிகைக் கடை; கும்பகோணம் மடத் தெருவிலே பெரிய மளிகைக்கடை - இரண்டும் தினம் பன்னிரண்டு மணி நேரம் ஓயாமல் ஒழியாமல் வியாபாரம் செய்தன. நல்ல ஆட்களாகக்

கிடைத்திருந்தார்கள் முதலியாருக்கு - அவர்கள் நல்ல ஆட்கள் என்று உணர்ந்து நல்ல சம்பளமும் கொடுத்தார் அவர். மற்ற கடைகளில் கிடைப்பதைவிட முதலியார் கடையிலே பத்துப் பன்னிரண்டு அதிகம் கிடைக்கும் என்று வேலைக்காரர்கள் பேசிக்கொண்டார்கள். ஆனால் அந்தப் பன்னிரண்டு சம்பளம் அதிகமாக வாங்குவதற்கு அவன் முதல் தரமான வேலைக்காரனாக இருக்க வேண்டும். நாணயம் வேண்டும், சுறுசுறுப்பு வேண்டும். சுத்தமாக இருக்க வேண்டும். மரியாதையாகப் பேசவும் படிக்கவும் தெரிய வேண்டும். இவ்வளவும் இருந்தால் தான் நல்ல சம்பளம் கொடுப்பார். வேலைக்காரன் லாயக்கில்லை, நாணயமில்லை என்று தெரிந்தால் ஒழிய அவனை வேறு எந்தக் காரணத்துக்காகவும் அனுப்பிவிட மாட்டார். அவர் கடையிலே வேலை செய்வதற்கென்று போட்டி போட்டிக்கொண்டு பையன்கள் வந்தார்கள். பி. ஏ. படித்துப் பாஸ் பண்ணியிருந்த ஒரு பையனை மாசம் அறுபது ரூபாய் சம்பளத்தில் மானேஜர் என்று கும்பகோணத் துக் கடையிலே போட்டார். தினம் கடை மூடிய பின் இரவு பத்து மணிக்கு போய் உட்கார்ந்துகொண்டு எல்லாவற்றையும் கணக்கு, சாமான் இருப்பு, வியாபாரம், நாளைத் தேவைகள் எல்லாவற்றையும் மானேஜருடன் சேர்ந்து 'செக்' பண்ணுவார். கும்பகோணத்துக் கடையிலே இந்த இரண்டு மணி நேரந்தான் அவர் சரியாக வேலை பார்த்தது - தினம் இரவு பத்து மணி முதல் பன்னிரண்டு மணி வரையில். சாத்தனூர்க் கடையைப் பற்றி இந்தக் கவலை எல்லாம் படவேண்டிய அவசியமில்லை சிறிய கடை அது. சுலபத்தில் மேற்பார்வை பார்த்துச் 'செக்' பண்ணிவிடலாம்.

இரண்டு கடைகளிலுமாகச் சேர்ந்து சோமசுந்தர முதலியாருக்குத் தினத்தில் ஐந்தாறு மணி நேரத்துக்குத்தான் வேலை இருந்தது. மற்ற சில்லறை விவகாரங்களை எல்லாம் தக்கபடி கவனித்துக்கொள்ள தக்க ஆட்களைப் பொறுக்கிப் போட்டிருந்தார். எல்லாக் காரியங்களும் அவர் வரையில் எட்டாமலே திருப்திகரமாக நடந்துவந்தன.

தினம் இரண்டு மூன்று மணி நேரம் படிப்பதற்கென்று செலவிட்டு வந்தார் அவர். ஆங்கில போதினிகளைப் பார்க்கும் காலம் தாண்டிவிட்டது. ஓரளவு ஆங்கிலம் எழுதவும் படிக்கவும் தடங்கலில்லாமல் பேசவும் தாமாகவே கற்றுக்கொண்டு விட்டார். சென்னைக்குப் போகும் போதெல்லாம் ஏதாவது புஸ்தகங்களை வாங்கிக் கொண்டு வந்து வீட்டிலே - மேட்டுத் தெரு வீட்டிலே - அடுக்கிக்கொண்டிருந்தார். அந்த வீட்டிலே பாப்பாத்தி அம்மாள் தான் இன்னமும் ஆட்சி செலுத்திக் கொண்டிருந்தாள். ஆனால் அவளுக்கு இப்பொழுது வயசாகி விட்டது. பெண், ஸ்திரீ என்கிற நினைப்பையே மறக்கக்

கூடிய வயசை எட்டி விட்டாள் அவள். சோமசுந்தர முதலியாரும் ஸ்திரீகள் ஞாபகம் இல்லாமலே காலங்கழித்தார். ஸ்திரீகளிடம் முன் ஒரு காலத்தில் கண்ட சுகத்தை அவர் இப்பொழுது புஸ்தகங்களிலே காண முயன்றார். காதல் ரஸமும் வீர ரஸமும் நிறைந்த நாவல்கள் பலவற்றைப் படித்தார். - அரைகுறையாகப் புரிந்து கொண்டு படித்தார்.

ஒருதரம் சென்னைக்குப் போயிருந்தபோது அமெரிக்க வியாபார முறைகளைப் பற்றிய ஒரு புஸ்தகம் அவர் கண்ணில் பட்டது. அந்தப் புஸ்தகத்தை வாங்கிக்கொண்டுவந்து படித்தார். ஏதோ மிகப் பெரிய காவியத்தைப் படித்துமுடித்துவிட்டது போன்ற உணர்ச்சி ஏற்பட்டது அவருக்கு. அந்த புஸ்தகத்தை வேத புஸ்தகத்துக்கும் மேலானதாக அங்கீகரித்து விட்டார் அவர். அதுபோன்ற புஸ்தகங்கள் எவ்வளவோ இருந்தன. புஸ்தகக் கடைகளிலே என்று அவர் தெரிந்து கொண்டதும் எல்லா வற்றையும் வாங்கி வாசித்துப் பார்த்தார். கொள்கையளவில் அற்புதமான புஸ்தகங்கள் தாம் என்று அவரும் ஒப்புக் கொண்டார். ஆனால் அவற்றிலுள்ள விஷயங்கள் நடைமுறையில் எவ்வளவு தூரம் பிரயோசனப்படும் என்பது அவருக்கும் தெரியவில்லை. ஏதோ படித்து முடித்தார். அமெரிக்கர் எழுதிய புஸ்தகங்களாதலால் அவற்றின் ஆங்கில பாஷையிலே ஒரு விறு விறுப்பு இருந்தது. பேசுவதிலும் எழுதுவதிலும் விறு விறுப்புத் தருவதற்கான தந்திரங்களைக் கற்றுக்கொண்டார் சோமசுந்தர முதலியார்.

மேட்டுத் தெரு வீட்டிலேதான் இன்னமும் வசித்து வந்தார். முன் மாதிரி பழைய வீடாக இல்லை அது இப்பொழுது. நல்ல தளம் போட்டு நன்றாகக் கட்டி வெள்ளை வைத்து விட்டார். நாற்காலி மேஜைகளும் பீரோக்களும் கண்ணாடிகளும் கொண்டு வந்து வீட்டை நிரப்பிவிட்டார். முன்னறையில் ஒரு பெரிய அலமாரி நிறையப் புஸ்தகங்கள் வாங்கி அடுக்கியிருந்தார். நடுக்கூடத்திலே ஊஞ்சல் ஒன்று ஊசலாடிக்கொண்டிருந்தது.

அவருடைய பிள்ளை நடராஜன் இதற்குள் சாத்தனூர் மிடில் ஸ்கூல் படிப்பை முடித்துவிட்டான். அவனுக்கு ஒரு சைக்கிள் வாங்கிக் கொடுத்து கும்பகோணத்து உயர்தரப்பள்ளி யிலே எட்டாவது வகுப்பிலே கொண்டு போய்ச் சேர்த்தார்.

ரங்க ராவினுடைய வீட்டிலே வேலைக்காரனாக இருந்த தமக்கென்று அவர் ஒரு வேலைக்காரனை ஏற்பாடு செய்து கொள்ளவில்லை. ஆனால் தம் பிள்ளைக்கென்று ஒரு வேலைக் காரனை ஏற்பாடு செய்தார். அவனுடைய புஸ்தகங்களைத் துடைத்து வைப்பதற்கும்,

அவன் துணிமணிகளைத் தோய்த்து உலர்த்துவதற்கும், அவன் இம்' என்னுமுன்னே வந்துவிட்டேன் என்று ஓடி ஏவியதைச் செய்வதற்கும் ஒரு சிறு பயலை ஏற்பாடு செய்தார். ஒரு காரியங்கூடச் செய்யப்பழகாமல், படிப்பிலே கூட எவ்வித ஆர்வமும் இன்றிப் பணக்காரன் வீட்டுப் பிள்ளையாக வளர்ந்து நடராஜன் பெரியவனாகிக் கொண்டிருந்தான்.

மேட்டுத் தெரு வீட்டிலே சற்று விசித்திரமான ஸ்தானத்தை வகித்தவள் பாப்பாத்தி அம்மாள்தான். அவள் வீட்டு யசமானியுமல்ல, வேலைக்காரியுமல்ல. அவளுக்கு இப்பொழுது வயது நாற்பத்தேழு நாற்பத்தெட்டு ஆகிக்கொண்டிருந்தது. அவள் மேல் ஒரு காலத்தில் வைத்திருந்த பிரியத்துக்காகச் சோமசுந்தர முதலியார் அவளை வீட்டைவிட்டு விரட்டாமல் இருந்தார். வீட்டிலே சமையல் எல்லாம் அவள்தான். நடராஜனுக்குக்கூடப் பின்னால் வெகுகாலம் வரையில் அவள் தன்னுடைய உண்மைத் தாயல்ல என்பது தெரியாது. முதலியார் அவளைத் தம் வீட்டை விட்டு விரட்டியிருந்தால் பாவம்! அவள் எங்கே போயிருப்பாள்! போக்கிடம் ஏது அவளுக்கு?

சோமுப் பயல் - அந்தக் காலத்தில் பயத்துடனும் மிரண்ட கண்களுடனும் தன்னைப் பார்த்து, தன் அழகைக் கண்டு பயந்து, தன்னிடம் எவ்வளவோ விஷயங்களில் 'பாடங்கள்' கற்றுக் கொண்ட அந்தச் சோமுப் பயல் இவ்வளவு பெரியவனாவான், பணக்காரனாவான், பிள்ளைமார் தெருவாரையும், அக்ர ஹாரத்து ஐயமாரையும் மதிப்பிலும் மரியாதையிலும் மீறிவிடுவான் என்று அந்தப் பாப்பாத்தி கனவிலும் எண்ணியதில்லை. ஆனால் ஒன்று - அவள் வந்த பிறகுதான் சோமுவுக்கு அதிருஷ்டம் வந்தது. அதை ஞாபகத்தில் வைத்துக்கொள்வான் சோமு என்றுதான் அவள் நினைத்தாள். அப்படி வைத்துக் கொள்ளாமல் போய்விட்டால் என்ன செய்வது?

அந்த வீட்டிலே தன் ஸ்தானம் நிலைக்கும்படி செய்து கொள்ள என்ன என்ன வழிகள் உண்டோ அவ்வளவையும் செய்ய முற்பட்டாள் அவள். தனக்கு மகன் இருந்தால் எப்படி நடந்து கொள்வாளோ அதுபோலவே சற்றும் வித்தியாசம் இல்லாமல், நடராஜனிடம் நடந்து கொண்டாள். சோமசுந்தர முதலியாருக்கு மனங்கோணாதிருக்கும்படியாகத் தனக்குத் தெரிந்தவரையில் நடந்து கொண்டாள். அவருடைய சிறு விருப்பத்தையும் அவர் வாய்திறந்து சொல்லுமுன்னரே அறிந்து கொண்டு ஓடியாடிச் செய்தாள். பக்குவமாகச் சமையல் செய்து தானே உடன் இருந்து சோறு போட்டாள். தனக்குத் தெரிந்து தன்னிடம் பயப்படக்கூடிய ஒரு பெண்ணிடம் முதலியாரை ஈடுபடச் செய்துவிட்டால் பிறகு

நிச்சயமாக அந்த வீட்டிலே ஐயா மூலம் இல்லாவிட்டாலும் அந்தப் பெண் மூலமாவது நிலைத்துவிடலாம் என்று பெண் ஒருத்தியைத் தேடிப் பிடித்தாள். மேட்டுத் தெருவிலேயே தெரிந்த ஒரு பெண் ஒருத்தியை வலை வீசிப் பிடித்தாள். இரவு நேரங்களில் வீட்டிலே கொண்டு வந்து வைத்துக்கொண்டு அவளுக்கு இல்லாத அலங்காரமெல்லாம் செய்து முதலியார் கண்களில் படும்படியாக நிறுத்தினாள். ஆனால் முதலியார் கண்கள் அவளைப் பொம்மை என்று எண்ணி நோக்கினவே தவிரப் பெண்ணென்று எண்ணி விரும்பவில்லை. நேரடியாகப் பாப்பாத்தி ஒரு நாள் சொல்லியும் பார்த் தாள். சோமசுந்தர முதலியார் சிரித்தார். "என் காரியம் எனக்குத் தெரியும் பாப்பா ! நீ போய் உன் வேலையைப் பாரு !" என்று சொல்லிவிட்டார்.

"இதென்ன அதிசயமோ !" என்று சிந்தித்துக்கொண்டே அன்று முதல் பாப்பாத்தி இந்தமாதிரி யுக்திகளை எல்லாம் கையாளுவதை நிறுத்திவிட்டாள். சத்தியாகக் கவலைப்பட எதுவும் இருந்ததாக அவளுக்குத் தெரியவில்லை. பின்னர் எப்படியாகுமோ? ஆனால் நின்ற வரையில் நெடுஞ்சுவர் என்கிற நடைமுறை வேதாந்தம் உதவி செய்ய என்றுமே தயாராக இருந்தது.

03

கோவிந்தப் பிள்ளை

'மளிகை மெர்ச்செண்டு சோமசுந்தர முதலியார் பிரபலமாகிக்கொண்டிருந்த காலத்திலே, அதாவது சாத்தனூர் ரெயில்வே ஸ்டேஷன் என்று ஒன்று நிர்மாணமான பிறகு நான்காவது நாளோ ஐந்தாவது நாளோ, சாத்தனூர் ஸ்டேஷனில் வந்து இறங்கியவர்களில் கோவிந்தப் பிள்ளையும் அவருடைய கிழத் தகப்பனாரும் இருந்தார்கள். கிழவருக்கு வயசு அறுபதுக்கு மேலேயே இருக்கும். பிள்ளைக்கு வயசு முப்பது முப்பத்தைந் துக்குக் குறையாது. கிழவர் வெகு நாட்களுக்கு முன் - அதாவது பல வருஷங்களுக்கு முன் - சாத்தனூர்க் கிராமத்தை விட்டு ஏதோ காரணமாக வெளியேறி அக்கரைச் சீமைக்குப் போய் என்னவெல்லாமோ தொழில்கள் செய்து ஏதோ சொல்பம் சம்பாதித்துக்கொண்டு திரும்பியிருந்தார். அவருடைய பிள்ளை கூட அக்கரைச் சீமையிலே பிறந்தவன்தான். அவன் இந்தப் பக்கமெல்லாம் முன்னர் வந்ததே இல்லை.

சாத்தனூரிலே யாரும் அந்தக் கிழவரை அடையாளம் கண்டு கொள்ளவில்லை. அதுதான் அவருடைய பூர்விகமான ஊர் என்றாலும் அங்கே அவருக்கு யாரும் பந்துக்களோ உறவினர்களோ இருந்ததாகத் தெரியவில்லை. யாரையும் சந்திக்க முயலவில்லை கிழவர். தாம் யார் என்றுகூடச் சொல்லிக் கொள்ள முயலவில்லை அவர். கப்பலிலிருந்து இறங்கிய அன்று ஆங்கில தினசரிப் பத்திரிகையில் கும்பகோணத்துக்கு அப்பால் சாத்தனூர் என்று ஒரு புது ரெயில்வே ஸ்டேஷனில் அன்று முதல் ரெயில்கள் நிற்கும் என்று விளம்பரம் செய்யப்பட்டிருந்தது. அது வரையில் சாத்தனூரைப்பற்றிச் சிறிதும் சிந்திக்காமலே

காலந் தள்ளிவிட்ட அந்தக் கிழவர் சிரித்துக்கொண்டே அந்த விளம்பரத்தைத் தம் பிள்ளையிடம் காட்டினார்! "அதுதான்டாப்பா நம்ப ஊர்!" என்றார்.

"அங்கே போகலாமோ?" என்றான் கோவிந்தப் பிள்ளை.

"அங்கே யார் இருக்கா உனக்கும் எனக்கும்?" என்றார் கிழவர்.

"யாரும் இல்லாவிட்டால் என்ன? போய் வீடு வாங்கிக் கொண்டு நாம் நம்ப ஊரிலேயே குடியேறிவிடலாமே!" என்றான் பிள்ளை.

அதுசரியானயோசனையாகத்தான் பட்டதுகிழவருக்கும். சென்னையில் இரண்டொரு நாட்கள் தங்கிவிட்டுத் தகப்பனும் பிள்ளையும் நேரே சாத்தனூர் ஸ்டேஷனில் வந்து இறங் கினார்கள். நேரே கோவிலுக்குப் போய்ச் சிவன் சந்நிதியிலும் அம்மன் சந்நிதியிலும் முருகன் சந்நிதியிலும் அர்ச்சனைகள் செய்துவிட்டு ஊரிலே சுற்றினார்கள். மத்தியானம் ஏதோ ஒரு காபி ஹோட்டலில் அரை வயிறு சாப்பிட்டார்கள். மாலையில் வண்டி பேசிக்கொண்டு கும்பகோணம் திரும்பினார்கள்.

மறுநாள் கிழவர் மட்டும் தனியாக வந்தார். பிள்ளைமார் தெருவிலே ஏதாவது வீடு விலைக்குக் கிடைக்குமா என்று எதிர்ப்பட்டவர்களிடமெல்லாம் தகவலுக்காக விசாரித்தார். ஐயமார் தெருவிலும் பிள்ளைமார் தெருவிலும் சில வருஷங் களாகவே வீடுகள் பல பூட்டப்பட்டுச் சிதிலமாகிக் கொண்டிருந்தன. அவற்றில் ஒன்று, இரண்டு தலைமுறைகளுக்கு முன் பெரிய பணக்காரர் என்று சாத்தனூரில் பெயர் பெற்றிருந்த செல்லப்பிள்ளையினுடைய பெரிய வீடு. செல்லப்பிள்ளை யினுடைய பேரன்மார்கள் அதற்கடுத்தாற் போன்று இருந்த சிறு வீட்டிலே குடியேறி விட்டார்கள். பெரிய வீட்டுக்குக் காவியடித்துச் சுத்தம் பண்ணி ஓடு மாற்றி வைத்துக்கொள்ளப் போதிய செயல் இல்லாத காரணத்தால், வீடு என்னவோ பெரிய வீடு தான். சின்ன அரண்மனை போன்றது; ஆனால் பின்புறமெல்லாம் இடிந்து விழுந்து கொண்டிருந்தது. இந்தப் பிரம்மாண்டமான வீட்டுக்கு மூவாயிரம் ரூபாய் விலை பேசிக் கையிலேயே கொடுத்து விட்டார் கிழவர். அதைப் புதுப்பித்துச் செய்ய வேண்டியதை எல்லாம் செய்து அதற்கு அடுத்த மாசத்திலே ஒரு நல்ல நாளிலே தம் பிள்ளையுடனும் தவசுப் பிள்ளையுடனும் குடியேறினார்.

கிழவருடைய பெயர் இன்னதென்றுகூட ஊரிலே யாருக்கும் தெரியாது. வீட்டுப் பத்திரம் கோவிந்தப் பிள்ளை பெயரில் தான் ரிஜிஸ்தர் ஆயிற்று. கிழவரைப் பற்றிப் பேசுவ தானால் ஊரார் அக்கரைக் கிழவர் என்பார்கள். கோவிந்தப் பிள்ளைக்கும் அக்கரைப் பிள்ளை என்றே பெயர் வழங்கத் தொடங்கியது.

பிள்ளைமார் தெருவிலே வீடு வாங்கியதுடன் நின்று விடவில்லை கிழவர். கிராமத்திலே யாராவது நிலம் விற்கலாமா என்று யோசித்தால் முதலில் அக்கரைக் கிழவரைத்தான் போய் பார்ப்பார்கள். அவர் மற்றவர்களைவிடக் குழிக்குக் கால் அரை அதிகமாகவே விலை கொடுத்து வாங்கிக்கொள்ளத் தயாராக இருந்தார். இன்றைக்கு நாளைக்கு என்றும், பணம் வருகிறது என்றும் சொல்ல மாட்டார். பேரம் படிந்தவுடனே பெட்டியைத் திறந்து பணம் எடுத்துக் கொடுத்துவிடுவார். ஸ்டாம்பு முதலிய செலவுகளுக்கும் பிகு பண்ணிப் பிசுகமாட்டார்.

ஊரிலே நிலம் விற்றுச் செலவு செய்ய வேண்டிய நிலைமையிலிருந்த மிராசுதாரர்களுக்குக் குறைவே இல்லை. நெல் விலை எராளமாக ஏறி விற்றுச் செலவு செய்வதற்கு ஒரு வேகத்தை மிராசுதாரர்களுக்கும் மைனர்ப் பிள்ளைகளுக்கும் கொடுத்து விட்டு மறுபடியும் இறங்கிவிட்டது. இருநூறு கலம் நெல் போட்டால் தீர்த்துவிடலாம் என்று ஒரு வருஷம் வாங்கிய கடன் மூன்று வருஷங்களுக்குப் பிறகு வட்டியும் சேர்ந்து எண்ணூறு கலம் நெல் போட்டால் தான் தீரும் என்கிற நிலைமை எற்பட்டுக் கொண்டிருந்தது. செலவு செய்யப் பழகிவிட்டார்கள். பழக்கத்தை மீறிச் செட்டாக இருக்க முடியுமா? இதெல்லாம் தவிர எப்பொழுதுமே மிராசுதாரர்களில் ஒரு பகுதியார் உண்டு - கல்யாணம் எழவு எதுவானாலும் தங்கள் நிலங்களிலே சிலவற்றை விற்று வருகிற பணத்தைக்கொண்டு ஆடம்பரமாகக் கொண்டாடுவார்கள்.

இரண்டு வருஷங்களுக்குள் சாத்துனூர்க் கிராமத்தைச் சேர்ந்த நல்ல நன்செயிலே பத்து வேலி நிலம் தம் பிள்ளை பெயரில் வாங்கி வைத்துக் கிழவர் திடீரென்று ஒருநாள் - தம் வாழ்க்கை லட்சியம் அப்பாடா! நிறைவேறிவிட்டது என்று தணர்ந்தவர் போல - அநாயாச மரணமடைந்தார். இப்படி வாங்கிய நிலத்தையும் வீட்டையும் தவிரத் தம் பிள்ளைக்கு ஏராளமான ரொக்கமும் வைத்திருந்தார் என்று ஊரார் சொல்லிக் கொண்டார்கள்.

அக்கரைக் கிழவரையும் அவர் பிள்ளையையும் பற்றிச் (சோமசுந்தர முதலியாரும் ஊரில் மற்றவர்களைப் போலவே கேள்விப்பட்டிருந்தார். இரண்டொரு தரம் அசப்பிலே பார்த்தும் இருந்தார். இரண்டொரு வார்த்தைகள் பேசியும் இருப்பார். ஆனால் கோவிந்தப் பிள்ளையுடன் நெருங்கிப் பழகும் சந்தர்ப் பம்) கிழவர் இறக்கும் வரையில் முதலியாருக்குக் கிடைக்கவில்லை.

துக்கம் விசாரிக்கப்போய் இரண்டு வார்த்தைகள் வழக்கமான அனுதாபம் சொல்லு முன்னரே கோவிந்தப் பிள்ளையும் சோமசுந்தர

முதலியாரும் நண்பர்களாகி விட்டார்கள் என்று சொல்வது மிகையாகாது. அதற்குப் பிறகு அவர்கள் இருவரும் அடிக்கடி சந்தித்துத் தங்கள் நட்பை வளர்த்துக் கொண்டார்கள். அது வரையில் தம்மைப்பற்றியோ தம் தகப்பனார்க் கிழவரைப் பற்றியோ சாத்தனூரிலே யாரிடமும் எதுவும் வாய் திறந்து சொல்லியறியாத கோவிந்தப் பிள்ளை சோமு முதலியாரிடம் மனம்விட்டுப் பேசினார். இது எப்படி நேர்ந்தது என்று இருவருக்குமே தெரியாது. இரண்டொரு வார்த்தைகள் மட்டுமே சொல்வது என்று ஆரம்பித்த பிள்ளை தம் தகப்பனாரைப் பற்றித் தமக்குத் தெரிந்ததை எல்லாம் சொல்லிவிட்டார்.

கோவிந்தப் பிள்ளை சொன்னதை எல்லாம் கேட்ட பிறகு சோமு முதலியாருக்கு ஒரு சந்தேகம் தட்டியது. ஆனால் கிழவர் இறந்துவிட்டார். முதலியாரின் சந்தேகத்தைத் தீர்க்க யாரும் இல்லை என்பதனால் அந்தச் சந்தேகத்தை வாய் திறந்து வெளியிடவில்லை அவர். அவருடைய தாய் வள்ளியம்மையைத் தொட்டுத் தாலி கட்டிய கணவன் - நோஞ்சான் - சில வருஷங்களுக்கு முன் அக்கரைச் சீமைக்கு ஓடிப் போனான் என்று அவர் பிறர் வாயிலாகக் கேட்டிருந்தார். கோவிந்தப் பிள்ளையின் தகப்பனார் ஓடிப்போன அந்தக் கணவனாக இருக்கலாமோ என்கிற சந்தேகம் எழுந்தது சோமுவுக்கு. ஆனால் அந்தச் சந்தேகம் இனித் தீர வழியில்லை. யாருக்கு ஞாபகம் இருக்கப் போகிறது இப்பொழுது அந்த விஷயமெல்லாம்? வள்ளியம்மை யின் கணவன் ஓடிப்போனவன் - வயசு இன்று இருந்தானானால்கிழவருடைய வயசுதான் இருக்கும் கிட்டத்தட்ட என்று எண்ணினார் சோமு முதலியார். ஆனால் வீணாக சந்தேகத்தைக் கிளப்பி எல்லோருடைய மனசையும் குழப்புவானேன் என்று சும்மா இருந்து விட்டார்.

ஆனால் இந்தச் சந்தேகம் அவர் மனசிலே தோன்றியதன் காரணமாக, கோவிந்தப் பிள்ளையிடம் முன்னிலும் அதிகமாக உறவு பாராட்டிக்கொண்டு நெருங்கி வந்தார். சகோதர வாஞ்சை யுடன் நடந்துகொள்ள ஆரம்பித்தார் என்று சொல்வது கூடத் தவறாகாது. சகோதர வாஞ்சைக்கு ஒன்றும் இடம் இல்லை என்பது உண்மைதான்! ஆனால் மனிதனுடைய உள்ளத்திலே எவ்வளவோ ஏக்கங்கள் நிறைந்திருக்கின்றன. சோமு முதலியா ருடைய உள்ளத்திலே தனிமை என்கிற ஏக்கம் வெகுநாட் களாகவே நிறைந்திருந்தது. அந்த ஏக்கம் தீருவதற்குக் கோவிந்தப் பிள்ளையைப் பற்றிக் கொண்டால் போதும் என்று தோன்றிற்று சோமசுந்தர முதலியாருக்கு. அவர் நட்பு நீடிக்கும் என்றும் தோன்றிற்று. நீடித்தால் தேவலை என்றும் தோன்றிற்று. உணராத ஒரு பந்தத்தையும் ஏற்படுத்திக்கொண்டு அவருடன் பழகினார் முதலியார்.

ஊர்க்காரர்களிலே, ஊர்ப் பணக்காரர்கள் என்று பெயர் வாங்கியவர்களிலே முதல் முதலாகத் தம்மை அணுகி நட்புப் பாராட்டியவர் சோமசுந்தர முதலியார் என்று அவரிடம் நன்றி கொண்டார் அக்கரைப்பிள்ளை. அந்த நன்றி நாளடைவில் பழகப் பழக முதலியாரின் குணாதிசயங்களாலும், பொதுவாக இருந்த சில ஈடுபாடுகளாலும், படிப்பு, அறிவு முதலிய விஷயங்களிலே ஒரே தரத்தவர்கள் என்பதனாலும், நட்பாக முதிர்ந்தது. பிள்ளையைவிட முதலியார் பத்துப் பதினைந்து வயசு பெரியவர். ஆனால் தம்மையும் தம் வயசுப் பேரை நடத்துவது போலவே நடத்துகிறார் என்று எண்ணி முதலியார் சந்தோஷப் பட்டார். சாத்தனூர்ச் சமுதாயத்திலே உச்சிப் படிகளைத் தம் திறமையாலேயே எட்டிக்கொண்டிருந்த ஒருவர் தம்மைப் போன்ற ஓர் அயலானைச் சரி சமானமாக நடத்தத் தயாராக இருந்தார் என்பது வெகு திருப்திகரமாக இருந்தது பிள்ளைய வர்களுக்கு.

கோவிந்தப் பிள்ளையைச் சரி சமானமாக நடத்தியது மட்டும் அல்ல - அவரிடமிருந்து சில விஷயங்கள் கற்றுக் கொண்டவர் போலவும் நடந்துகொண்டார் சோமசுந்தர முதலியார். சில்லறை விஷயங்கள் தாம். கோவிந்தப் பிள்ளை அழகான அமெரிக்கன் கிராப்பும், அடக்கமான சிறு மீசையும் வைத்திருந்தார். அந்த மீசையும் கிராப்பும் பிடித்திருந்தன முதலியாருக்கு. இவ்வளவு நாட்களும் கர்நாடகமாகக் கொண்டை மயிர் வைத்திருந்த சோமு முதலியார் ஒரு நாள் அமெரிக்கன் கிராப்புத் தலையுடன் சாத்தனூரிலே காட்சியளித்தார். அடுத்த மாதத்திற்குள்ளாகவே மீசை வளர்க்கிறார். கோவிந்தப் பிள்ளையைப் போலவே மீசை வளர்க்கிறார் - என்பதும் தெரிந்து விட்டது. அக்கரைப் பிள்ளையைப் போல உள்ளூர் முதலியாரும் சட்டை போட ஆரம்பித்தார். கையிலே பச்சைக் கல் மோதிரம் ஒன்று வாங்கி அணிந்து கொண்டார். கோவிந்தப் பிள்ளை செய்யாத காரியம் ஒன்றும் முதலியார் புதிதாகச் செய்தார். அடிக்கடி தலைவலி வருகிறது என்று கண் டாக்டர் ஒருவரிடம் போய்க் கண்ணைப் பரிசோதித்து மிகவும் உயர்ந்த தங்க பிரேம் போட்ட கண்ணாடி அணிந்து கொண்டு வந்தார்.

பாப்பாத்தியம்மாள் ஆச்சரியத்துடன் சொன்ன மாதிரி சோமசுந்தர முதலியார் மாப்பிள்ளைக் கணக்காகத்தான் இருந்தார் இப்பொழுதெல்லாம்.

வேறு விஷயத்திலும், அதாவது பண விஷயத்திலும் கூடக் கோவிந்தப் பிள்ளையின் நட்பு சோமசுந்தர முதலியாருக்கு லாபம் தருவதாக இருந்தது. கிழவனார் இறந்த பிறகு கோவிந்தப் பிள்ளை நிலம் வாங்குவதை நிறுத்திவிட்டார். சென்னைக்குப் போய் நிறைய காசு கொடுத்துப் பளபள வென்று புது வர்ண மேனியுடன் கண்ணைப் பறித்த புது பஸ் வண்டிகள் இரண்டு வாங்கிக் கொண்டுவந்து கும்பகோணத்துக்கும்

தஞ்சைக்கும் இடையிலே ரெயிலுக்குப் போட்டியாக ஓட்டிப் பொருளீட்டி னார். தஞ்சை ஜில்லாவிலே பஸ் யுகம் அப்பொழுதுதான் ஆரம்பமாகிக் கொண்டிருந்தது. கிராமவாசிகள் ஆடியில் ஒரு தரம், மார்கழியில் ஒரு தரம் தலையில் வரிந்து கட்டிக்கொண்டு மண் ரோடு நெடுகத் தஞ்சையோ கும்பகோணமோ நோக்கிப் போய் வருவதற்குப் பதில் தினம் மாலையிலும் காலையிலும் கப்பிரோட்டிலே பஸ்ஸின் வருகையை எதிர்பார்த்துக் கொண்டிருக்க ஆரம்பித்து விட்டார்கள். நடப்பதற்குச் சக்தியையும் இழந்து விட்டவர்களிடமிருந்து பணம் பறிப்பது புண்ணியமா பாவமா என்பது பற்றி ஆராய்ச்சி செய்யவில்லை கோவிந்தப் பிள்ளை, அவர் காலத்துடன் நகரத் தயாராக இருந்தார். கிராமவாசிகள் அவருடைய பஸ் வண்டிகளில் ஏறிக் காசு கொடுத்துப் பிரயாணம் செய்யத் தயாராக இருந்தார்கள்.

எண்ணிறந்த பிரயாணிகள் காரணத்துடனோ அகாரண மாகவோ ஊர் ஊராகப் போய்க் கொண்டிருந்த காலம் அது. ஏழணா விட்டெறிந்தால் காலையில் கும்பகோணத்தில் கிளம்பி ஒன்றரை மணி நேரத்துக்கெல்லாம் தஞ்சை சேர்ந்துவிடலாம். தஞ்சையிலே அலுவலுண்டானால் பார்க்கலாம். கோர்ட்டுகள் இருந்தன; கடை கண்ணிகள் இருந்தன; உறவினர்கள் இருந் தார்கள். சும்மாப் போனவர்கள் இரவு தங்கி டிராமா பார்க்க லாம். கூத்திமார் வீடுகள் உண்டானால் போகலாம். கையில் ஏழணா மட்டும் மிச்சம் வைத்துக் கொண்டிருந்தால் போதும், திரும்பிவிடலாம் ஊருக்கு, ஒன்றரை மணி நேரத்திலே. பஸ் வண்டியில் ஒரு தரம் போய்வர மூன்று மணி நேரந்தான் ஆயிற்று. ரெயிலில் ஐந்து மணி நேரம் ஆகும். தவிரவும் ரெயில் இரண்டு மணிக்கு ஒரு தரந்தான் உண்டு. கோவிந்தப் பிள்ளையின் பஸ் வண்டிகளுக்குப் போட்டியாக வேறு பலரும் அதே மார்க்கத்தில் பஸ் ஓட்ட ஆரம்பிக்கவே கால் மணிக்கு ஒரு பஸ் என்கிற கணக்கிலே போய்க்கொண்டிருந்தன.

பணமே தெய்வம் என்று எண்ணி வாழ்ந்துகொண்டிருந்த சோமசுந்தர முதலியாருக்கு இதை ஒட்டி ஒரு புது யோசனை உதயமாயிற்று. சாத்தனூருக்கும் கும்பகோணத்துக்கும் இடையே தினம் போய் வந்தவர்கள் ஐம்பது அறுபது பேர்வழிகளாவது இருக்கும். கிருத்திகை, செவ்வாய்க்கிழமைகளில் ஆயிரக்கணக் கான வெளியூர் வாசிகள் வந்து போனார்கள். ஒரு பஸ் வாங்கிப் போட்டு அதைக் கும்பகோணத்துக்கும் சாத்தனூருக்கும் இடையே சாதாரண நாட்களில் தினம் இரண்டு தடவைகளும், விசேஷ நாட்களில் ஏழெட்டுத் தடவைகளும் ஓட்டலாமே, லாபம் வராதா என்று எண்ணினார். தாமாகவே ஏற்பாடு செய்ய லாமே என்றுகூட முதலில் எண்ணினார். பிறகு கோவிந்தப் பிள்ளையைக் கேட்காமல் செய்வது நட்புத் துரோகமாகும் என்றும், அவருடைய

அனுபவம் இருந்தால்தான் புதுத் துறையிலே லாபம் அடைய முடியும் என்றும் தீர்மானித்து அவரிடம் விஷயத்தைப் பிரஸ்தாபித்தார்.

சோம சுந்தர முதலியாரையும் கூட்டாக ஏற்றுக்கொண்டு கோவிந்தப் பிள்ளை கும்பகோணத்துக்கும் திருவையாறுக்கும் இடையே பஸ் வண்டிகள் ஓட்டுவதற்கு ஏற்பாடு செய்தார். புதிதாக அப்பொழுதுதான் அந்த ரோட்டிலே கப்பி போட்டிருந் தார்கள். காவேரிக் கரையோரமாக இருந்த அந்தப்பாதை நெடுக வளமான பூமி. செழிப்பான ஏராளமான ஜனங்கள் நிறைந்த கிராமங்கள் பல இருந்தன வழிநெடுக. பணமுள்ளவர்கள் நிறைந்த கிராமங்கள். ரெயில் போட்டியும் கிடையாது. பஸ் ஓடுவதற்கு லட்சியப் பாதை அதுதான் என்று சொல்லும்படியாக அமைந்திருந்தது என்று எடுத்துக் காட்டினார் கோவிந்தப் பிள்ளை. தஞ்சை கும்பகோணம் பஸ் சர்வீசைவிட அதிகமாகவே லாபம் கிடைக்கலாம் என்றார் அவர்.

கோவிந்தப் பிள்ளையும், சோமசுந்தர முதலியாரும் கூட்டாக ஆறு பஸ்களை வாங்கி அந்தப் பாதையிலே ஓட்டினார்கள். இந்தக் கூட்டு பஸ் சர்வீஸ் முப்பது மாதங்கள் நடந்தன. முதலியாருக்கும் பிள்ளையவர்களுக்கும் நல்ல லாபம் கிடைத்தது. போட்ட முதல் மூன்று பங்காக வளர்ந்து திரும்பியது - இந்த மாதிரி விஷயங்களில் பிறர் கணக்குகளை எல்லாம் கணக்கெடுத்து வைத்திருப்பவர்கள் ஊரிலே சொல்லிக் கொண்டார்கள்.

இடையிலே வேறு ஒரு காரியம் - அதுவும் நல்ல தரமான காரியந்தான் - சோமசுந்தர முதலியாருடைய மனசைக் கவர்ந்தது. தம் மனசைக் கவரும் எந்த விஷயத்திலுமே அவர் எப்பொழுதும் பரிபூரணமாக ஈடுபட்டு விடுவார். இந்த பஸ் சர்வீஸ் காரியங்கள் தம் ஈடுபாட்டுக்குக் குறுக்கே நிற்கின்றன என்று அறிந்த சோமு முதலியார் விலகிக்கொள்ள விரும்பினார். கோவிந்தப் பிள்ளைக்கும் இனிமேல் பஸ் வண்டிகள் லாப கரமாக இரா என்று பல காரணங்களால் தோன்றிவிடவே, தம்முடைய பஸ் வண்டிகளையும் விற்றுவிட்டார்... கூட்டு சர்விஸூம் கலைக்கப்பட்டது. ஏராளமான லாபம் கிடைந் திருந்து போக, பஸ் வண்டிகளும் ஏதோ விலைக்குப் போயின.

தம் பணத்துக்கு வேறு என்ன தொழில் செய்யலாம் என்று நண்பர் பிள்ளையவர்கள் யோசித்துக் கொண்டிருக்கையில் சோமு முதலியார் தயங்காமல் வேறு பல விஷயங்களில் ஈடுபட்டார். இரண்டு மளிகைக் கடைகளிலும் வியாபாரமும் வழக்கம் போல நடந்து கொண்டிருந்தது.

04

இன்ஷ்யூரன்ஸ்

சோமசுந்தர முதலியாருடைய மனசைக் கவர்ந்த புது விஷயம் இன்ஷ்யூரன்ஸ் விஷயந்தான். 1932-ஆம் வருஷ ஆரம்பத்திலே அவர் ஓர் இன்ஷ்யூரன்ஸ் கம்பெனியின் ஏஜெண்டானார். திடீரென்று ஒருநாள் கும்பகோணத்துக் கடையிலும் சாத்தனூர்க் கடையிலும் நீல வர்ணம் தீட்டிய போர்டுகள் தொங்கின. அவற்றிலே கறுப்பு எழுத்துக்களால் ஒரு கம்பெனியின் பெயரும் அதன் கீழே 'சோமசுந்தர முதலியார்' ஏஜெண்டு என்றும் எழுதப்பட்டிருந்தன.

அப்பொழுது முதலியாருக்குச் செல்வமும் செல்வாக்கும் அதிகம் இருந்தன. கும்பகோணத்திலே மடத் தெருவிலே ஒரு பெரிய கடையும், சாத்தனூரிலே ஒரு கடையும் தினம் பத்து மணி நேரம் வேலை செய்துகொண்டிருந்தன - மும்முரமாக வியாபாரம் செய்துகொண்டிருந்தன. பஸ் வண்டிகள் அரை டஜன், கொள்ளாமல் வழிய 'ஓவர்லோடு' ஏற்றிக்கொண்டு, கும்பகோணத்துக்கும் திருவையாற்றுக்கும் இடையே நாள் பூராவும் 'குண்டு குண்டு' என்று ஓடிச் சம்பாதித்துக்கொண்டிருந்தன முதலியாருக்காக. பஸ்ஸிலேயே பணம் நிறையச் சேர்த்துப் போட்டிருந்தார் என்று சொல்லிக்கொண்டார்கள். இந்தச் சமயத்திலே முதலியார் போய்க் கேவலம் இன்ஷ்யூரன்ஸ் ஏஜெண்டானது எல்லோருக்குமே ஆச்சரியத்தை விளைவித்தது. ஆனால் பலருக்கு ஆச்சரியத்தை விளைவிப்பதற்கென்றே இவ்வுலகில் உதித்திருந்தார் போலும் சோமசுந்தர முதலியார்.

இன்ஷ்யூரன்ஸ் கம்பெனிகளைப் பற்றித் தமிழர்கள் எல்லோரும் கேள்விப்பட்டு அயர்ந்து அலுத்துப் போயிருந்த காலம் அது. தமிழ்நாட்டின் அந்தக் காலத்திய ஒரே பத்திரிகை யிலே உள்ள ஒன்பது கதைகளில் ஏழு, இன்ஷ்யூரன்ஸ் ஏஜெண்டுகளைப்பற்றித்தான் இருக்கும். மாசா மாசம் வரும் நூறு துணுக்குகளில் தொண்ணூற்றொன்பது ஹாஸ்யமாக இரா. ஆனால் இன்ஷ்யூரன்ஸ் ஏஜெண்டுகளைப் பற்றித்தான் இருக்கும். இன்ஷ்யூரன்ஸ் கம்பெனிகளைப் பற்றி முதலியாருக்கும் சற்றுக் கேவலமான அபிப்பிராயந்தான். ஆனால் பணம் பண்ணுவதற்குத் தூண்டிய அவருடைய அந்தராத்மா, 'இன்ஷ்யூரன்ஸ் ஏஜெண்டாகிவிடு' என்று அவரை, அவருடைய அறிவையும் மீறியே தூண்டிற்று. தம்முடைய அந்தராத்மா தூண்டிய காரியம் எதுவும் சோடை போவதில்லை என்று அறிந்தார் அவர். தவிரவும் நஷ்டம் எதுவும் இல்லை. முதல் போட வேண்டியதில்லை - வந்தால் லாபம், வராவிட்டால் நஷ்டமில்லை; "சே!" என்று உதறிவிட்டு ஒதுங்கிக்கொண்டு விடலாம். இன்ஷ்யூரன்ஸ் ஏஜெண்டு வேலை செய்து பணம் வருமானால் வேண்டாம் என்று சொல்லுவானேன் என்று அவர் எண்ணினார். 'நாய் விற்ற காசு குலைக்குமா?' என்கிற மாதிரி இன்ஷ்யூரன்ஸ் கம்பெனிகளைப் பற்றிக் கேவலமாக நினைப்பதற்காக அவற்றின் ஏஜெண்டாகப் பணம் சம்பாதித்தால் அந்தப் பணம் கேவலமாகி விடுமா என்று அவர் சிந்தித்தார்.

இன்ஷ்யூரன்ஸ் ஏஜெண்டு போர்டுகள் அவருடைய கடைகளில் தொங்க ஆரம்பித்ததன் வரலாறு இதுதான். கோவிந்தப் பிள்ளையுடன் பஸ் வண்டி ஒன்றின் ரிப்பேர் சம்பந்தமாக சென்னை போயிருந்தபோது முதலியாருக்கு ஒரு விஷயம் தெரிய வந்தது. சென்னையிலே பல வருஷங்களுக்கு முன் ஆரம்பித்து ஒன்றும் செய்யமாட்டாமல் திணறிக் கொண்டிருந்த ஒரு பழைய இன்ஷ்யூரன்ஸ் கம்பெனியைப் புதுக்கிய புது நிர்வாகத்தின் கீழ் சீர்திருத்தி அமைக்க முயன்று கொண்டிருக்கிறார்கள் என்று கேள்விப்பட்டார். கம்பெனியின் பெயர் என்னவோ அவருக்குப் பிடித்திருந்தது. சில நாட் களாகவே இன்ஷ்யூரன்ஸ் விஷயமாகச் சிந்தித்துக்கொண்டிருந்த அவர், கம்பெனியின் புது மானேஜரைப் போய்ப் பார்ப்பது என்று தீர்மானித்தார். தீர்மானிப்பதும் செய்வதும் சோமசுந்தர முதலியார் விஷயத்திலே அடுத்தடுத்த விநாடிகளிலே நிகழுகிற காரியங்கள். மானேஜரைப் போய்ப் பார்த்தார் - பார்த்துப் பேசிவிட்டு வந்தார்.

சோமு முதலியாருக்கு வேறு என்ன தெரியுமோ தெரியாதோ ஒரு விஷயம் நன்கு தெரியும். ஒரு காரியத்தை மனசிலே வைத்துக்கொண்டு

பேசினாரானால் அந்தக் காரியம் சித்தியாகிற வகையிலே பேசுவார். எதிரி மனசிலே தமக்குச் சாதகமாக அபிப்பிராயம் தோன்றுகிற வரையில் பேசுவார். அதற்குப் பிறகு காரியம் சித்தியாகிவிடும் என்கிற தன்னம்பிக்கையுடன் ஒரு வார்த்தையும் பேசாமல் இருந்துவிடுவார். அவர் பேச்சும், சாதகமான அபிப்பிராயமும் ஏற்படும் போது அவர் மௌனமும், எதிரிக்கு அற்புதமாகப்படும். இன்ஷ்யூரன்ஸ் தொழிலில் வேண்டிய தென்னவோ வாசலகந்தானே புதுக் கம்பெனியின் புது மானேஜர் திக்குமுக்காடிப் போனார் என்பதில் ஆச்சரியம் ஒன்றும் இல்லை. அவருக்கு முதலியாரிடம் நன்மதிப்பும் பிறந்தது. ஆசாமி தன் வலையில் சிக்கியபின் விட்டு விடுவாரா முதலியார்? நல்ல சலுகைகள் வேண்டு மென்றும், சலுகைகள் கிடைத்தால் ஏஜெண்டு வேலையை எடுத்துக்கொண்டு செய்வதாகவும், இரண்டு வருஷங்கள் பார்த்துக்கொண்டு ஆர்கனைஸர் பதவி வேண்டும் என்று கேட்டார் முதலியார். மானேஜருக்குப் பதில் சொல்லக்கூட அவகாசம் தராமல் பேசித் தீர்த்துக் காரியத்தைச் சாதித்துக் கொண்டு வந்துவிட்டார் அவர். நல்ல கமிஷன் முதலிய சலுகைகளுடன் புதுக் கம்பெனியின் புது ஏஜெண்டாக ஊர் திரும்பினார் முதலியார். போர்டுகள் இரண்டும் கம்பெனிச் செலவிலே தயாராகிச் சென்னையிலிருந்து அனுப்பப் பெற்றவை.

இன்ஷ்யூரன்ஸ் கம்பெனியினுடைய புது நிர்வாகம் வெகு திறமையுடன் நடந்தது. இரண்டொரு வருஷங்களுக்குள்ளாகவே சென்னை இன்ஷ்யூரன்ஸ் கம்பெனிகளிலேயே சிறந்தது இதுதான் என்று சொல்லும்படியாக பெயர் வாங்கிவிட்டது. விளம்பரங்களும் மற்றுமுள்ள அலுவல்களும் அவ்வளவு ஆரூராகப் புது முறையிலே எல்லோர் மனசிலும் பதியும்படியாகச் செய்யப்பட்டுப் பலன் தந்தன. இந்தக் கம்பெனியினுடைய ஏஜெண்டுகளிலே சிறந்த ஏஜெண்டு என்று பெயர் வாங்கி விட்டார் சோமசுந்தர முதலியார். இரண்டு வருஷங்களுக்குள்ளாகவே ஐந்தாறு லட்சத்துக்குப் பிஸினஸ் பிடித்துக் கொடுத்துவிட்டார். ஏராளமான கமிஷன் - அதுவும் நேரில் மானேஜரிடமே பேசிப் பிரத்தியேகமாகச் சலுகைகள் பெற்றதன் காரணமாக ஏராளமான கமிஷன் வந்தது.

மற்ற இன்ஷ்யூரன்ஸ் ஏஜெண்டுகளுக்கெல்லாம் பல வருஷங்களாக வெற்றிகரமாகப் 'பெப்பே' சொல்லி வந்த சாத்தனூர் மிராசுதாரர்களில் பலர் சோமசுந்தர முதலியாரிடம் சிக்கிக்கொண்டார்கள். ஊரிலே பெரிய மனுஷ்யர் என்று பெயர் வாங்கியவர். ஊரிலே இருந்த ஒரே பெரிய மளிகைக் கடையின் முதலாளி. தட்டினால், கல்யாணம்

கார்த்திகை என்றால் அவரிடம் போய் நிற்க வேண்டி வந்தாலும் வந்துவிடும் - மிராசு தாரர்களின் கையில் வருஷம் பூராவும் பணம் இருந்துவிடும் என்கிற நிச்சயம் என்ன? அவரே வந்து கேட்கும் போது நிர்தாட் சண்யமாக முடியாது என்று எப்படிச் சொல்வது? தவிரவும் முதலியார் நன்கு பேசக்கூடியவர். அவர் வீசிய வார்த்தை வலையிலிருந்து தப்பமுடியாது - இந்தத் தடவை இல்லாவிட்டால் அடுத்தத் தடவை மாட்டிக்கொள்ள வேண்டியதுதான். தவிரவும் அப்படி ஒன்றும் நஷ்ட பேரமும் அல்ல அது. இரு தரப்பாருக்கும் லாபம் தரக்கூடியதுதான். முக்கியமாக முதலி யாருக்கு நல்ல லாபம் கொடுத்தது. பாலிசி எடுத்துக் கொண்டவர்களுக்கும் தெய்வாதீனமாக ஏதாவது நேர்ந்துவிட்டால் லாபகரமாகவே இருக்கும். அப்படி ஒன்றும் நேராவிட்டால் மாசம் பத்தோ பதினைந்தோ கொடுத்து பல வருஷங்களுக்குப் பிறகு ஆயிரம் இரண்டாயிரம் என்று ரொக்கமாக வாங்கிக் கொள்வதை எப்படி நஷ்டம் என்று சொல்லலாம்? முதலியார் மூலம் சாத்தனூர் மிராசுதாரர்களுள் அநேகமாக எல்லோருமே அவர் கம்பெனியில் பாலிஸி எடுத்துக்கொண்டார்கள்.

சாத்தனூர்க் கிராமத்து மிராசுதாரர்கள் எல்லோரையும் பிடித்துப் போட்டபின் கும்பகோணம் நகரிலும் சுற்றுப்புறக் கிராமங்களிலும் வலை வீசினார் முதலியார். சில மீன்கள் தப்பின - சில பெரிய பெரிய மீன்கள் சிக்கின. பல சாதாரண மீன்கள் சிக்கின.

இரண்டு வருஷங்களுக்குள் சின்னதும் பெரிதுமாக எல்லாப் பாலிசிகளும் சேர்ந்து ஐந்தாறு லட்ச ரூபாய்க்கு மேல் பிஸினஸ் செய்தாகிவிட்டது.

தங்கள் விஷயமாகத் தன் விஷயமாகவும் அந்தச் சாத்தனூர் ஏஜெண்டுக்கு இருந்த உற்சாகத்தைக் கண்டு இன்ஷ்யூரன்ஸ் கம்பெனியார் சந்தோஷப்பட்டார்கள் என்று சொல்லத் தேவையே இல்லை. மானேஜர், 'சபாஷ்' என்று மெச்சினார். அவரை ஏஜெண்டாக்கி பிரத்தியேகமான சலுகைகள் காட்டி உற்சாகம் கொள்ளச் செய்ததிலே தம் சாமர்த்தியத்தை மெச்சிக் கொண்டார். எவ்வளவு சௌகரியங்கள் தேவையோ அவ்வளவும் கம்பெனிச் செலவில் செய்து தருவதாகக் கடிதம் எழுதினார் மானேஜர், ஏஜெண்டு சோமசுந்தர முதலியாருக்கு.

மறு தபாலிலேயே பதில் எழுதிவிட்டார் முதலியார். தஞ்சை ஜில்லாவுக்குத் தம்மை தனி ஆர்கனைஸராகப் போட்டு மாதச் சம்பளமும் தவிர ஜில்லாவிலே நடக்கிற பிஸினெஸுக்கெல்லாம் கமிஷனும் - ஒரு தடவை இரண்டு வருஷங்களுக்கு முன் நேரில் பார்த்தபோது

மானேஜர் தெரிவித்திருந்தபடி - தரவேண்டும் என்று கேட்டார், முதலியார். உத்தியோகத்துக்கு மனுப் போடுகிற தோரணையிலே தாழ்மையாகக் கேட்கவில்லை அவர் - தம் உரிமைகளைக் கேட்பவர் போலக் கேட்டார்.

கம்பெனியும் கம்பெனி மானேஜரும் தயங்கினார்கள். மாசச் சம்பளம், ஜில்லா ஆர்கனைஸர் என்கிற விஷயங்களை இன்னும் சில நாட்கள் ஒத்திப் போட விரும்பினார்கள் அவர்கள். ஆனால் இந்த விஷயத்துக்காகத் தங்களுடைய சிறந்த ஏஜெண்டை விரோதித்துக்கொள்ளவும் அவர்கள் தயாராக இல்லை. அவருடைய சேவையைப் புகழ்ந்தும் பாராட்டியும் எழுதிவிட்டு மறுமுறை நேரில் சந்திக்கிற சந்தர்ப்பம் ஏற்படும்போது முதலியார் கேட்டிருந்த விஷயங்களைப்பற்றி ஒரு தீர்மானம் செய்யலாம் என்று மரியாதையாகச் சற்றுத் தயக்கத்துடனே எழுதினார் மானேஜர். வியாபார மனத்தத்துவத்தைப் பரிபூரணமாகப் பெற்றிருந்த சோமசுந்தர முதலியார் அந்தக் கடிதத்தில் தொனித்த தயக்கத்தைத் தமக்குச் சாதகமாக அர்த்தப்படுத்திக்கொண்டார். தாம் அடுத்த நாளே புறப்பட்டு வருவதாகக் கம்பெனிக்குத் தந்தி அடித்துவிட்டுச் சென்னைக்கு அன்றே கிளம்பிவிட்டார்.

நேரில் போய்ப் பேசியும் காரியத்தைச் சாதித்துக் கொள் ளாமல் தோல்வியுற்றுத் திரும்பிவிடுவாரா சோமசுந்தர முதலியார்? கம்பெனி மானேஜரைப் பார்த்தார்; சில்லறைக் குமாஸ்தாக்களை எல்லாம் பார்த்தார்; மானேஜிங் டைரக்டருடைய அந்தரங்க காரியதரிசியைப் பார்த்தார்; இரண்டொரு டைரக்டர்களையும் பார்த்தார்; பிறகு மானேஜிங் டைரக்டரையே பார்த்தார். எல்லோருடனும் பேசினார். பார்த்துப் பேசியதற்கெல்லாம் பலனாக மாசம் இருநூற்றைம்பது ரூபாய் சம்பளத்தில் தஞ்சை ஜில்லா ஆர்கனைஸராக அமர்த்தப்பட்டார். ஏஜெண்டுகளை நியமிக்கவும் கம்பெனியின் சகல அலுவல்களையும் அந்த ஜில்லாவிலே கவனித்துக் கொள்ளவும் உரிமையும் பெற்றார். கார் அலவன்சு என்று அறுபது ரூபாய் கொடுப்பதாகச் சொன் னார்கள். கார்கூட வேண்டுமானால் கம்பெனி முதல் போட்டு வாங்கிக்கொடுத்துவிட்டுப் பிறகு மாசம் கொஞ்சங் கொஞ்ச மாகத் திருப்பிப் பெற்றுகொள்ளத் தயாராக இருந்தது. ஜில்லா விலே நடக்கிற பிஸினஸ்களுக்கெல்லாம் ஆர்கனைஸருக்குக் கமிஷன் உண்டு.

தாம் கேட்ட எந்த விஷயத்திலும் சோமு முதலியார் ஏமாந்து தோல்வியடைந்துவிடவில்லை. தம் திறமையை நன்குணர்ந்து, தம் பேச்சு வன்மையை நன்கு உபயோகித்து, இன்ஷ்யூரன்ஸ் ஏஜெண்டு

சரக்கை இன்ஷ்யூரன்ஸ் கம்பெனியிடமே காட்டி வெற்றியுடனும் ஒரு சிறிய புது 'பேபி ஆஸ்டின்' காருடனும் சாத்தனூருக்குத் திரும்பினார் சோமசுந்தர முதலியார்.

சாத்தனூர்வாசிகளிலே முதல் முதலில் கார் வைத்துக் கொள்ள ஆரம்பித்தது சோமசுந்தர முதலியார்தாம். கார் வைத்துக்கொள்ளக்கூடிய பணக்காரர்கள் சிலர் சாத்தனூரிலே இருக்கத்தான் இருந்தார்கள். ஆனால் சோமு முதலியார் இன்ஷ்யூரன்ஸ் கம்பெனியின் செலவிலேயே கார் வாங்கிக் கொண்டு வந்து ஓட்டுவதைப் பார்க்கும் வரையில் சாத்தனூர்ப் பணக்காரர்களில் யாருக்குமே கார் வைத்துக் கொள்ள வேண்டும் என்கிற ஆசையோ அவசியமோ ஏற்பட்டதில்லை. பெட்டி வண்டிகளும் சைக்கிள்களும் ஏராளமாக இருந்தன ஊரிலே. குதிரை வண்டி ஒன்று இருந்தது. கோச்சு வண்டிகள் அநாகரிகமானவை என்று ஒதுக்கி விட்டார்கள். சோமசுந்தர முதலியார் கொண்டுவரும் வரையில் சாத்தனூர் வாசிகளிலே யாரிடமும் கார் இல்லை.

காருடன் முதலியார் வந்ததைக் கண்டதுமே ஊரிலே பணக்காரர்கள் விழித்துக்கொண்டார்கள். சிவஷண்முகம் செட்டியார் பிரம்மாண்டமான ஒரு ஸெடான் கார் வாங்கினார். சுப்புராவ் ஒரு சிறிய அழகான 'டூஸீடர்' வாங்கினார். கோவிந்தப் பிள்ளை கூட இவ்வளவு நாட்களும் தாம் கார் வாங்காமல் இருந்தது பிசகு என்று எண்ணியவர்போல ஒரு கார் வாங்கினார். முதலியாரிடம் இருந்தது ஒரு சின்னக் கார் - தகரடப்பா என்று பெரிய கார் வாங்கிய புது முதலாளிகள் கேலி கூடச் செய்தார்கள். ஆனால் அதை எல்லாம் லட்சியம் செய்யவில்லை சோமு முதலியார். காலம் வரும், அவசரம் இல்லை என்று அவர் தம் காரியமே கண்ணாக இருந்தார்.

தம் சிறிய காரைத் தாமாகவே ஓட்டுவதற்குக் கற்றுக் கொண்டார். பிறகு இன்ஷ்யூரன்ஸ் கம்பெனி காரியமாக அதிலேயே குடியிருக்கத் தொடங்கினார். தஞ்சை ஜில்லா பூராவும் கம்பெனி விஷயமாக அலைந்தார்; அலைந்து திரிந்து பணம் திரட்டினார். ஏராளமான ஏஜெண்டுகளை நியமித்தார். அவர் நியமித்த ஏஜெண்டுகளில் சிலர் ஒரு பாலிசிகூடப் பிடித்துத் தரவில்லை. பலர் ஏதோ கூடியவரையில் முயன்று தங்களுக்குத் தேவையான கமிஷன் வருவதற்கான வேலையை மூச்சைப் பிடித்துக்கொண்டு செய்தார்கள். ஒரு சிலர் பணம் பண்ணும் அரிப்புக்கு ஆளாகி சோமசுந்தர முதலியாரைப் போலவே - ஆனால் சிறிய அளவில் - உற்சாகத்துடன் பிஸினஸ் செய்தார்கள்.

சாத்தனூர் சிவஷண்முகம் செட்டியாருக்கும், சுப்புராவுக்கும்,

கோவிந்தப் பிள்ளைக்கும் பிதுரார்ஜிதமான ஆஸ்திகள் ஏராளமாக இருந்தன. எவ்வளவு பெரிய கார்கள் வேண்டுமானாலும் அவர்கள் வாங்கலாம். ஆனால் கார் வைத்துக் கொள்வதிலே அவர்களுக்குச் செலவுதான் அதிகரித்ததே தவிர லாபம் கிடையாது. சோமு முதலியாருக்கோவென்றால் செலவெல்லாம் கம்பெனியுடையது - வியாபார லாபமெல்லாம் அவருடையது.

கால் நடையாக நடக்கும்போதே பணம் எங்கே எங்கே என்று சுறுசுறுப்பாக நடந்து போகக்கூடிய சுபாவம் படைத்த சோமசுந்தர முதலியார் காரிலும் ஏறிக்கொண்டு தஞ்சை ஜில்லா பூராவிலுமே பணம் தேடிப் புறப்பட்டுவிட்டார் என்றால் கேட்கவா வேண்டும்!

பணத்தைத் தேடி அவர் போய்க் கொண்டிருந்தாரா பணம் அவரைத் தேடி வந்து கொண்டிருந்ததா என்கிற கேள்விக்குப் பதில் சொல்வது சற்றுச் சிரமமான காரியந்தான்.

05

மனோபாவம்

கையிலே சில்லறை சேர்ந்தபோதெல்லாம் சாத்தனூர் மிராசுதாரர்கள் நிலம் வாங்கிச் சேர்க்க வேண்டும் என்று ஆசைப்பட்டார்கள். ஆனால் அந்த மிராசுதாரர்கள் கையிலே பணம் சேருவது மிகவும் துர்லபம் ஆகிக்கொண்டிருந்தது. கோவிந்தப் பிள்ளை, சோமு முதலி போன்றவர்கள் கையில் பணம் சேர்ந்ததே தவிர மிராசுதாரர்கள் கையில் சொல்பமும் சேரவில்லை. அதற்கு மாறாக மிராசுதாரர்கள் கண்டவர்கள் கேட்டவர்களிடம் எல்லாம் கடன் வாங்கிவிட்டுத் தவித்துக் கொண்டிருந்தார்கள். அவர்களுடைய துர்பிக்ஷத்திற்கு முக்கியக் காரணங்கள் அவர்களுக்குத் தங்கள் வாழ்க்கையில் பூரண திருப்தியும் உழைப்பிலே எள்ளளவு நம்பிக்கையும் இல்லாமல் இருந்ததுதான் என்று சொல்வது மிகையாகாது.

நிலம் நிலம் என்று எல்லோரும் போற்றினார்களே தவிர அந்த நிலத்திலே ஈடுபட்டு உழைத்துப் பலன் காண அவர்களுள் யாரும் தயாராக இல்லை. தலைமுறைக்குப் பின் தலைமுறை என்று அந்தக் கிராமவாசிகளுக்கு உணவளித்துக் காப்பாற்றிய அந்த நீரும் நிலமும் எப்பொழுதும் போலத்தான் இருந்தன. நிலத்தின் சத்தோ நீரின் வளமோ சிறிதும் குறைந்துவிடவில்லை. மனிதர்களுடைய நம்பிக்கையும் உழைப்புமே குறைந்துவிட்டன. நிலத்திலே பழைய செல்வம் எல்லாம் பழையபடியேதான் இருந்தது. ஆனால் அது தானாக முளைவிட்டுச் செழித்துப் பலன் தரும் என்று மனிதன் நினைத்துக்கொண்டு சும்மா இருந்து விட்டுக் கஷ்டப்படுவது எவ்வளவு மதியீனம்!

காரணம் எதுவானாலும் என்ன? நிலத்திலே பூராப் பலனும் காணுவது கண்டு அனுபவிப்பது என்பது இந்தத் தலைமுறை யிலே குறைந்து கொண்டிருந்தது.

நிலத்தினுடைய தத்துவம் பூராவும் சோமசுந்தர முதலி யாருக்கு நன்கு தெரியும். சாத்தனூர்க் கிராமத்திலே அப்பொழுது வசித்துக்கொண்டிருந்தவர்களுக்குத் தெரிந்ததைவிடச் சற்று அதிகமாகவே தெரியும் என்று சொல்லலாம். குழந்தைப் பருவத்திலே, வருஷத்தில் முந்நூற்று அறுபத்தைந்து நாட்களும், வயல்களிலே குடியானவர்களுடன் நின்று, நடக்கிற விஷயங்களை எல்லாம் கவனித்து அறிந்தவர் அவர். பெரிய மிராசுதாரர் ஒருவர் வீட்டிலே இளம் பருவத்திலிருந்து நடுவயசு வரையில் வேலை பார்த்து வயல் வேலைகளை முதலாளிகளின் கண்களுடன் காணப்பழகியவர்.

சோமு முதலியார் தம்மிடம் சேர்ந்திருந்த பணத்தைப் போட்டு நிலம் வாங்கிக்கொண்டு சாத்தனூர் மிராசுதாரர்களிலே ஒரு மிராசுதாராக வாழ விரும்பியிருந்தால் 'ஜெரப்பாக' வாழ்ந் திருக்கலாம். நிலங்கூட அவருக்கென்று சாதாரணத்துக்கு அதிக மாகவே பலன் தந்திருக்கும் என்று சொல்லலாம். எந்தத் துறை யிலுமே உழைப்பின் சக்தியைப் பரிபூரணமாக அறிந்திருந்தவர் நிலத்திலும் உழைக்காமல் விட்டிருக்க மாட்டார்.

ஆனால் சோமசுந்தர முதலியார் சாத்தனூரிலோ அக்கம்பக்கத்திலோ ஓரடி நிலங்கூட வாங்கவில்லை. அக்கரைப் பிள்ளை பணத்தை மூட்டை கட்டிக்கொண்டு முதல் காரியமாக ஊரிலே ஒரு வீடும் பத்து வேலி நிலமும் வாங்கிவிட்டுத்தான் மற்ற காரியங்களைக் கவனித்தார். செட்டி நாட்டுக்குப் போய் யாரோ செட்டியாரிடம் கணக்கெழுதி பிச்சைக்காசு ஏழெட்டு ஆயிரம் கொண்டு வந்திருந்த மகாதேவையர்கூட, "தலைமுறை தலைமுறையாக எங்கள் குடும்பத்திலே வந்த சொத்து அதை வாங்கிவிடவேணும்" என்று ஒரு வேலிக்குச் சற்றுக் குறைவாக இருக்கும் - நிலம் வாங்கினார் என்பது முதலியாருக்குத் தெரியும். ரிடையர்டு ஸ்டேஷன் மாஸ்டர் சுந்தரம் ஐயர் ஒரு தம்பிடிக்கூட கையில் பாக்கி வைத்துக்கொள்ளாமல் அகப்பட்ட நிலத்தை எல்லாம் அசட்டுத்தனமாக வாங்கிவிட்டு, வாங்கியதில் ஒரு பகுதியிலே ஏதோ வில்லங்கம் இருக்கிறது என்று கோவிந்தப் பிள்ளை பஸ்ஸிலே கும்பகோணத்துக்கு தினம் இரண்டு தடவை போய் வந்து கொண்டிருந்தார். வக்கீல் ஐயா ஒருவருடன் உறவாடிக் கொண்டிருந்தார். லேவாதேவி சிவஷண்முகம் செட்டியார் தம்முடைய மேஜராகிவி[illegible] பிள்ளை 'ஆண்டி மாண்டுப்' பத்திரங்கள் எழுதிக்கொடுத்து ஊரெல்லாம் கடன் வாங்கிக்கொண்டிருப்பதை

அறியாமல் நாலு வட்டி வாங்கிக் காவேரிக்கரை நெடுக நிலம் வாங்கி ஆஸ்தி சேர்த்துக் கொண்டிருந்தார்.

"அவர்கள் செய்யட்டும். எனக்கு நிலம் வேண்டாம்!" என்று எண்ணினார் முதலியார்.

மிராசுதாரர்கள் எல்லோருமே பிறரை நம்பி வாழுகிறவர்கள் தாம் என்கிற எண்ணம் சோமசுந்தர முதலியாருடைய மனசிலே தலை தூக்கி நின்றது. நிலத்திலே உழைப்பவனுக்கு உரிய கூலி கொடுத்துக் கட்டாது என்று ஏமாற்றினார்கள் - தங்களையே ஏமாற்றிக்கொண்டார்கள்! உழைப்பவன் கூலியில்லாவிட்டால் சரியாக உழைப்பானா எங்கேயாவது? சாதாரணச் செலவை மீறிய செலவு எது வந்தாலும் ஆண்டிமாண்டிலே கையெழுத்துப் போடத் தயாராகப் பேனா சகிதம் புறப்பட்டு விடுகிறாரர்கள் இந்த மிராசுதாரர்கள் என்று கண்டறிந்திருந்தார் சோமு முதலியார். சில்லறைத் தகராறுகளும், எட்டேகால் ரூபாய் பெறுமான நிலத்துண்டுகளுக்காகப் பெரிய கேஸ்கட்டுகளும் இல்லாத மிராசுதாரர் யார் என்று தம்மையே கேட்டுக் கொண்டார் அவர். பெரிய பண்ணைக்காரர்கள் கூட கல்யாணம் என்று ஓர் ஆயிரம் கடன் வாங்கிவிட்டுத் திருப்பிதர இயலாமல் நாலாயிரம் பெறுமான நிலத்தை அவசரமாக விற்றுக்கொடுத்துவிட்டு "அக்கடா!" என்று சாய்வதைக் கவனித்திருந்தார். ஏன், ரங்க ராவ் எவ்வளவு பணக்காரர்? அவர் விஷயந்தான் என்ன? ஒரு கல்யாணத்துக்கு தாராளமாகச் செலவு செய்வதற்கென்று கடன் வாங்கிவிட்டு, அதன் பலனாக நாளடைவில் வட்டி எல்லாம் கொடுத்தது போக தம் நிலங்களிலும் கால்வாசிக்கு மேல் இழந்து விட்டது தெரியாதா?

"நிலம், மிராசுதாரர் என்றால் எவ்வளவு உயர்வாக ஜனங்கள் மதித்தாலும் சரிதான். எனக்கு வேண்டாம் அது" என்று தீர்மானித்துக் கொண்டு ஓரடி நிலங்கூட வாங்காமல் இருந்தார் அவர். அவர் தீர்மானம் தவறானது என்று யார் சொல்ல முடியும்?

எந்த ஊரானாலும் மளிகை வியாபாரம் மிகவும் அவசியமான வியாபாரம்; மளிகைச் சரக்குகள் இல்லாமல் யாரும் வாழ முடியாது; மனிதர்கள் வாங்கியே தீர வேண்டும். நாணயமாக நல்ல சரக்குகள் போட்டுச் சற்று முன் ஜாக்கிரதையுடன் வாங்கி நஷ்டம் வராமல் பார்த்துக் கொண்டு வந்தால் ஏராளமான பணம் சேரும். ஆயுள் காலம் பூராவுமே சுகமாகக் கழித்து விடலாம்.

"எது எப்படியானால் என்ன? நான் மளிகை வியாபாரம் செய்யப் பிறந்தவன் என்று எனக்குத் தோன்றுகிறது. மிராசு தாரர்களாக

இருக்கப் பிறந்தவர்கள் பலர் இருக்கத்தாம் இருப்பார்கள். அவர்கள் மிராசுதாரர்களாக இருக்கட்டும். எனக்கு ஆட்சேபம் இல்லை” என்று தமக்குள்ளேயே சொல்லிக் கொண்டார் சோமசுந்தர முதலியார்.

தம் பையனைப் பற்றி அவருக்கு அப்பொழுதே கவலைகள் தோன்றத் தொடங்கிவிட்டன. அவன் அந்த வருஷந்தான் பத்தாவது வகுப்புக்கு (எஸ். எஸ். எல். சி. பரிட்சைக்கு) பணம் கட்டிப் போய்விட்டுத் தேர்ச்சி பெறவில்லை. இரண்டாவது வருஷம் பள்ளியிலே சேர்ந்து படித்துக் கொண்டிருந்தான். அவன் பரிட்சையில் தோற்றுவிட்டதைப் பற்றி அவ்வளவாக வருத்தப்படவில்லை முதலியார். பையன் சோம்பேறியாக எதற்கும் உதவாதவனாக ஆகிக்கொண்டிருந்தான் என்று ஒரு சந்தேகம் அவர் மனசில் கொஞ்ச நாட்களாகத் தட்டிக்கொண்டிருந்தது. அது உண்மையில் ஆதாரம் சிறிதும் இல்லாத சந்தேகம் என்று தம்மையே திருத்திக்கொள்ள முயன்று கொண்டிருந்தார். ஆனால் அந்தச் சந்தேகம் தோன்றுகிற ஒரு விநாடியிலே அவர் உள்ளத்திலே பழுக்கக்காய்ச்சிய ஈட்டி பாய்வது போல இருக்கும்.

தம்முடைய ஆரம்ப நாட்களையும் தம் மகனுடைய ஆரம்ப நாட்களையும் பற்றி எண்ணி இரண்டுக்கும் இருந்த வித்தியாசத்தைக் கவனிக்காது இருக்க அவரால் முடியவில்லை.

ஆனால் இன்னும் பதினேழு வயசு நிரம்பாத பையனைப் பற்றி எதுவும் திட்டமாகக் கூறிவிடக்கூடாது என்று எண்ணினார் சோமு முதலியார். ஆனால் அடுத்த விநாடியே, அப்படிச் சொல்வது தவறில்லையா? பயிரின் தரம் முளையிலேயே தெரிந்து விடாதா?’ என்று தம்மையே கேட்டுக்கொண்டார்.

என்னவோ, பையன் பள்ளிப் பரிட்சை முடிந்து காலேஜ் பரிட்சைகள் தாண்டி, பி. ஏ. பட்டத்துடன் வரட்டும் பார்க்கலாம் என்று எண்ணினார் அவர். அப்பொழுது அவன் எப்படி இருப்பான் என்று யார் நிச்சயமாகச் சொல்ல முடியும்? அதற்கு முன், அவன் தரம் தெரிந்து, தன்மை தெளிவாகி, குணம் நிலைக்கும் வரையில் சந்தேகங்கள் பட்டுக்கொண்டு மனம் கசந்து போவது மதியீனம் என்று எண்ணினார்.

அவர் மளிகை வியாபாரியாக இருக்க விரும்பினார். மற்ற காரியங்களைப் பணம் என்கிற ஒரு லட்சியத்தை உத்தேசித்து அவர் செய்யத் தயாராக இருந்தார். ஆனால் மளிகை வியாபாரந் தான் அவருக்கு உகந்ததாக இருந்தது. அவர் மகன் நடராஜன் என்ன விரும்புவானோ? யார் சொல்ல முடியும்? வியாபாரி ஆவானோ, மிராசுதாரர் ஆவானோ, அப்பா சம்பாதித்து வைத்து விட்டுப் போகிற பொருள்களையெல்லாம்

தீர்த்து விட்டுத் தத்தாரிகளாகத் திரியும் கோஷ்டியினருடன் சேர்ந்து விடுவானோ - யார் நிச்சயமாகச் சொல்ல முடியும்?

சாதாரணமாக இந்த மாதிரிச் சிந்தனைகள் சோமசுந்தர முதலியாருக்கு அடிக்கடி ஏற்படுவதுண்டு. ஆனால் சாதாரணமாகச் சிந்தனையில் இந்தக் கட்டத்தை எட்டியவுடனே அவர் அந்தத் தொடரை அறுத்து விசிறிவிட்டு வேறோர் இன்பமான சிந்தனைத் தொடரைப் பின்பற்றிச் செல்லத் தொடங்கி விடுவார்.

இன்பமான சிந்தனைத் தொடர் என்றால் எதைப் பற்றி? வேறு எதைப் பற்றி இருக்க முடியும்? பணத்தைப் பற்றித்தான்!

ஐந்து ரூபாய்க்குக் கும்பகோணம் கடைத்தெருவையே வாங்கிவிடலாம் என்று அவர் எண்ணியிருந்த காலம் போய் ஊரிலே, உலகிலே பணம் கோடி கோடியாக இருந்தது என்று அறிய ஆரம்பித்த காலத்தில் அவர் ஓர் உண்டிப் பெட்டி வாங்கி அதிலே காசு காசாகப் போட்டு வந்தார். உண்டிப் பெட்டியை ஆட்டிப் பார்த்து உள்ளே பணத்தின் கலகலப்பைக் கேட்டுச் சந்தோஷப்படலாம். அதை மீறிய இன்பம் இல்லை என்றுதான் அவர் அந்தக் காலத்திலே நினைத்திருந்தார்.

உண்டிப் பெட்டிக்குள்ளே எவ்வளவு பணம் சேர்ந்திருந்தது என்பது கணக்குப் பண்ணிப் பார்க்க முடியாத ஒரு ரகசியம். நிறையச் சேர்ந்திருக்கும், அல்லது மிகவும் குறைவாகச் சேர்ந் திருக்கும். எதுவானாலும் நிச்சயமாகத் தெரியாத வரையிலுந் தான் ஒரு கவர்ச்சி. பெட்டியைத் திறந்து எண்ணிப் பார்த்து விட்டாலோ, 'சே! இவ்வளவுதானே சேர்ந்திருக்கிறது! இதே அளவு இரண்டு நாட்களில் சேர்த்துவிடலாமே!' என்றுதான் தோன்றும். இப்படித் தோன்றுவதன் காரணமாகச் சேர்ந்திருந்தது பூராவும் செலவாகிவிட்டால் கூட ஆச்சரியப்படுவதற்கில்லை. நேர்மாறாக நிறையச் சேர்ந்திருந்தாலும், ஆபத்துதான்; இவ்வளவு சேர்ந்திருக்கிறதே! ஒரு காசை எடுத்துச் செலவு செய்தால் என்ன?' என்று தோன்றும். ஒரு காசு எடுப்பதுடன் நின்று விடாது. காசுக்குப்பின் காசாக உண்டிப் பெட்டி காலியாகிவிடும். இப்படியாகச் சோமுப் பயலுடைய உண்டிப் பெட்டி எவ்வளவோ தடவைகள் காலியாகி காலியாகி மீண்டும் மீண்டும் நிரம்பியதுண்டு.

இந்த உண்டிப் பெட்டியும் அதன் மூலம் ஏற்பட்ட அனுபவங்களும் சோமசுந்தர முதலியாருக்கு அடிக்கடி ஞாபகம் வருவதுண்டு. அந்த நாட்களையும் இந்த நாட்களையும் ஒப்பிட்டுப் பார்த்து பூரித்துப் போவார் அவர். ஆனால் அந்த நாட்களுக்கும், இந்த நாட்களுக்கும் எவ்வளவோ வித்தியாசங்கள் இருந்தன என்பது உண்மைதான், எனினும்

உண்டிப் பெட்டி அனுபவ விஷயத்திலே வித்தியாசம் சிறிதும் இல்லை. அந்த நாட்களில் சிறிய உண்டிப்பெட்டி ஒன்று இருந்தது சோமுப் பயல் கையில். இப்பொழுது மேட்டுத் தெரு வீட்டிலே ஒரு பெட்டியிலே பாங்கிப் புஸ்தகங்களும் செக்குப் புஸ்தகங்களுமாக அடுக்கிக் கிடந்தன. அத்தனை பாங்கிகளில் அவர் கணக்கு வைத்திருந்தார் என்பதற்கு அர்த்தம் அவருடைய கிராமிய உள்ளத்திலே ஏற்பட்ட அவநம்பிக்கை என்பதல்ல. உண்டிப் பெட்டி விவகாரந்தான். தம்முடைய பல பாங்கிக் கணக்குகளிலும் எவ்வளவு பணம் சேர்ந்து கிடந்தது என்று அறிய அவர் ஒரு நாளும் முற்பட்டதில்லை. தனித்தனிப் பாங்குக் கணக்குகளைப் பார்ப்பாரே தவிர அவற்றைக் கூட்டிப் பார்க்க மாட்டார். இருந்தது எவ்வளவு என்று கூட்டிப் பார்க்க முயன்றால் அடுத்த விநாடியே மாயம் வல்லவன் நிர்மாணித்த மாளிகையாக அது காற்றிலே கரைந்து மறைந்துவிடும் என்று அவர் நம்பியிருந்தார். உண்டிப் பெட்டி காலியானது போல எல்லாக் கணக்குகளும் காலியாகிவிடும் என்று எண்ணினார் அவர்.

அமெரிக்க வியாபார முறைகளைப் புஸ்தகங்களிலே படித்துக் கரைகண்ட ஒருவர் இப்படி நம்பியிருந்தது மிகவும் அற்புதமான விஷயந்தான் அல்லவா?

ஆனால் ஒன்று, எந்தச் சமயத்தில் எந்தத் தொகை தேவையானாலும் எந்தக் கணக்கிலும் வாங்கிக் கொள்ளலாம் என்கிற நம்பிக்கை இருந்தது அவருக்கு. இந்த நம்பிக்கையும் அறிவுந்தாம் அவருடைய பலத்துக்கெல்லாம், தெம்புக்கெல்லாம் ஆதாரம்.

வியாபாரத் துறைகளிலே எதிலும் ஏராளமான பணம் போட்டு வேலை செய்து பொருளீட்டத் துணிவு இருந்தது அவருக்கு. அந்தப் பணத்தைப் போட்டுச் சாசுவதம் என்று சொல்லக்கூடியதாக ஓர் ஆஸ்தி, நிலம் வாங்க ஏற்பாடு செய்ய அவருக்குத் துணிவு இல்லை.

சுபாவத்திலே அவர் நகரத்து மனிதர் - நாகரிக மனிதர், கிராப்பு, மீசை, மூக்குக் கண்ணாடி என்பதை மட்டும் வைத்துச் சொல்லுகிற விஷயம் அல்ல இது. அவருக்கு நம்பிக்கை நிலத்திலே இல்லை. கண்ணால் கண்டு விரலால் எண்ணுகிற பணமும், எடுத்துக் கையாளக்கூடிய பொருளுமே நிலத்தையும் விடச் சிறந்தனவாக அவருக்குத் தோன்றின. அவைதாம் நிலத்தையும் விட அதிக நாட்கள் நிலைக்கக் கூடியவை. பல விதங்களிலும் சிரேஷ்டமானவை என்று அவர் எண்ணினார். நிலத்திலே வருஷம் பூராவும் விழுந்து விழுந்து பாடுபட்டால் ஒரு குடும்பம் பிழைப்பதற்குப் போதியது கிடைக்கும். வியாபாரத் துறையிலே அறிவுடனும் நாணயத்துடனும் பாடுபட்டால் எட்டு கிராமங்களை

விலைக்கு வாங்கப் போதியதை ஒரு வருஷத்திலே சம்பாதித்து விடலாம் என்று அவர் நினைத்தார். அவர் அனுபவமும் அவர் நினைப்பதைத் தழுவியேதான் இருந்தது.

சோமு முதலியார் நாகரிக புருஷர்; அதாவது நகரத்து மனப்பாங்கு பெற்றவர். சென்னை மாநகரமும் அதற்கு அடுத்த படியாகக் கும்பகோணம் என்கிற சிறு நகரும் அவரை ஆசை காட்டி அழைத்தன. இந்தியாவிலேயே இருந்த பம்பாய், கல்கத்தா, டெல்லி போன்ற மற்ற நகரங்களையும், உலகிலே சிறந்தவை பெரியவை என்று எல்லோரும் போற்றிய லண்டன், பாரிஸ், நியூயார்க் போன்ற நகரங்களையும் பார்க்க வேண்டும். அவற்றிலே இருந்து வாழ்ந்து ஐக்கியப்பட வேண்டும் என்று அவர் சில சமயம் ஆசைப்பட்டதுண்டு. ஆனால் இது தெளிவாக உருவா காத ஆசை. இந்த ஆசை உருப்பெற்றுப் பலப்பட்டதேயானால் அந்த விநாடியே ஊர் சுற்ற உலகம் சுற்றக் கிளம்பிவிடுவார் முதலியார். அவரை யாரால் தடுக்க முடியும்?

சாத்தனூர்க் கிராமம் அவரைப் 'போ போ' என்று விரட்டுவது போலத்தான் இருந்தது. சாத்தனூர்க் கிராமத்திலே எந்த அம்சமும் அவர் மனசிலே பதிந்து அழைத்துப் பிணைக்கவில்லை. சாத்தனூரிலேயே பிள்ளைமார் தெருவிலே 'உடையவர்கள் யார் வீட்டிலாவது பிறந்து வளர்ந்து பெரியவராகி இருந்தாரானால் அவர் மனநிலை எப்படி இருந்திருக்குமோ? வேறு விதமாக இருந்தாலும் இருந்திருக்கலாம். ஆனால் மேட்டுத் தெருவிலே பிறந்து, கல்யாண தினங்களிலே பந்தலுக்கு வெளியே எச்சில் நாய்களுடனும் - குறப்பாளையத்துடனும் நின்று வேடிக்கை பார்த்து, பிறகு எவ்வளவோ சலுகைகளுடன் தான் என்றாலும் அக்ரஹாரத்து ராயர் வீட்டிலே வேலைக்காரனாக வளர்ந்து, பெரியவரான சோமசுந்தர முதலியாருக்கு சாத்தனூர் பிடிக்காதிருந்ததில் ஆச்சரியம் இல்லை. அவர் இவ்வளவு பணம் சம்பாதித்தும் இன்னமும் சாத்தனூரிலே, அதே மேட்டுத் தெருவிலே தங்கியிருந்ததுதான் விசித்திரம் தாம் அப்படி செய்வதற்கு என்ன காரணம் என்று சோமசுந்தர முதலியாருக்கே தெரியாது.

சாத்தனூரிலே தம் அடிமைத்தனத்தை நிலைநிறுத்திக் கொண்டு நிலம் வாங்கி மிராசுதாரராகக் காலங்கழிக்க அவர் விரும்பவில்லை. மேட்டுத் தெருவை விட்டுக் கிளப்பிவிட அவர் திட்டம் போட்டுக்கொண்டிருந்தார். ஒரு வருஷத்திற்குள் பங்களா கட்டிக்கொண்டு கிருகப் பிரவேசம் செய்து கும்பகோணத்துக்குப் போய்விடுவது என்று உத்தேசித்திருந்தார் அவர்.

ஆனால் சாத்தனூர் கடையையோ, மேட்டுத்தெரு வீட்டையோ விட்டுவிடுவதாக அவர் என்றும் உத்தேசித்ததில்லை.

இந்த நாட்களிலே அவருக்கு இருந்த மனோபாவத்தை விளக்கக்கூடிய ஒரு சம்பவம் - அதைச் சம்பவம் என்று சொல்வதற்கில்லை, அகஸ்மாத்தாக நேர்ந்த ஒரு சம்பாஷணை என்றுதான் சொல்லலாம் - நடந்தது.

சென்னைக்கு அடிக்கடி வியாபார விஷயமாகப் போய் வந்து கொண்டிருந்த சோமசுந்தர முதலியாருக்கு அங்கே மாணிக்கம் செட்டியார் என்று ஒரு கோமுட்டிச் செட்டியார் சிநேகமானார். அவரும் மளிகை வியாபாரிதாம். அவர் கடை சென்னையிலே மிகவும் பிரசித்தமானது. பரம்பரையாக மளிகை வியாபாரம் செய்து நிறையப் பொருளீட்டிப் பணக்காரர்களாக இருந்த குடும்பத்தைச் சேர்ந்தவர் மாணிக்கம் செட்டியார். அவர் ஏதோ காரியமாகத் திருச்சி போயிருந்தவர் சென்னை திரும்புகிற வழியில் நண்பரைப் பார்த்துவிட்டுப் போகலாம் என்று கும்பகோணத்திலே இறங்கினார்.

சாத்தனூரிலே சோமு முதலியாருடன் மூன்று நாட்கள் தங்கினார் அவர். அந்த மூன்று நாட்களும் இரண்டு நண்பர்களும் மற்ற காரியங்களை எல்லாம் ஓரளவு மறந்துவிட்டு மனம் விட்டு அளவளாவினார்கள். எவ்வளவோ விரிவான விஷயங்களைப் பற்றி விரிவாக, விவரமாகப் பேசினார்கள். மளிகை, பொதுவாக வியாபாரம், நகர வாழ்க்கை, மணம், வாழ்க்கைத் தத்துவங்கள் - இதுபோன்ற பல விஷயங்களைப் பற்றியும் தங்கள் அந்தரங்க அபிப்பிராயங்களைப் பரஸ்பரம் பரிமாறிக்கொண்டார்கள்.

மாணிக்கம் செட்டியார் அனுபவசாலி - பரம்பரையாக மளிகை வியாபாரம் செய்துவரும் பணக்காரக் குடும்பத்திலே பிறந்தவர். ஏதோ எழுதப்படிக்க கூட்டக் கழிக்கத் தெரியுமே தவிர மற்றபடி படிப்பு வாசனை அதிகம் இல்லாதவர். மனைவி யினுடைய நிர்ப்பந்தத்தின் பேரில் பல ஊர்களையும் மனிதர்களையும் பார்த்துப் பழகியவர்.

சோமசுந்தர முதலியார் எல்லா விதங்களிலுமே செட்டியாருக்கு நேர் எதிரானவர். சோமு முதலியார் தான் தோன்றி; வேரில்லாத மரம்; அது அற்புதமாக எப்படியோ தழைத்துக் கிளைத்துப் பழுத்துப் பலன் தந்துகொண்டிருந்தது. அமெரிக்க வியாபார முறைகளைப் பற்றி படித்தே அறிந்து கொண்டவர்.

இந்த இரண்டு மளிகை வியாபாரிகளுடைய சம்பா ஷணையும் கேட்பதற்குச் சுவாரசியமாகத்தான் இருந்திருக்கும் என்பதிலே சந்தேகம் என்ன?

சாத்தனூரிலே வந்து சோமு முதலியாருடைய விருந்தாளி யாகத் தங்கிய இரண்டாம் நாள் மாணிக்கம் செட்டியார் கோயிலுக்குப்

போகக் கிளம்பினார். "நீங்களும் வர்றீங்களா ஐயா! கோயிலுக்குப் போயி சாமி கும்பிட்டுட்டு அர்ச்சனை பண்ணிக்கிட்டு வரலாம்" என்று சோமு முதலியாரைக் கூப்பிட்டார்.

"கோயிலுக்கா? குழந்தப்புள்ளையா இருக்கச்சே காவடிகளைத் தொடர்ந்து போனதுதான் - அப்புறம் அந்தக் கோயிலுக் குள்ளே நான் போனதில்லை" என்று சற்றுப் பெருமையாகவே பதில் அளித்தார் சோமு முதலியார்.

"உள்ளூருக்காரரு நீங்க. எப்ப வேணும்னாலும் பார்த்துக் கிடலாம்" என்றார் செட்டியார்.

"அந்தக் கோயிலிலே சாமி எல்லாம் இருக்குன்னுதான் நீங்களும் நம்பறயளா?" என்று கேட்டார் முதலியார்.

நேரடியாகப் பதில் தரவில்லை செட்டியார். "பட்டணத் திலே நாம்ப தினம் கோயிலுக்குப் போயிக்கிட்டா இருக்கோம்? அதில்லையே! வாரத்திலே ரெண்டு நாள் ஐயரு வந்து கடையிலே படத்துக்குச் சூடம் கொளுத்திப் பூசை பண்ணிட்டுப் போவாரு. எம் பொஞ்சாதி வெள்ளிக்கிழமை வெள்ளிக்கிழமை கோயிலுக்குப் போய் வரும்" என்றார்.

முதலியார் இந்த விஷயத்திலே தம் அபிப்பிராயத்தைச் செட்டியாரிடம் சொல்லாமல் விடுவதில்லை என்று கங்கணம் கட்டிக்கொண்டு சொல்ல ஆரம்பித்தார். "இந்தக் கோயில் குளம் என்கிற விஷயமெல்லாம்... "

செட்டியார் லேசாகச் சிரித்துக்கொண்டே குறுக்கிட்டார்; "ஆமாம், ஆமாம். ஆனா, சாத்தனூர் போனயே கோயிலுக்குப் போனயா? அர்ச்சனை பண்ணயா? ஏன் பிரசாதம் கொணரல் லே'ன்னு எம் பொஞ்சாதி கோவிச்சுப்பா. போய் அர்ச்சனை பண்ணிடறேன்" என்றார்.

சோமு முதலியார், "எனக்கென்னவோ கும்பிடணும் அர்ச்சனை செய்யணும்னா நாம்ப எல்லாரும் நம்ம பணப் பெட்டிக்கும் பாங்கிப் புஸ்தகத்துக்குந்தான் அதெல்லாம் செய்ய லாமே தவிர, கோயிலுக்குப் போகக்கூடாதுன்னு தோணுது. உலகத்திலே வேறே ஏது ஸார் தெய்வம்? பணம் என்கிற ஒன்று தான் தெய்வம் - கண்ணாலே காண்ற தெய்வம். வேறு தெய்வம் உண்டென்று சொல்கிறவர்கள் பொய் சொல்கிறார்கள் - அசடர்கள், பைத்தியக்காரர்கள். உண்மைத் தெய்வத்தை மறைப் பதற்காகப் பொய்த் தெய்வங்களை உண்டாக்கிப் பூசை செய்ய வேறு தொடங்கிவிடுகிறார்கள்" என்றார்.

"அடே! இந்த விஷயத்திலே நம்ம ஐடியாவும் அதோன் ஐயா!" என்று சொல்லிக்கொண்டே மாணிக்கம் செட்டியார் கோயிலுக்குக் கிளம்பினார்.

சோமசுந்தர முதலியார் சொன்ன வார்த்தைகள் விளையாட்டாகச் சொன்ன வார்த்தைகள் அல்ல. அவர் உண்மையில் பணம் ஒன்றுதான் உலகிலேயுள்ள தெய்வம் என்கிற கொள்கையைக் கடைப்பிடித்து ஒழுகியவர். இரவும் பகலும், கனவிலும் நினைவிலும், பணம் என்கிற தெய்வத்தையே உபாசனை செய்து கொண்டிருந்தார் அவர். பணத்துக்குப் போட்டியாக வேறு பொய்த் தெய்வங்களைச் சிருஷ்டித்துக்கொண்டு மனிதர்கள் கஷ்டப்படுகிறார்களே என்று எண்ணிப் பிறர் பொருட்டுச் சில சமயம் வருந்தவும் ஆரம்பித்து விடுவார். புத்ததேவன் மாதிரி, ஏசு கிறிஸ்து மாதிரி ஒரு புது மதம் - பணமே தெய்வம் என்கிற மூலாதாரக் கொள்கையுடன் - ஆரம்பிப்பதற்கு அவர் தயாராக இருந்தார். எதிர்ப்பவர்களை - எதிர்க்கட்சி எடுத்துக்கொள்ளக் கூடியவர்களை - காணவில்லை. கொள்கையளவில் எதிர்த்த வர்கள் கூட செய்கையிலே தங்கள் வாழ்க்கையிலே பணமே தெய்வம் என்கிற சித்தாந்தந்தை அனுசரித்து வாழ்ந்தவர்கள்தாம்.

மாணிக்கம் செட்டியார் சென்னைக்குக் கிளம்பும்போது சோமசுந்தர முதலியாரிடம், "நான் சொல்றேன்னு நினைக்கப் படாது. சிநேகிதர் உரிமையிலே சொல்றேன். பணம் சேர்க்கறத் துலே இவ்வளவு துடியாக இருப்பவங்கள்ளாம் பின்னாடிப் பணம் செலவழிக்கிறதிலேயும் இதையும் விடத் துடியாகத்தான் இருப்பா. தப்பா நினைக்கமாட்டீங்களே?" என்று கேட்டார்.

சோமசுந்தர முதலியார் சிரித்தார். "அதெல்லாமில்லை. நீங்க சொல்லப்படாத விஷயம் என்ன? ஆனால் எனக்கென்னவோ இனிமே வாலிபம் திரும்பப் போறதில்லே. நடராஜப் பயல் - துடியாக செலவழிப்பதிலே இருந்தாத்தான் உண்டு இனிமே!" என்றார்.

வாலிபம் திரும்புவானேன்? இப்போ நீங்க வாலிபந்தானே?" என்றார் செட்டியார். "சந்தேகமிருந்தா வூட்டுக்குப் போய்க் கண்ணாடியிலே பாத்துக்குங்கோ" என்றார்.

"உங்க விஷயத்தைச் சொல்றீக போலிருக்கு" என்று சொல்லி நகைத்தார் சோமு முதலியார்.

"இன்னொண்ணுகூடச் சொல்லணுமின்னு நினைக்கறேன், ஏன் சாத்தனூரிலே வீடு வச்சுக்கிட்டு அடைபட்டுக் கிடக்கறீங்க?

கும்பகோணத்திலே ஒரு வீட்டை வாடகைக்கு எடுத்துக்கிட்டு ஷோக்கா இருக்கப் படாதா?" என்றார் மாணிக்கம் செட்டியார்.

"கும்பகோணத்திலே மனை வாங்கியிருக்கேன். பங்களா கட்டிட்டிருக்கேன். கட்டி முடிந்ததும் கிருகப்பிரவேசத்துக்கு அழைப்பு அனுப்பறேன். நீங்க அவசியம் வரணும்" என்று வற்புறுத்தினார் சோமசுந்தர முதலியார்.

"வராதே என்ன? அவசியம் வாரேன். ஆனால் நீங்க மாத்திரம் பட்டணம் வந்தாக்கே ஓட்டல்லே தங்கிப்பிட்டு ஊருக்குக் கிளம்பறன்னிக்கு வந்து அவசரமாகத் திரும்பணும் னிட்டு ஒருவேளை சாப்பிடக்கூடச் சாப்பிடாமே வந்துடுங்க" என்றார் மாணிக்கம் செட்டியார். சிறிது நேரம் கழித்து, "இந்த வயசுலே குக்கிராமத்திலே அடைஞ்சுகிடந்தா என்ன பிரயோசனமுங்கறேன் என்றார்

"வயசு அஞ்சு பத்துத்தான் ஆவுது!" என்று சொல்லிச் சிரித்தார் சோமு முதலியார்.

"வாலிபம் வாலிபம்னு என்னவோ கொண்டாறாகாள தவிர நமக்குள்ள அனுபவம் அவர்களுக்குண்டா, அறிவுண்டா, செயல் உண்டா சொல்லுமே ஐயா? அம்பது வயசைப் பெரிய வயசாகச் சொல்ல வந்துட்டீரே. இப்போ அனுபவிக்காமே எப்பத்தான் பணத்தை அனுபவிக்கறதாம்? எனக்கு அறுபதாகப் போகிறது" என்றார் செட்டியார். காலித்தனமாக - அதாவது முதலியார் அதைக் காலித்தனம் - என்று புரிந்துகொள்ள வேண்டும் என்று எண்ணிக் கண் சிமிட்டினார்.

இந்த சம்பாஷணையுடன் இரண்டு நண்பர்களும் பிரிந்தார்கள்.

06

ராயர் குடும்பம்

சாத்தனூர் ராயர் குடும்பத்தையும் சோமசுந்தர முதலியாரையும் சேர்த்துப் பிணைத்து பிரம்மதேவன் அறுபடாத அவிழ்க்க முடியாத ஒரு முடிச்சுப் போட்டிருந்தான் போல இருந்தது. மாஜி வேலைக்காரப் பயலையும் மாஜி யசமானரையும் அவன் ஒரே தராசில் இரண்டு தட்டுக்களாக வைத்து எடை போட்டுக்களித்தான் போலும். ஒரு தட்டு ஏற ஏற மற்ற தட்டுக் கீழே தாழ்ந்து கொண்டே வந்தது. பாழும் தெய்வத்துக்கு இதிலே என்ன திருப்தியோ, யாருக்குத் தெரியும்? பாழும் விதி என்று சொல்வதைத் தவிர வேறு எவ்விதக் காரணமும் கண்டு சொல்லி விட முடியாது. இந்த மாதிரி நிலைமை மாறிக்கொண்டிருந்ததற்கு.

சோமசுந்தர முதலியாருடைய சீரும் சிறப்பும் செல்வாக்கும் ஓங்கி விருத்தியாகிக் கொண்டிருந்தது. சாம்பமூர்த்தி ராயருடைய செல்வம் நாளுக்கு நாள் க்ஷீணித்துக் கொண்டிருந்தது; சீர் சிறப்பு செல்வாக்கு எல்லாம் செல்வத்தைப் பொறுத்துத்தானே! அவையும் குறைந்து கொண்டிருந்தன.

முதலியாருக்குச் செல்வம் பெருகப் பெருக ஊரார் அந்தச் செல்வத்துக்கெல்லாம் ஆதிகாரணமாக, அஸ்திவாரமாக அமைந்திருந்தது ராயருடைய பணந்தான் என்பதை மறந்து கொண்டிருந்தார்கள். ஊரார் மறந்தால் என்ன? சோமசுந்தர முதலியார் அதைத் தம் ஆயுள் உள்ளவரையில் மறக்கவே இல்லை.

பெரும் பணக்காரர்கள் ஏழைகளாகிக்கொண்டிருக்கும் காட்சி மிகவும் பரிதாபமான காட்சி - பார்ப்பவர்களுடைய உள்ளங்களை உருக்கக் கூடியது. பணக்காரன் திடீரென்று ஓர் இரவிலே ஏழையாகிவிட்டாலும் பாதகமில்லை. ஏதோ கொஞ்ச நாட்கள் கஷ்டப்பட்டு விட்டுச் சமாளித்துக்கொண்டு விடுவான், பிறகு வாழ்நாட்களிலே பெரும் பகுதி பாக்கியிருக்கும். அந்த நாட்களில் ஏழையானாலும் பெருந்தன்மையாகக் கௌரவத் துடன் மரியாதையை விட்டுக்கொடுக்காமல் உயிர் வாழலாம்.

ஆனால் பணக்காரக் குடும்பம் நாளுக்கு நாள் க்ஷணித்துக் கொண்டு வருகிற நிலையிலே படுகிற கஷ்டம் சொல்லி மாளாது. படிப்படியாக இறங்கி வருகிற குடும்பத்திலே, குடும்பம் ஒரு படியிலே நிலைத்துச் சிறிது நின்று மூச்சுவிட்டு, அப்பாடா' என்று ஓயும் முன் இன்னொரு படி இறங்கிவிடும். அந்தப் படியிலே சமாளித்து நிமிர்வதற்குள் அடுத்த படியிலே கால் வைத்தாகி விடும். கீழே போகிற வேகமும், இந்த நிலைமை எவ்வளவு நாட்கள் நீடிக்கும் என்பதும் அவர்கள் எவ்வளவு உயரத்தில் இருந்தார்கள் என்பதைப் பொறுத்தவை.

சாம்பமூர்த்தி ராயர் மிகவும் நல்லவர்; தூய்மையான எளிய உள்ளம் படைத்தவர். தான தருமங்கள் செய்வதே பொருள் படைத்தவரின் கடமை என்று எண்ணுபவர். ஏழை எளியவர்களுக்கெல்லாம் உதவி செய்வதே மனிதனாகப் பிறந்ததன் பயன் என்று நினைப்பவர். இரக்கமான மனசுள்ளவர். பிறர் துன்பம் துடைக்க அவர் துடித்துக்கொண்டே இருந்தார். நன்றாகப் படித்தவர். அந்தக் காலத்திலே பி. ஏ. படித்துத் தேர்ச்சி பெற்றவர். நல்ல உத்தியோகத்திலே சேர்ந்திருக்கலாம் - சேர்ந்தவர்தாம். ஆனால் சேவக விருத்தி வேண்டாம் என்று ஒதுங்கி விட்டவர். மாமனார் ரங்க ராவ் இறந்தவுடன் எல்லாக் கவலைகளையும் விட்டு விட்டு நிஷ்காமியமாக வாழ்க்கை நடத்தி அதைப் பரத்துக்குப் பூரண சாதகமாக வைத்து விடவேண்டும் என்று எண்ணினார். தான தர்மங்கள் செய்வதிலே பெயர் பெற்ற குடும்பம் அது. சாம்பமூர்த்தி ராயர் யசமானராக வந்தவுடனே நியம நிஷ்டைகள், பூஜை புனஸ்காரங்கள் அதிகரித்தன, சாத்தனூர் சர்வமானிய அக்ரஹாரத்திலே இருந்த ராயர் வீட்டிலே.

கங்காபாய் புண்ணியவதி. ரங்க ராவின் பெண்ணாய்ப் பிறந்தவளுக்கு நியம நிஷ்டைகள், தான தர்மங்கள், பூஜை புனஸ்காரங்கள் அலுக்குமா, சலிக்குமா?

கணவனுக்கும் மனைவிக்கும் உலக விவகாரங்களிலே அனுபவமோ ஈடுபாடோ சிரத்தையோ அவ்வளவாக இல்லை. பணம் என்றாலே துச்சமாகக் கருதியவர்கள் அவர்கள் - துச்சம் என்று சொல்வது வாய்ப்

பிசகு. உண்மை வாழ்க்கை வழிகளுக்கெல்லாம் எதிர் என்று பணத்தைக் கருதினார்கள் அவர்கள். பணத்தையே லட்சியமாகக் கொண்டு வாழ்ந்த மற்ற சாத்தனூர்வாசிகளைப் பற்றி அவர்கள், "ஐயோ பாவம்! மூடர்கள்!" என்று எண்ணினார்கள். "அவர்களுக்கும் கண் திறக்க அருளேன்!" என்று தங்கள் ஈசனைப் பிரார்த்தித்தனர். அவர்கள் இருவருடைய சிந்தனைகளும் ஆத்மிகமான ஒரு நினைவிலே, தெய்வம் என்கிற ஒரு தத்துவத்திலே, புண்ணியம் காரணமாக மோட்சமுண்டு என்கிற ஒரு லட்சியத்திலே சென்று லயித்திருந்தன. இந்த வாழ்க்கையைப் பொருட்டாகக் கருதவே இல்லை அவர்கள் - இது பின்னால் வர இருந்த ஒரு நித்தியமான வாழ்க்கைக்குக் கொண்டு போய்ச் சேர்க்கும் வழியே தவிர வேறல்ல என்று எண்ணினார்கள். இந்த வழியிலே நேரே நடந்து அந்த லட்சியத்தை எட்ட வேண்டுமே என்கிற ஒரே கவலைதான் அவர்களுக்கு.

தம்பதிகள் இருவருமே இப்படிப் பைத்தியமாக இருந்தது தான் ஆபத்தாகிவிட்டது. ஒருவர் சற்றுக் 'கெட்டிக்காரத்தனமாக' வாழ மனசு வைத்திருந்தால் எவ்வளவோ நன்றாக இருந்திருக்கும்.

அவர்களுடைய அகக் கண்களுக்கு எதிரே சதா பாண்டுரங்கன் வட்டமிட்டுக்கொண்டிருந்தான். அவர்களுடைய அகக்காதுகளிலே, "ஜே! ஜே! விட்டல்!" என்கிற இன்ப கீதம் ஓயாமல் ஒழியாமல் ஒலித்துக்கொண்டிருந்தது. அதைத் தங்கள் பாக்கியம் என்றே அவர்கள் கருதினார்கள்.

கடவுள் அவர்களைப்பற்றி என்ன நினைத்தாரோ, அது யாருக்கும் தெரியாது. ஆனால் சாத்தனூர்வாசிகள் அதிலும் முக்கியமாக 'உடையவர்கள்' அவர்களைப் பைத்தியக்காரர்கள் என்றுதான் நினைத்தார்கள்.

இன்னொன்றும் ஊர்க்காரர்களுக்கு மிகவும் தெளிவாகத் தெரிந்தது. அவர்களை அவர்களுடைய லட்சியம் நெருங்கிக் கொண்டிருந்ததோ இல்லையோ, யாருக்கும் தெரியாது. ஆனால் சிறுகச் சிறுக லக்ஷ்மி தேவி அவர்களிடமிருந்து நகர்ந்து கொண்டிருந்தாள். இது எல்லோருக்குமே தெளிவாகத் தெரிந்தது.

ரங்க ராவ் இறந்த போது முன்னிருந்தது போல ஏராளமான செல்வம் வைத்துவிட்டுப் போகவில்லையே தவிர, ஊரிலே பணக்காரர்கள் வரிசைகளிலே முதல் வரிசையில் சாம்பமூர்த்தி ராயர் இருப்பதற்குப் போதியது வைத்துவிட்டுத்தாம் போனார். நிலபுலன்கள் ஏராளமாகவே இருந்தன. சாம்பமூர்த்தி ராயருக்குத் தாம் நிர்வாகத் திறமை போதவில்லை.

பரலோக நினைவுகளைச் சிறிது அகற்றி வைத்துவிட்டு இகலோக காரியங்களைக் கவனித்துச் செய்திருந்தாரானால் ஆதியிலேயே நிலைமை சீர்ப்பட்டிருக்கும். மீண்டும் பரத்துச் சிந்தனைகளைக் கவலையில்லாமல் விட்ட இடத்தில் தொடங்கியிருக்கலாம். அது சாப மூர்த்தி ராயருக்குச் சாத்தியமில்லாதிருந்ததுதான் அவர் துர்ப்பாக்கியம்.

கங்காபாயின் கல்யாணத்துக்காக ரொக்கமாகப் பல பேரிடமிருந்து பல பெரிய தொகைகள் கடன் வாங்கியிருந்தார் ரங்க ராவ். பெரும் வட்டிதான் - குறைவாக இருந்த வட்டி இரண்டு வட்டி. அந்தக் கடன்களுக்காக என்று வருஷா வருஷம் தவணை தவறாமல் வட்டித் தொகைகள் செலுத்தி வருவதே சிரமமாக இருந்தது சாம்பமூர்த்தி ராயருக்கு. உரிய தவணையில் வட்டித் தொகை செலுத்த மாட்டாமல் அந்தத் தொகைக்கும் வட்டி செலுத்த ஒப்புக்கொண்டு பத்திரங்கள் எழுதிக் கொடுத்துக்கொண்டு வந்தார் ராயர். பன்னிரண்டு பதினைந்து வருஷங்களில் குடும்பம் கடன் சுமை தாளாமல் தத்தளிக்கத் தொடங்கியது. வேறு என்ன செய்வது என்று அறியாமல் ராயர் சாமர்த்தியமாகத் தமக்கு இருந்த நிலபுலன்களில் பாதிக்குமேல் விற்றுக் கடன்களை எல்லாம் பூராவும் கொடுத்துத் தீர்த்து விட்டார். இதை ஆரம்பத்திலேயே செய்திருந்தாரானால் எவ்வளவோ நன்றாக இருந்திருக்கும். அது செய்யத் தெம்பில்லாது போன குற்றம், ஆஸ்திகளில் பாதிக்கு மேல் இழந்து விட்டார்.

பணம் புரளுவதற்கு ஒரு வழி கண்டுபிடித்தவுடனே ஒரு வழியை திட்டமில்லாமல் பின்பற்றத் தொடங்கிவிட்டார். பணம் தேவையானால் சிறு தொகை கூடக் கடன் வாங்கமாட்டார். கடனால் தான் மிராசுதாரர் வீணாகிறான் என்று ஆராய்ச்சி செய்து முடிவு கட்டிவிட்டு சொல்பப் பணம் தேவையானால் கூட நிலத்தை விற்றுப் பணம் பண்ணுவது என்று ஆரம்பித்தார். தம் கையிலே பணம் தட்டவே கூடாது. வீட்டிலே தினம் நாற்பது ஐம்பது புரோகிதர்களும் விருந்தாளிகளும் சாப்பிட்டுக் கொண்டே இருக்கவேண்டும். தேகி என்று வந்து கேட்ட வனுக்குக் காசோ பணமோ அரிசியோ நெல்லோ கொடுக்க வேண்டும் - இப்படி எல்லாம் எண்ணிக்கொண்டு, எண்ணியபடி நடக்கவும் முயன்ற சாம்பமூர்த்தி ராயரின் நிலங்கள் சிறிது சிறிதாகக் குறைந்தன - முப்பது வருஷங்களில் சாம்பமூர்த்தி ராயர் சாத்தனூரிலே இருந்த மிராசுதாரர்களில் ஒருவர் ஆகி விட்டார்.

இந்த முப்பது வருஷங்களில் அவர் மனைவி கங்காபாய் மூன்று குழந்தைகளுக்குத் தாயானாள். மூத்த பிள்ளை கல்யாண மாகி எட்டு வருஷங்களுக்குப் பிறகு பிறந்தது. இரண்டாவது பெண், மூத்த

பிள்ளைக்குப் பிறகு நாலைந்து வருஷங்கள் கழித்துப் பிறந்தது. மூன்றாவது பிள்ளை, பெண்ணுக்கு மூன்று வருஷங்களுக்கு இளையவன். இந்த மூன்று குழந்தைகளிலே முப்பது வருஷங்களுக்குப் பிறகு உயிருடன் இருந்தது கடைசிப் பிள்ளை ஒன்றுதான். மூத்த பையன் பதினேழு பதினெட்டு வயசில் பி. ஏ. பரிட்சைக்குப் பணம் கட்டிய பிறகு ஒருநாள் ஆற்றிலே வெள்ளம் வந்திருக்கிறது - நீந்தலாம் என்று போனவன், நீரிலே முழுகி இறந்துவிட்டான். இரண்டாவது பிறந்த பெண்ணும், சோனு என்று பெயர் இட்டிருந்தார்கள் அதற்கு; அநேக வருஷங்கள் வெகு செல்வமாக இருந்து வளர்ந்து விட்டு இறந்துவிட்டது. மிஞ்சியது கடைசிப் பிள்ளை சுப்பிரமணிய ராவ் மட்டுமே. அவன் தன் பெற்றோர்களின் கண்ணுக்குக் கண்ணாக கண்ணின் மணியாக வளர்ந்து பெரியவனாகிக் கொண்டிருந்தான்.

பணம் என்கிற விஷயத்திலே மட்டுமின்றி இந்த மாதிரி அன்பு விஷயங்களில் கூட தெய்வம் அவர்களை எல்லா விதங்களிலும் சோதித்தது. ஆனால் இதனால் எல்லாம் அவர்களுடைய தெய்வபக்தி அதிகரித்ததாகத் தெரிந்ததே தவிர குறைந்ததாகத் தெரியவில்லை.

அந்த குடும்பத்தினுடைய கஷ்டங்களுக்குச் சிகரம் வைப்பது போல ஒருநாள் - கங்காபாய்க்கு அப்போது வயசு நாற்பது நாற்பத்திரண்டு இருக்கும் - மார் வலிக்கிறது என்று படுத்த கங்காபாய் அதற்குப் பிறகு எழுந்திருக்கவே இல்லை. பன்னிரண்டு மாசங்களுக்குச் சற்று அதிகமாகவே படுத்த படுக்கையாகக் கிடந்துவிட்டு, கடைசியில் கணவன் மடியிலே தலை வைத்தபடியே உயிர் நீத்தாள். தனியாக விடப்பட்ட சாம்பமூர்த்தி ராயருடைய தெய்வபக்தி இந்தச் சோதனையையும் தாண்டி நிலைக்கக் கூடியதாக இல்லை. சிலகாலம் ஆட்டங் கொடுத்து விட்டது. செய்யவேண்டிய காரியங்களெல்லாம் செய்தானதும் கையிலே ஐயாயிரத்துச் சொச்சம் ரூபாயுடன் தஞ்சாவூருக்குக் கிளம்பிவிட்டார். அங்கே வாழ்க்கையிலே பிரவேசித்துக் குடியும் கூத்தியுமாக மனசுக்குச் சமாதானம் கிடைக்குமா என்று ஆராய்ச்சி செய்யப் புகுந்துவிட்டார். ஆனால் அதிலேயும் அவர் நிலைக்கவில்லை; அவர் மனசுக்கு அதிலெல்லாம் சாந்தி கிடைக்கவில்லை. சில வாரங்கள் தஞ்சாவூரிலே அல்லாடித் திரிந்துவிட்டு மீண்டும் சாத்தனூருக்குத் திரும்பி ஜேஜே விட்டல்' வில் ஐக்கியமாகிவிட்டார்.

அந்த க்ஷீணத்தை ஆரம்பம் முதல் அறிந்து கவனித்து வந்த சோமசுந்தர முதலியாருடைய மனசு என்ன பாடுபட்டிருக்கும் என்று ஒருவகையாக ஊகிக்கலாமே தவிரச் சொல்ல முடியாது.

ராயர் குடும்பத்தின் உதவி இல்லாதிருந்தால் தம்மால் இவ்வளவு தூரம் முன்னேறியிருக்க முடியாது என்பது சோமு முதலியாருக்குத் தெரியாத விஷயம் அல்ல. ஒரு விநாடி கூட அதை அவர் மறந்தவரல்ல. சாத்தனூரில் வசித்தவரையில் அதை அவரால் ஒரு விநாடிகூட மறந்திருக்க முடியாது. குழந்தைப் பருவத்துப் பழமைத் தெய்வங்கள் பலவற்றினின்றும் கத்தரித்துக் கொண்டு விடுதலை பெற்றுவிட்டார் அவர். ஆனால் நன்றி என்கிற பண்டைத் தெய்வம் ஒன்று அவர் உள்ளத்தைப் பிடித்து ஆட்டி வைத்தது; கொடுங்கோலாட்சி செலுத்தியது அவர் சிந்தனைகளிலே. 'ராயர் குடும்பம் எப்படிப் போனால் என்ன?' என்று அவரால் சும்மா இருந்துவிட முடியவில்லை. அவரும் அவர்களுடன் சேர்ந்து கஷ்டப்பட்டார் என்று சொல்வது மிகையாகாது.

சாத்தனூர் கடைமூலம் பொருள் சேர ஆரம்பித்த காலத் திலே கடைக்கு முதல் போட்டுத் தந்தவர் ராயர்தாம் என்பதை மறந்துவிடாமல் அவர் அந்த மூலதனம் ஆயிரத்துச் சொச்சத் தையும் அவரிடம் திருப்பித் தந்துவிட முயன்றார். ஆனால் ராயர் ஏற்றுக்கொள்ள மறுத்துவிட்டார். "நீ எவ்வளவு செய்திருக்கிறாய் எங்கள் குடும்பத்துக்கு? இதுதானா பிரமாதம்!" என்றார். கங்காபாயும் சோமு முதலியாரைக் கோபித்துக்கொண்டாள். நாங்கள் கொடுத்து நீ வாங்கிக் கொள்ளக்கூடாதா? அவ்வளவு ஏழைகளாகவா போய்விட்டோம் நாங்கள்?" கங்காபாய் சொன்ன வார்த்தைகள் முதலியாரின் மனசிலே சுருக்கென்று தைத்தன. பேசாமல் வந்துவிட்டார்.

ஆனால், ராயர் குடும்பத்தைப் பற்றி கவலையில்லாமல் இருக்கக்கூடிய நிலைமை ஏற்படும் வரையில் தாம் சாத்தனூர்க் கிராமத்துக்கும், பழமை என்கிற ஒரு பிணைப்புக்கும் அடிமைப்பட்டு இருந்தே தீரவேண்டும் என்ற அந்த விநாடியிலே அறிந்து கொண்டார் அவர்.

ராயர் குடும்பம் படிப்படியாக இறங்கிக்கொண்டிருந்தது என்பதை அறிந்திருந்தார் முதலியார். அது இன்னும் இறங்காமல் பார்த்துக்கொள்ள முதலியாரால் முடியும். ஒரு வருஷம் ராயர் எவ்விஷயத்திலும் குறுக்கிடாமல் வீட்டு நிர்வாகம் பூராவையும் அவரிடம் ஒப்பித்துவிடுவாரேயானால் நிலைமையை ஓரளவு சீர்படுத்தி விடத் தம்மால் முடியும் என்று நினைத்தார் சோமசுந்தர முதலியார். ஊரார் கேலிதான் செய்வார்கள். 'வேலைக்காரனாக இருந்தவனை யசமானாக ஏற்றுக்கொண்டு விட்டார்' என்று பரிகாசந்தான் செய்வார்கள். ஆனால் தெய்வத் திடம் இருந்த நம்பிக்கை ராயருக்குச் சோமுவிடம் இல்லை.

தவிரவும் 'ஏழையாகிவிடப் போகிறோமே' என்கிற [illegible]மே ராயருக்கு உதித்தது என்று சொல்ல முடியாது. ஏழைமை என்பது பயப்படவேண்டிய

ஒரு விஷயம் என்றே அவர் எண்ணவில்லை. தினசரிக் கஷ்டங்களை மட்டும் உணர்ந்து அவ்வப்போது அவற்றிற்கு ஏற்ற பரிகாரம் தேடிச் சமாளித்துக் கொள்ள முயன்று கொண்டிருந்தார். அவர் நிலைமை அவருக்கும் அவர் மனைவி உயிருடன் இருந்தவரையில் அவளுக்கும் தவிர மற்றவர்கள் எல்லோருக்கும் தெளிவாகத் தெரிந்திருந்தது.

நிலைமையை உணர்ந்திருந்தால் கூட சாம்பமூர்த்தி ராயர் அதை வெகுவாகப் பாராட்டியிருக்கமாட்டார் என்பது நிச்சயம். நிலைமை சீர்திருந்துவதற்காகச் சோமுவைக் கூப்பிட்டு, “என்னால் முடியவில்லையப்பா; நீ நிர்வகித்துக் கொடு” என்று சொல்லியிருக்க மாட்டார் என்பது அதைவிட நிச்சயம். சோமு வாகப் போய்க் கேட்டிருந்தால் கூட சம்மதித்திருக்க மாட்டார். பழைய கௌரவம், தன்மதிப்பு இவற்றை எல்லாம் விட்டுக் கொடுக்காமல்,“போடா அடிமைப் பயலே!” என்று சொல் லாமல் சொல்லி வெளியே துரத்தியிருப்பார்.

மளிகை மெர்ச்செண்டு சோமசுந்தர முதலியார் அவர்களுக்கு சாம்பமூர்த்தி ராயருடைய அசட்டுத்தனத்தை நினைக்க நினைக்க ஆத்திரம் மூண்டது; கோபம் கோபமாக வந்தது. முதுகிலே இரண்டு வைத்து, பல்லை இளித்துக்கொண்டு நின்ற அந்தப் பாண்டுரங்க விக்கிரகத்தைப் பிடுங்கி ஆற்றிலே எறிந்து விடலாமா என்று இருந்தது. மனிதனுடைய அசட்டுத்தனத்தின் சிகரம் அந்த விக்கிரகம் என்று எண்ணினார் சோமு முதலியார்.

ஆனால் கோபத்தையும் ஆத்திரத்தையும் அடக்கிக் கொண்டு ராயர் குடும்பத்துக்குத் தம்மாலான உதவி எல்லாம் அவர்கள் ஏற்றுக்கொள்ளச் சித்தமாக இருந்த வரையில் செய்தார். ரகசியமாகப் பண உதவி, வெளிப்படையாக ஆள் உதவி எல்லாம் செய்தார். கங்காபாய் சீக்கில் விழுந்த காலத்தில் எல்லாம் சோமு முதலியார் நன்கு உதவ முடிந்தது. அவருடைய புது பேபி ஆஸ்டின் காரும் அதன் டிரைவரும் எந்த நிமிஷத்தில் தேவையானாலும் கும்பகோணம் போய் டாக்டரை அழைத்து வரவும் மருந்துகள் வாங்கிவரவும் தயாராகச் சாம்பமூர்த்தி ராயர் வீட்டு வாசலிலேயே காத்துக்கிடந்தன. வெளியே போகவர என்று ஓர் ஆள் போட்டு அவனுக்குச் சம்பளமும் முதலியார் தாம் கொடுத்தார். டாக்டர் பில்கள், மருந்து பில்கள் இவற்றில் பாதிக்குமேல் சாம்பமூர்த்தி ராயர் வரையில் எட்டவே எட்டா - முதலியாரே கொடுத்துவிடுவார். மற்றபடி எவ்வளவு முக்கியமான அலுவல் காத்திருந்தாலும் காலையில் வீட்டை விட்டுக் கிளம்பியதும் முதல் காரியமாக அக்ரஹாரத்துக்குப் போய் அம்மாவுக்கு உடம்பு எப்படி இருக்கிறது என்று விசாரித்துவிட்டு ஐந்து நிமிஷங்கள் ராயருடன்

பேசிக் கொண்டிருந்துவிட்டுத்தான் கிளம்புவார். இரவு திரும்பும் போதும் பன்னிரண்டு மணியாக இருந்தாலும் ராயரைப் பார்க்காமல் வீடு திரும்புவதில்லை.

அக்ரஹாரத்திலே பல பேருக்கு ராயர் குடும்பத்துடன் எவ்விதச் சண்டையும் இல்லை. ஆனால் குணாதிசயங்களில் அவர்கள் வெகுவாக மாறுபட்டிருந்த காரணத்தால் நட்பும் அதிகம் இல்லை. ஏதோ பழகுவார்கள், அவ்வளவுதான். ராயர் மனைவி சீக்காக விழுந்துவிட்ட பிறகு ஒருகரை ஐயரையும் அவர் குடும்பத்தையும் தவிர வேறு யாரும் ராயர் குடும்பத்துடன் அதிகத் தொடர்பு வைத்துக்கொள்ளவும் இல்லை; அவரிடம் அதிக அக்கறை காட்டவும் இல்லை; ஏதோ எதிர்ப்பட்ட இடத்தில் விசாரிப்பார்கள். அக்ரஹாரத்திலே இருந்த இரண்டு டஜன் பாட்டிமார்களிலே முறை வைத்துக்கொண்டது போலத் தினம் ஒருத்தி வந்து “கங்கா எப்படி இருக்கா?” என்று விசாரித்துவிட்டுப் போவாள். அவ்வளவுதான்.

விஷயம் தெரியாத ‘இளவெட்டுக்கள்’ அக்ரஹாரத்துச் சாக்கடைப் புழுக்கள் இவர்கள். சோமு முதலியார் ராயர் வீட்டுக்குத் தினம் காலையிலும் மாலையிலும் அக்கறையாக வந்து விசாரித்துவிட்டு போவதைப் பற்றி கேலி செய்தார்கள். “ராயர் அம்மாவை விசாரிக்க முதலிப் பயல் போயிட்டு வர்றாண்டா!” என்பார்கள். அவர்கள் வார்த்தைகளும் அவற்றைத் தொடர்ந்து தோன்றிய கண் சிமிட்டல்களும் வாழ்க் கையையே, வாழ்க்கையிலே புனிதமான எல்லாவற்றையுமே, தெய்வங்களையே கேலி செய்வதுபோல் இருந்தன.

இந்த சாக்கடைப் புழுக்களின் தகப்பன்மார்களுக்கு விஷயம் தெரியும். ஆனால் சொல்லி இந்தக் கேலியை நிறுத்த வேண்டியது அவசியம் என்று அவர்கள் மூளையில் உதயமாகவில்லை.

இந்த மாதிரிப் பேசுகிறார்கள் என்பது சோமு முதலியாரின் காதில் ஒருநாள் நள்ளிரவு அவர் அக்ரஹாரத்திலிருந்து வீடு திரும்பிக்கொண்டிருந்தபோது விழுந்துவிட்டது. நேரே காதால் கேட்டிராவிட்டால் அவர் இதை நம்பியே இருக்கமாட்டார் இதை. ஏதோ அசிங்கத்தைக் காலால் மிதித்து விட்டவர் போல ஓர் அருவருப்புடன் வீட்டை அடைந்தார். சாத்தனூரை விட்டுத் தப்பி ஓடிவிட வேண்டும் என்கிற சிந்தனை அவர் உள்ளத்திலே என்றுமில்லாதபடி வலுவு பெற்றது.

ஆனால் மறுநாள் எழுந்தபோது அவர் தமக்குள்ளேயே நினைத்துப் பார்த்தார்: ‘நான் கூட வாலிபத்திலே அந்த அம்மாளைப் பற்றி ஒரு

விதமாக எண்ணியதுண்டே?' என்று சொல்லிக்கொண்டார். அடுத்த விநாடியே, மகாபாவம்! அபசாரம்!' என்று தம் குற்றத்தை, கற்பனைக் குற்றத்தை இவ்வளவு நாட்கள் கழித்துத்தான் கண்டறிந்தவர் போலத் தமக் குள்ளேயே சொல்லிக்கொண்டார்.

அன்று காலை வழக்கம்போல ராயர் வீட்டிலே விசாரிக்கப் போனபோது கங்காபாய் இரவிலே இறந்துவிட்டாள் என்று தெரியவந்தது.

சாம்பமூர்த்தி ராயர் தஞ்சைக்குப் போனது பற்றித் தனியாக விடப்பட்ட அவர் மகன் சுப்பிரமணிய ராவ் வெகுவாகத் தவித்தான். அப்பொழுது அவன் கும்பகோணம் காலேஜில் பி. ஏ. வகுப்பில் இரண்டாவது வருஷம் படித்துக்கொண்டிருந்தான். அந்த வருஷம் பணம் கட்டிப் பரிட்சைக்குப் போகவேண்டும். அவனுக்கு ஆறுதல் வார்த்தைகள் சொல்லி காலேஜ் சம்பளம் கொடுத்தும் மற்றபடியும் சாம்பமூர்த்தி ராயர் திரும்பும் வரையில் ஆதரித்தவர் சோமசுந்தர முதலியார்தான்.

சுப்பிரமணிய ராவ் மிகவும் நல்ல பையன். படிப்பிலே கெட்டிக்காரன். விஷயம் தெரிந்தவன். அடக்கமுள்ளவன். முதலியாருடைய பையன் நடராஜனுக்கு இரண்டு வயசு மூத்தவன். நடராஜனும் கும்பகோணம் காலேஜில் அந்த வருஷந்தான் சேர்ந்து முதல் வகுப்பில் படித்துக் கொண்டிருந்தான். இவர்கள் இருவரும் நண்பர்களானால் நன்றாக இருக்கும் என்று முதலியார் நினைத்தார். ஆனால் பையன்கள் அப்படி நினைக்கவில்லை. சுப்பிரமணிய ராவுக்கு ஆட்சேபமில்லை. ஆனால் நடராஜனுக்கு அவனைக் கண்டாலே பிடிக்கவில்லை.

07

வாலிபம் திரும்புகிறது

கங்காபாய் இறந்த இருபதாம் நாள் ஊரிலே யாரிடமும் சொல்லிக்கொள்ளாமல், தம் பிள்ளையிடங்கூடச் சொல்லாமல், சாம்பமூர்த்தி ராயர் சாத்தனூரிலிருந்து சிட்டாகத் தப்பி பறந்தோடிப் போய்விட்டார்.

அவர் அப்படித் தப்பி ஓடியதை அறிந்தவுடன் வெகுவாகப் பாராட்டியவர் சோமசுந்தர முதலியார்தாம். மனசுக்குள்ளே வெகுவாகப் பாராட்டினார்.

ஒரு வாரம் கழித்துதான் சாத்தனூருக்குச் செய்தி எட்டியது, ஏதோ வம்புத் தந்தி மூலம். ராயர் கையிலே ஏராளமாகப் பணத்தை வைத்துக்கொண்டு தஞ்சாவூரிலே அமர்க்களம் பண்ணிக்கொண்டிருக்கிறார் என்று தெரியவந்தது.

சோமசுந்தர முதலியாரும் சாத்தனூரைவிட்டுத் தப்பி ஓடிவிட வேண்டும் என்று வெகு காலமாகவேதான் தீர்மானித்து வைத்திருக்கிறார். ஆனால் அவரால் அது வரையில் ஓடிவிட முடியாமல் போய்விட்டது. சாத்தனூருடன் அவரைப் பிணைக்கக் கூடிய தளைகள் ஏதும் இல்லை அவருக்கு. அப்படியிருந்தும் அவரால் ஓடி விட முடியவில்லை என்பதுதான் அவருக்கே ஆச்சரியமாக இருந்தது.

மேட்டுத் தெருவைவிட்டு கிளம்பிவிடுவதற்கு அவருக்கு அவசியம் ஏற்பட்டுக் குறைந்தபட்சம் பத்து வருஷங்களாவது இருக்கும். சென்னை மாணிக்கம் செட்டியார் வந்து அவருடன்

தங்கிய போது சொன்ன மாதிரி, பெரிய மளிகை வியாபாரி, இன்ஷ்யூரன்ஸ் கம்பெனியின் ஜில்லா ஆர்கனைஸர், பாங்கிலே கணக்கில்லாத பணம் சேர்த்து வைத்திருந்தவர், வீட்டு வாசலிலே நிற்க ஒரு கார் இருந்தது. ஊரிலும் வெளியேயும் அவருக்கு நல்ல மதிப்பு இருந்தது. இவ்வளவும் இருந்தும் அவர் இன்னமும் சாத்தனூர் மேட்டுத் தெருவை விட்டுக் கிளம்பாதது அவருக்கே ஆச்சரியமாகத்தான் இருந்தது. ஆனால் மேட்டுத் தெருவை விட்டுக் கிளம்புவதென்றால், கிளம்பிச் சாத்தனூரிலே வேறு தெருவுக்குப் போவது என்று அர்த்தமல்ல - அப்படிச் செய்ய விரும்பவில்லை சோமு முதலியார்.

அவர் மாணிக்கம் செட்டியாரிடம் சொன்னமாதிரி கும்பகோணம் புது நகரிலே பங்களா கட்டிக்கொண்டு குடியேற விரும்பினார். மனை வாங்கியாகிவிட்டது. எண்பதினாயிரம் செலவழித்து அழகிய பங்களா ஒன்று நிர்மாணிப்பதென்று திட்டம் போட்டு ஏற்பாடு ஆகிவிட்டது. சென்னையிலிருந்து ஒரு எஞ்ஜினியரிங் கம்பெனி வந்து கட்ட இருந்தது. அதைக் கடைசி வரையில் ரகசியமாக வைத்திருக்க வேண்டும் என்று விரும்பினார் முதலியார். பங்களா நிர்மாணமாகிக்கொண்டிருந்தது. முதலியார் எதிர்பார்த்த அளவு துரிதமாக வேலை நடக்கவில்லை.

மெதுவாகத்தான் நடந்தது. ஆகட்டும், காலம் வரட்டும் என்று காத்திருந்தார் அவர்.

சாம்பமூர்த்தி ராயர் மறதி வேண்டி அப்படி ஓடினார். அவர் மாதிரி மறதியை வேண்டி ஓட விரும்பவில்லை சோமசுந்தர முதலியார். மேட்டுத் தெருவையும் சாத்தனூரையும் மறக்க விரும்பினால் கூட அவரால் மறந்திருக்க முடியாது என்பது நிச்சயம். சாத்தனூரை விட்டுக் கும்பகோணம் போவதானாலும் இரண்டு நிலைமைகளுக்கும் உள்ள வித்தியாசத்தைப் பூராவும் அறிந்து கொண்டே போகவேண்டும் என்று விரும்பினார் அவர்.

தம்முடைய கஷ்டங்களும், அவை அனல்போல அடுக்கடுக்காக வந்து தாக்கிய வேகமும் தாங்காமல் ஓடிவிட்டார் ராயர். சிலநாட்கள் எல்லாவற்றையும் மறந்துவிட்டு, சாத்தனூரை மறந்துவிட்டு, பாண்டுரங்கனை மறந்துவிட்டு, பணக்காரனாக இருந்த பெருமையை மறந்துவிட்டு அவர் தஞ்சையிலே தங்கினார். புது நண்பர்கள் பலர் கிடைத்தார்கள் அவருக்கு. கையில் பணம் இருந்தால் நண்பர்கள் கிடைப்பதுதானா பிரமாதம்? அவர்களுடன் தினம் அளவுக்கு மீறிக் குடித்துவிட்டு தாசி வீடே கதி என்று கிடந்தார். குடிவெறி தெளிந்ததும் மீண்டும் குடித்தார்.

ராயருக்கு சாத்தனூரை ஞாபகமூட்டுவதற்கே அந்த நாட்களில் மூன்று தடவைகள் சோமு முதலியார் தஞ்சை போய் அவரைச்

சந்தித்துவிட்டு வந்தார். இன்ஷ்யூரன்ஸ் கம்பெனி விஷயமாகவும், மளிகைக் கடை விஷயமாகவும் அவர் அந்த மூன்று தடவைகளும் தஞ்சை போக நேர்ந்தது. நன்றி என்கிற தெய்வத்தைப் பூசித்தே தீர வேண்டும் என்கிற வியாஜத்தைக் காரணமாக வைத்துக்கொண்டு அவர் அந்த மூன்று தடவைகளிலும் சாம்பமூர்த்தி ராயரைத் தேடிப் போய் சந்தித்தார்.

இந்த புது சாம்பமூர்த்தி ராயரிடம் முதலியாருக்கு இந்த நாட்களில் பெருமை தோன்றிக்கொண்டிருந்தது என்று சொல்வது மிகையானது. ராயர் துணிந்து செய்ய முற்பட்டுச் செய்துவிட்ட ஒரு காரியத்தை தம்மால் செய்ய முடியவில்லையே என்று அவர் தம் பலஹீனத்தை எண்ணி ஆத்திரப்பட்டார். ஆனால் எவ்வளவோ வருஷத்துப் பாண்டுரங்க பஜனையாலும், கிட்டத்தட்ட ஐம்பத்தைந்து அறுபது வருஷங்கள் நல்வாழ்வு வாழ்ந்துவிட்டதாலும் ராயருக்கு கிடைத்திருந்த ஆத்மிக பலம் சாமானியமானதல்ல என்பதை சோமு உணராதவர் அல்ல. அதே ஆத்மிக பலம் அவர் எவ்வளவுதான் தவறு செய்தாலும் ஒரே விநாடியில் அவரைத் திருத்திக் காப்பாற்றிவிடும் என்று அவர் எண்ணினார். இதுதான் மிகவும் அநியாயம் என்று பட்டது முதலியாருக்கு.

எவ்வளவுதான் கெட்டிக்காரனாக இருந்தால் என்ன? சிந்தனாசக்தி எவ்வளவு பெற்றிருந்து என்ன? சமர்த்து எல்லை யற்றிருந்து என்ன? ராயருடைய ஆத்மபலத்தில் ஆயிரத்தில் ஒரு பங்குகூட தமக்கு இல்லையே என்று எண்ணி இரங்கினார் சோமு. அவருக்கு மனோதிடம் இருந்தது; அறிவு இருந்தது; திறமை இருந்தது; உழைப்பு இருந்தது; ஆசைகள் இருந்தன; ஏக்கங்கள் இருந்தன; லட்சியங்கள் இருந்தன. இவ்வளவும் இருந்தும் தாம் இன்னமும் பூரண மனிதன் ஆகவில்லையே என்று சோமசுந்தர முதலியார் வருந்தினார். இந்த வருத்தம் பிறந்த மூச்சிலேயே - சாம்பமூர்த்தி ராயரைப்பற்றி ஒரு நம்பிக்கை அவருக்கு. எவ்வளவோ விதமான குறைகள் இருந்தன - எனினும் அவர் பரிபூரண மனிதர் என்று நம்பினார் சோமு முதலியார். இந்த விஷயத்திலே ராயரிடம் பொறாமைப்பட ஆரம்பித்தார்.

பொறாமைப்பட ஒன்றுமில்லையே என்றுதான் சாதாரணமாகத் தோன்றும். ஆனால் முதலியாரின் உள்ளத்திலே புகைந்து அவரைத் திக்குமுக்காடச் செய்த பொறாமை மிகவும் உண்மை யானதுதான்!

சாத்தனூரில் கடை என்று ஏற்படுவதற்கு முன்னால் சோமுவும் குடிகாரன் என்று பெயர் வாங்கியவன்தான். காமாதுரன், தூர்த்தன் என்று பெயர் வாங்கியவன்தான். ஆனால் அதெல்லாம் எப்போதோ

முந்திய ஜன்மத்தில் நடந்த சமாசாரம் போல் இருந்தது சோமசுந்தர முதலியாருக்கு இப்பொழுது. அவர் குடியைத் தொட்டோ, பெண்ணைப்பற்றி எண்ணியோ குறைந்தது பதினைந்து வருஷங்களாவது இருக்கும் போல் இருந்தது.

சோமுப் பயல் திருந்தி நல்வழிப்பட வேண்டுமென்று அன்று பதினைந்து வருஷங்களுக்கு முன் பாடுபட்ட அதே சாம்பமூர்த்தி ராயர், இப்பொழுது தஞ்சையிலே சோமசுந்தர முதலியாருக்குச் சீமைச் சரக்குகளையும், அவற்றைவிட மனசுக்கு மயக்கம் தர வல்லவளாகிய தாசி பாலாம்பாளையும் அறிமுகப்படுத்தி வைத்தார்.

முதல் முதலாக அறிமுகமானபோது தாசி பாலாம்பாளின் வீட்டிலே 'நல்லவராக' இருந்துவிட முயன்றார் சோமசுந்தர முதலியார். அது சாத்தியப்படவில்லை. உண்மையிலேயே பாலாம்பாள் அழகிதான் - மனிதர் மனசை மயக்க வல்லவள் தான். கொஞ்ச நாட்கள் கழித்து மீண்டும் தஞ்சையிலே ராயரைச் சந்தித்து அவருடன் மீண்டும் அங்கே போன போது நல்லவராக இருக்கிற எண்ணத்தையே முதலியார் கைவிட்டுவிட்டார். மூன்றாவது தடவை போனது ராயரைச் சந்திக்கத்தான் என்று சொல்லக்கூட முடியாது. முக்கால்வாசி பாலாம்பாளைச் சந்திப்பதற்கே போனார் என்று சொல்லலாம். முந்திய தடவைகளில் எல்லாம் நல்லவராக இருக்க முயன்றது எவ்வளவு தவறான காரியம் என்று உணர்ந்துவிட்டு அதற்காக வருந்தியவர் போல நடந்து கொண்டார். முழு மனசுடனும் கேளிக்கைகளில் ஈடுபட்டு லயித்துப் பரவசமாகத் தொடங்கிவிட்டார்.

இதெல்லாம் மிகவும் சொல்ப காலத்துக்குள்ளாகவே நடந்தேறிய காரியங்கள்.

ஆனால் இந்த மிகவும் சொல்ப காலம் மட்டுமே சாம்பமூர்த்தி ராயருடைய ஆத்மா அஞ்ஞாத வாசம் செய்தது. இதற்குப் பிறகு சுய ஒளி பெற்றுப் பூரணப் பிரகாசத்துடன் அவரிடம் திரும்பிவிட்டது. ராயரும் மீண்டும் சாத்தனூர்ச் சர்வமானிய அக்ரஹாரத்துக்கு, பூஜைக்கு, ஜேஜே பஜனைக்குத் திரும்பிவிட்டார். பாட்டில் பாட்டிலாக எடுத்து வாயிலே ஊற்றிக் கொண்ட கை மீண்டும் சப்பை மூக்கு இளிச்சவாய் விக்கிரகத்துக்குப் பால் அபிஷேகம் செய்வதிலே சலிக்காமல் ஈடுபடத் தொடங்கிவிட்டது. மீண்டும் அவர் வீட்டிலே புரோகிதர் கூட்டமும் விருந்தாளிகள் கூட்டமும் ஆர்ப்பாட்டம் பண்ணத் தொடங்கிவிட்டன. இன்னும் சில வருஷங்களுக்கு இப்படி எல்லாம் 'தாம்தூம்' பண்ணுவதற்குப் போதிய ஆஸ்தி இருந்தது அவருக்கு.

அவர் ஒழுக்கம் தவறிச் சில காலம் நடந்தது சோமசுந்தர முதலியாரை வழிவிட்டு வழி இழுக்கிற ஒரே காரணத்துக் காகத்தானோ என்னவோ என்று சொல்லும்படியாக இருந்தது.

ஆனால் ஒருகரை ஐயர் சொன்ன மாதிரி, ‘கடவுளின் வழிகள் அனந்தமானவை; அற்புதமானவை; மனிதன் அறிவுக்கு எட்டாதவை.‘

சோமசுந்தர முதலியார் அதற்குப் பிறகும் அடிக்கடி தஞ்சாவூர் போய்வரத் தொடங்கினார். அடிக்கடி தாசி பாலாம்பாள் வீட்டை வலியத் தேடிப் போனார்.

வாலிபம் திரும்பிவிட்டது முதலியாருக்கு பெண்ணாசை இவ்வளவு நாட்களும் எங்கேயோ இருந்த இடம் தெரியாமல் அவர் உள்ளத்திலே ஒளிந்துகொண்டிருந்த பெண்ணாசை எப்படியோ திடீரென்று மறுமலர்ச்சி பெற்றுவிட்டது.

அவருடைய ஆசை நரைத்துவிடவில்லை. மீசையும் நரைத்து விடவில்லை. உண்மையில் அவர் தலைமயிரில் கூட ஒரு நரை இல்லை. சென்னை மளிகை மாணிக்கம் செட்டியார் சொன்ன மாதிரி, “அஞ்சு பத்து வயசு என்ன ஐயா பெரிய வயசு? வாலிபர்களுக்கு என்ன ஐயா தெரியும்?” என்று கேட்கத் தயாராகிக்கொண்டிருந்தார் சோமசுந்தர முதலியார். உள்ளத்து வயசுதான் உண்மை வயசு; ஆசையின் வேகத்தைப் பொறுத்தே உள்ளத்தின் வயசைக் கணிக்க வேண்டும் என்கிற புது உண்மைகளை முதலியார் காணத்தொடங்கிவிட்டார்.

முதலியாருக்கு வாலிபம் திரும்பிவிட்டது என்பதிலே சந்தேகம் இனி என்ன?

ஆதிகாலத்தில் அவருடைய காளைப் பருவத்திலே அவர் உள்ளத்தில் உறங்கிக்கொண்டிருந்த பெண்ணாசையைத் தட்டி எழுப்பியவள் பாப்பாத்தியம்மாள். வயசிலே அவருக்கும் அவளுக்கும் மூன்று வருஷங்கள் வித்தியாசம் இருந்தது. அவள் பெரியவள்.

மீண்டும் உறைந்து உறங்கிப் போய்விட்ட ஆசையின் மறுமலர்ச்சிக்குக் காரணமாக இருந்தவள் பாலாம்பாள். பதினாறு வயசு இன்னும் நிரம்பாத அழகி. வயசிலே அவருக்கும் அவளுக்கும் சற்றேறக்குறைய நாற்பது வருஷங்கள் வித்தியாசம் இருந்தன - அவர் பெரியவர்.

பாலாம்பாளுக்கு அக்காவும் ஒருத்தி இருந்தாள் - அவளைவிட இரண்டு மூன்று வயசு பெரியவள். கமலாம்பாள் என்று பெயர். அவளும் அழகிதான் - பெரியவள்தான் என்றாலும் அழகிலே பாலாம்பாளுக்கு சற்றும் தாழ்ந்தவளல்ல என்று கண்டு பரவசமடைந்தார் சோமசுந்தர முதலியார்.

கமலாம்பாள் - பாலாம்பாள் என்பனவெல்லாம் கர்நாடகப் பெயர்கள்தாம். ஆனால் அவை குறித்த பெண்கள் மிகவும் நாகரிகமடைந்தவர்கள் சந்தேகத்துக்கு இடமே இல்லை.

தம் வாழ்க்கையின் லட்சியத்தை முதலியார் பணத்திலே கண்டார். அந்தப் பணத்தின் பயனை, லட்சியத்தை, இன்பத்தை பாலாம்பாள், கமலாம்பாள் என்கிற சகோதரிகளிடம் கண்டார். சோமசுந்தர முதலியாரும் அதிருஷ்டக்காரர்தாம்!

08

ரங்காச்சாரியார்

யாராவது தெருவோடு போய்க்கொண்டிருக்கிற கும்பகோண நகர வாசியை நிறுத்தி, "உங்களூரிலே பிரமுகர்கள் நிறைய இருப்பார்களே! அவர்களில் ஒருவருடைய பெயரைச் சொல்லு. சட்டென்று யோசிக்காமல் சொல்லு!" என்று கேட்டால், நூற்றுக்குத் தொண்ணூற்றுச் சொச்சம் பேர்வழிகள் தயங்காமல் கொள்ளாமல் சட்டென்று, "ஏன், ரங்காச்சாரி இருக்கிறாரே!" என்றுதான் பதில் அளிப்பார்கள்.

இந்தக் கேள்வியைக் கேட்டவருக்கும், அந்தக் கும்பகோண வாசிகளிலே ஒருவருக்கும் ஓய்வு இருந்து மேலே பேசுவார்களே யானால் இருவருமே ஒரு விஷயத்தைப்பற்றி ஆச்சரியப்படத் தொடங்கிவிடுவார்கள். இந்த ரங்காச்சாரி என்பவர் யார். எந்த காரியம் செய்து, எதனால், ஏன் எப்படிப் பிரமுகர் ஆனவர் என்று விசாரித்தால், அதையெல்லாம் பற்றி யாருக்கும் ஒன்றும் தெரியாது என்கிற ஆச்சரியகரமான முடிவுக்குத்தான் இருவரும் வருவார்கள். அவர் பிரமுகர் என்கிற ஒரு விஷயம் மட்டுமே தெருவோடு போகிறவன் அறிந்திருந்த விஷயம். மேற்கொண்டு ரங்காச்சாரியாரைப் பற்றியோ அவருடைய குணாதிசயங்களைப் பற்றியோ காரியங்களைப் பற்றியோ அவனுக்கு ஒன்றுமே தெரியாது.

தமிழ்நாட்டிலே நிலவும் ஆங்கிலப் பத்திரிகைகள் எல்லாவற்றிலுமே அவர் பெயர் தினமும் அடிபட்டுக்கொண்டிருக்கும். மறுநாள் தமிழ்ப் பத்திரிகைகளிலும் இரண்டு இடங்களிலாவது

அவர் பெயர் இல்லாமல் இராது. அவர் எழுந்து நின்று கனைத்து விட்டு, "அன்பார்ந்த சகோதர சகோதரிகளே!" என்று ஆரம் பித்து பேசாத பொதுக் கூட்டம் கும்பகோணத்திலே பொதுக் கூட்டமே ஆகாது. அவர் அங்கத்தினராக இல்லாத சங்கம் ஒரு சங்கம் என்ற பெயருக்கே லாயக்கில்லாததாகத்தான் இருக்கும். கமிட்டி மெம்பராகவோ டைரக்டராகவோ அவர் இல்லாத கூட்டு ஸ்தாபனம் எதுவும் கும்பகோணத்திலே நிலைத்திருந்ததில்லை. கும்பகோணம் முனிசிபாலிடி எலெக்ஷன் ஒவ்வொன் றிலும் அங்கத்தினர் பதவிக்கு நின்றுவிடுவார். அதுவரையில் அவர் தோல்வியுற்றதும் இல்லை. எவ்வளவு தீவிரமான போட்டி இருந்தாலும் அவர் வார்டிலே அவருக்குத்தாம் வெற்றி. முனிசிபாலிடியிலே அவருடைய சாசுவதப் பதவி பற்றி அவருடைய சகோதர அங்கத்தினர்கள் அவரைச் சில சமயம் கேலிகூடச் செய்வதுண்டு: "ரங்காச்சாரியும், நாற்காலி மூட்டைப் பூச்சிகளும், அந்த காம்பவுண்டுச் சுவருந்தான் அப்பா, கும்பகோணம் முனிசிபாலிடி" என்பார்களாம்.

தாம் எந்தக் காரியத்தைச் சாதித்து பிரமுகரானவர் என்கிற விஷயம் பிரமுகர் ரங்காச்சாரியாருக்கே தெரியாது. ஆனால் ஒன்று, அவர் எந்தக் காலத்திலுமே எந்த விஷயத்தையுமே சாதிக்க முயன்றதில்லை - சாதிக்க வேண்டும் என்று ஆசைப்பட்டதும் இல்லை. ஒரு பழைய காலத்து திவான்பகதூரின் பேரன் அவர். நாலுவட்டி என்று வட்டி வாங்கி ஏராளமான பணம் சேர்த்த ஒரு மகானின் பிள்ளை. ஒரு தெருவிலிருந்து வீடுகள் பேரிலே போக்கியத்துக்குப் பணம் கொடுத்து நாளடைவில் அந்தப் பெரிய தெரு பூராவையுமே தமக்குச் சொந்தமாக்கிக் கொண்டுவிட்ட சமர்த்தர் அவர் என்று அந்த மகானைப்பற்றி கதைகள் சொல்வார்கள். தஞ்சை ஜில்லா மைனர்களிலே பண்ணையார்களிலே ரங்காச்சாரியாரின் தகப்பனாரிடம் கடன் வாங்காத புள்ளியே இல்லை என்று சொல்வார்கள். அவருக்கு இருந்த சொத்துகளைப் போலத்தான் அளவிறந்து, எண்ணிக் கையிறந்து கிடந்தார்கள் ஊரிலே அவருக்குப் பிறந்த பிள்ளைகளும் என்று ஊரார் சொல்வார்கள். மகான் அவர் பணம் செலவழிக்க மனசில்லாத காரணத்துக்காக காசு - அதிகம் செலவுக்குக் கேட்காத கீழ்ஜாதி ஸ்திரீகளைத்தாம் பிடிக்குமாம் அவருக்கு.

இவருடைய ஏராளமான ஆஸ்திகளுக்கு ஒரே வாரிசாக வந்து பிறந்தவர் ரங்காச்சாரியார். பி. ஏ. வரையில் படித்தார். ஆனால் கடைசி நிமிஷத்தில் என்ன தோன்றிற்றோ என்னவோ, பரிட்சைக்குப் போய்ப் பட்டம் வாங்காமலேயே இருந்துவிட்டார். பிறகு சில காலம் சென்னையில் கான்டிராக்ட் வேலை எடுத்துச் செய்வதாகப் பாசாங்கு செய்து கொண்டிருந்துவிட்டு, ஓர் ஐம்பதினாயிரம் வரையில் செலவு

பண்ணிவிட்டுத் தகப்பனார் இறந்தவுடனே கும்பகோணத்துக்குத் திரும்பிவிட்டார்.

திரும்பி நாலைந்து வருஷங்களுக்குள்ளாகவே, மிகவும் சிறிய வயசிலேயே கும்பகோணத்துப் பிரமுகர்களில் ஒருவராகி விட்டார் அவர். இந்தப் பிரமுகத்துவம் கிடைக்க வேண்டும் என்றோ, கிடைத்தபின் நிலைக்க வேண்டும் என்றோ, நீடிக்க வேண்டும் என்றோ அவர் விரும்பியதும் இல்லை. ஆனால் பிரமுகத்துவம் அவரைத் தேடி வந்து அடைந்திருந்தது. சுலபத்தில் அவரைவிட்டு விலகுவதாக இல்லை அது.

சாதாரணமாக மற்ற மனிதர்களுடைய குணாதிசயங்களைப் பற்றி நல்லதோ கெடுதலோ ஏதாவது சுலபமாகச் சொல்லி விடலாம். ஆனால் இந்த ரங்காச்சாரியாருடைய குணாதிசயங்களைப் பற்றி எதுவுமே சொல்வதற்கில்லை என்பதுதான் விசேஷம். மதில் மேல் உட்கார்ந்திருக்கும் பூனை மதிலுக்கு இந்தப் பக்கம் குதிக்குமா அந்தப் பக்கம் குதிக்குமா என்பது ஒரு பிரச்சனை என்பார்கள். ஆனால் மதிலுக்கு இரண்டே இரண்டு பக்கங்கள் தாம் உண்டு - ரங்காச்சாரியாருடைய மனசுக்கும் குணத்துக்கும் எவ்வளவு பக்கங்கள் உண்டு - என்பது இன்னமும் ஆராய்ச்சியினர் கண்டுபிடித்துச் சொல்லாத விஷயம். எல்லா மனிதர்களுடைய குண விசேஷங்களிலும் துளித் துளி கலந்து அவரிடம் அமைந்திருந்தன என்று சொல்வது மிகையாகாது. நல்லவருக்கு நல்லவர் - கெட்டவருக்கு கெட்டவர் என்று அடிக்கடி ஓர் அர்த்தமற்ற வார்த்தைச் சேர்க்கையை ஜனங்கள் உபயோகிப்பார்களே - அந்த அர்த்தமற்ற வார்த்தைச் சேர்க்கைக் குக்கூட ஓர் அர்த்தம் அவரால் ஏற்பட்டு விடும் போல் இருந்தது. அவர் நல்லவர், கெட்டவர், எல்லோருக்கும் வேண்டியவர், ஒருவருக்கும் வேண்டாதவர், சாதாரணமாகப் பொய்தான் சொல்வார், ஆனால் சாதாரணமாக மெய்யும் சொல்வார் - சுருக்கமாகச் சொன்னால் அவர் சர்வேசுவரனைப் போன்றவர் - எல்லாக் குணங்களுக்கும், நற்குணங்களுக்கும், துர்க்குணங்களுக்கும் மட்டுமின்றி நல்லதும் தீயதும் அல்லாத பல குணங்களுக்கும் உறைவிடமாக விளங்கினார்.

இவருக்கு வாய்த்திருந்த சகதர்மிணி கோமளவல்லி யம்மாளும் எல்லா விஷயங்களிலும் இந்தக் கணவனுக்கு ஏற்றவள்தான். சென்னை வக்கீல் ஒருவரின் பெண் - பெரிய குடும்பத்தில் பிறந்தவள். ஒரு காலத்தில் பணக்காரர்களாக இருந்த குடும்பத்திலே பிறந்து அந்தக் குடும்பத்தின் பழைய பெருமைகளிலே இன்னமும் பெருமைப்பட்டுக்கொண்டிருக்கும் கூட்டத்தைச் சேர்ந்தவள். வாழ்க்கையிலே இன்பமே லட்சியம் இன்பங்களிலே சிற்றின்பமே சிகரம் என்கிற கொள்கையுடையவள்

அவள். அந்த இன்பத்தை அடைந்து மகிழ எதுவும் செய்யத் துணிவாள். பதிவிரத்யம், கற்பு என்பனவெல்லாம் கதைகளுக்கும் காவியங்களுக்கும் என்று ஏற்பட்ட சரக்குகள்; தன்னைப் போன்ற பெண்களுக்காக ஏற்பட்டனவல்ல என்பது தான் அவளுடைய திடமான அபிப்பிராயம்.

ரங்காச்சாரி இந்தமாதிரி விஷயங்களிலே சற்றுத் தாராள' நோக்குடையவர் என்றுதான் சொல்லவேண்டும். அவருடைய தாராளம் கண்ணால் கண்டாலும் கண்டதாக ஒப்புக்கொள் ளாமல் இருந்து விடுகிற சாமர்த்தியத்திலே அமைந்திருந்தது.

வீட்டிலே கோமளவல்லி இட்டதுதான் சட்டம். அவள் கிழித்த கோட்டை ரங்காச்சாரியார் தாண்டமாட்டார் - தாண்ட முடியாது என்று அவருக்குத் தெரியும். முக்கியமாக அவள் காரியங்கள் எதிலுமே அவர் குறுக்கிடமாட்டார். குறுக்கிட்டால் தோல்வி நேரிடும் - தலைகுனிய நேரிடும் என்று அவருக்கு தெரியும்.

கும்பகோணத்துப் பெரிய மனிதர்களுக்குப் பல்வேறு சமயங்களில் 'வேண்டியவளாக' இருந்தவள் அந்த அம்மாள். அதிருஷ்டசாலி என்றுதான் சொல்லவேண்டும். இது விஷய மெல்லாம் அவள் கணவனுக்கும் தெரியும் என்றுதான் நினைக்க வேண்டியிருக்கிறது. ஆனால் தெரிந்தாலும் கண்ணை மூடிக் கொண்டு தெரியாதது போலவே இருந்துவிடுவதுதான் கெட்டிக் காரத்தனம் என்று அவர் உணர்ந்திருந்தார்.

ஸ்திரீகள் விஷயத்திலே ரங்காச்சாரியாரும் சபலபுத்தி அதிகம் உள்ளவர்தாம். ஸ்திரீகள் வர்க்கத்தையே கடவுள் தமக்கு ஓர் இன்ப சாதனமாகத்தான் படைத்திருக்கிறான் என்கிற ஞாபகம் அவருக்கு. அந்த நம்பிக்கையும் உண்டு. அது மாறுவதற் கான அனுபவம் எதுவும் அவருக்கு ஏற்பட்டதில்லை.

அவர் மனைவி அவரைக் கண்டிப்பதில்லை - இது விஷயமாக அவர் தமக்கு எப்படிச் சுதந்திரம் கொடுத்திருந்தாரோ அதேபோல அவளும் அவருக்குச் சுதந்திரம் தந்துவிட்டாள். "நான் என் இஷ்டப்படி நடந்துகொள்கிறேன், நீ உன் இஷ்டப் பட்டி நடந்துகொள். தோஷமில்லை" என்று மேல் நாட்டு நாகரிக தாராள மனப்பான்மையில் குடித்தனம் நடத்திய லட்சிய தம்பதிகள் அவர்கள்.

கோமளவல்லி நான்கு குழந்தைகள் பெற்றெடுத்தவள் என்றாலும், நல்ல தேகக் கட்டும், மேனி மெருகும், முக அழகும் உள்ளவள். அவள் நடப்பதைப் பார்ப்பதற்கே இன்பமாக இருக்கும். வேறு இன்பங்களை ஞாபகமூட்டும் நடை அது. இன்ப சாதனமாகிய குடும்பக் கவலையாலும்,

எதாலுமே கெட்டு விடாமல் - பார்த்துக்கொள்வதற்கு அவள் நன்கு அறிந்திருந்தாள். அழகுப் பாதுகாப்பை ஒரு கலையாக அறிந்து அப்பியசித்து வந்தாள் அவள் என்று சொல்வது மிகையாகாது. நாலு குழந்தைகள் பெற்றபின் - முப்பத்திரண்டு வயசிலே அவளுடைய நடையிலும் மேனியிலும் முகத்திலும் ஒரு சோர்வு காணப்பட்டது என்பது வாஸ்தவந்தான். ஆனால் அந்த எச்சரிக்கையை அவள் கவனிக்க மறுத்துவிடாமல் கெட்டிக் காரத்தனமாகச் செய்ய வேண்டியதைச் செய்து, போன அழகை, போய்க் கொண்டிருந்த அழகை மீண்டும் பெற்றுவிட்டாள். முப்பத்தைந்து வயசுக்கு மேல் அவள் மனசிலே இன்ப ஈடுபாடு அதிகரித்திருப்பது போல இருந்தது. அவள் அழகு புது மலர்ச்சி, மறுமலர்ச்சி பெற்றிருந்தது.

மறுமலர்ச்சி பெற்று மறுபடியும் பெண் வேட்டையிலும் வாலிப சுகத்திலும் ஈடுபட்டுக்கொண்டிருந்த சாத்தனூர் மளிகை மெர்ச்செண்டு சோமசுந்தர முதலியாருடைய கண்களிலே கோமளவல்லி பட்டாள். பட்டதற்கு அடுத்த விநாடியே அவர் உள்ளத்திலும் குடியேறிவிட்டாள்.

இரு மறுமலர்ச்சிக்காரர்களும் சந்திப்பதற்கு முன் நடந்த சில காரியங்களை விவரிப்பது இங்கு அவசியமாகிறது.

கும்பகோணத்திலே ரங்காச்சாரியருக்குத் தெரியாத ஆசாமி இல்லை. எந்த மூலையில் எந்த ஆசாமி எந்தச் சமயத்தில் என்ன செய்து கொண்டிருக்கிறான் என்று கேட்டால் ஆறு மணி நேரத்துக்குள் விசாரித்து அறிந்து சரியாகச் சொல்லிவிடுவார். மடத் தெருவிலே சாத்தனூர் முதலியார் மளிகைக் கடை வைத்த நாள் முதலாகவே அவரைக் கவனித்து வந்திருந்தார் ரங்காச்சாரியார். இந்தக் கவனிப்பு விசேஷ சிரத்தை எதனாலும் ஏற்பட்டதல்ல. ரங்காச்சாரியருக்கு இயற்கையாக அமைந்திருந்த சுபாவம் அது.

சோமசுந்தர முதலியார் சாதாரண மளிகைக் கடை வியாபாரிகளைப்போல் அல்ல - அவரிடம் ஏதோ விசேஷம் இருந்தது என்பது ரங்காச்சாரியாருக்குத் தெரிய அதிக நாள் பிடிக்கவில்லை. தெரிந்து கொண்டவுடனே மளிகை மெர்ச்செண்டு என்கிற ஹோதாவில் இல்லாமல், மனிதன் என்கிற ஹோதாவில், முதலியாருடைய நடையுடை பாவனைகள் பழக்க வழக்கங்கள் எல்லாவற்றையும் கவனித்து ஞாபகத்தில் இருத்திக் கொண்டார். இரண்டொரு தரம் அகஸ்மாத்தாகச் சந்திப்பது போல அவரைச் சந்தித்து அறிமுகம் செய்துகொண்டார். ஆனால் அதிகமாக நெருங்கிவிடவில்லை. அது ஏன் என்று ரங்காச்சாரியாருக்குப் புரியவில்லை.

சோமசுந்தர முதலியாரைப்பற்றி இன்னொரு விஷயமும் ரங்காச்சாரியருக்கு வெகுநாட்கள் வரையில் புரியாமலே இருந்தது. இரண்டு கடைகள் வைத்து ஏராளமான பணம் சேர்த்துக் குவித்திருந்தார். இன்ஷ்யூரன்ஸ் ஜில்லா ஆர்கனைஸ ராாக நிறையப் பணம் பண்ணியிருந்தார். பத்துப் பன்னிரண்டு லட்சம்! அதுவும் சிரமமான காலத்திலே, அவ்வளவு புதுப் பணம் பண்ணியவர் வேறு யாருமில்லை என்பதை அறிந்து ஆசாமியினுடைய தரத்தையும் தெம்பையும் அதிருஷ்டத்தையும் உண்மையிலேயே வியந்தார். கார் வேறு வைத்துக்கொள்ள ஆரம்பித்தார் முதலியார். இவ்வளவுக்கும் பிறகு அவர் சாத்தனூரிலே சாக்கடைத் தெருப்போல இருந்த மேட்டுத் தெருவை விட்டு வெளியேறாத காரணம் என்ன என்கிற விஷயம் ரங்காச்சாரி யாருக்குத் தெரியவில்லை. மண்டையை எவ்வளவு தான் உடைத்துக்கொண்டாலும் பிடிபடவில்லை.

முதலியாருடைய செல்வத்தைப் பற்றித் தாம் நினைத்த தெல்லாம் தவறாக இருக்குமோ என்று பயந்த ரங்காச்சாரியார், அவருக்கு மட்டுமே தெரிந்த பாணியில் அவருடைய பாங்குக் கணக்குகளை எல்லாம் பார்வையிட்டு எவ்வளவு பணம் இருந்தது முதலியாருக்கு என்று தெளிவாகக் கண்டுவிட்டார். முதலியாருக்கே தெரியாத ஒரு விஷயம் இப்படியாக ரங்காச்சாரி யாருக்குத் தெரிந்துவிட்டது, புதிதாகத் தெரிந்துகொண்ட விஷயங்களால் ரங்காச்சாரியருக்குச் சோமசுந்தர முதலியாரிடம் மதிப்பு அதிகரித்ததே தவிர சிறிதும் குறையவில்லை.

இந்துமாதிரி விஷயங்களைப் பற்றி ரங்காச்சாரியார் தம் மனைவியுடன் பேசுவதுண்டு. "அந்தச் சாத்தனூர் ஆசாமி இருக்காரே, மளிகைக் கடை ஆசாமி, அவரால் கும்பகோணம் நகரே ஒரு கலங்கு கலங்கப்போகிறது ஒருநாள்!" என்றார் ஒருநாள் கோமளவல்லியிடம்.

"கலங்கட்டும் கலங்கட்டும்" என்றாள் கோமளவல்லி, வைர மூக்குப் பொட்டிகள் திருகாணியைத் திருகிக்கொண்டே.

"அந்தச் சோமசுந்தர முதலியார் பெரிய ஆசாமி என்று தோன்றுகிறது" என்று சொல்லி தம் மனைவியிடம் அவருடைய பாங்கிக் கணக்குகளைப் பற்றித் தாம் கண்டுபிடித்த விவரங்களைச் சொன்னார்.

கோமளவல்லிக்குக்கூட ஆச்சரியமாகத்தான் இருந்தது. "அப்படியா?" என்றாள். ஒரு நிமிஷம் யோசித்தாள். பிறகு, "அவரைச் சிநேகம் பிடித்துக்கொள்ளுங்களேன். அவருடைய நட்பு எவ்வளவோ காரியங்களுக்கு உதவியாக இருக்குமே" என்றாள்.

"ஆமாம் சமயம் இன்னும் வாய்க்கவில்லை" என்றார் ரங்காச்சாரியார.

இடையிலே இன்னொரு விஷயமும் தெரிய வந்தது ரங்காச்சாரியாருக்கு. புது நகரில் மனை வாங்கி, சென்னையில் பிரபலஸ்தர்களான இன்ஜினீயரிங் கம்பெனியாரைக் கொண்டு யாரோ ஒருவர் பங்களா கட்ட ஏற்பாடு செய்து கொண்டிருக்கிறார் என்கிற வதந்தி உண்மைதான் என்றும், அப்படி ஏற்பாடு செய்து கொண்டிருந்தவர் சோமசுந்தர முதலியார்தாம் என்றும் எப்படியோ அறிந்து கொண்டுவிட்டார். ‘பலே! கெட்டிகாரர் தானப்பா இந்த முதலியார்!’ என்று தமக்குள்ளேயே மெச்சிக் கொண்டார்.

கும்பகோணத்தைப் போன்ற ஒரு பெரிய ஊரின் விஷயங்களையே ஜாடாவும் அறிந்து உபயோகித்துக்கொள்ளச் சக்தி வாய்ந்த ரங்காச்சாரியருக்கு, சாத்தனூர் போன்ற ஒரு சிறு கிராமத்தின் விஷயங்களை அறிந்து கொ‌ள்ள அதிக நாள் பிடிக்கவில்லை. சாத்தனூர் விசாரணை அவரைத் தஞ்சையில் பாலாம்பாள், கமலாம்பாள் வீடுவரையில் கொண்டுபோய்விட்டது. பாங்கிக் கணக்குகள் பற்றி ஆச்சரியத்தில் ஆழ்ந்த ரங்காச்சாரியார் பாலாம்பாள், கமலாம்பாள் விஷயம் அறிந்து இன்னும் அதிக ஆச்சரியத்தில் மூழ்கினார்.

புது விஷயத்தையும் தம் மனைவியிடம் தெரிவிக்கத் தவறவில்லை ரங்காச்சாரியார்.

“ஓஹோஹோ!” என்றாள் கோமளவல்லி. அவ்வளவுதான் அவள் வெளிப்படையாகச் சொன்னது, ஆனால் அவள் மனசில் என்ன இருந்ததோ அது கடவுளுக்கும் அவள் கணவனுக்குந்தான் வெளிச்சம்.

09

புது நட்பு

கும்பகோணம் நகரிலே வெகு நாட்களாகவே ஒரு தேவை இருந்து வந்தது.

நகர வாசிகளில் சிலர் செல்வமும் படிப்பும் மிக்கவர். சென்னை, பம்பாய், கல்கத்தா என்றெல்லாம் போய் நாகரிகத் திலே முற்றித் திரும்பி வந்திருந்தார்கள். சில பேர் அதற்கு அப்பாலும் போய்வந்தது உண்டு. சுற்றுப்புறத்திலுள்ள கிராமங்களிலே பணக்காரர்கள் நிறைய இருந்தார்கள். பணமும் நாகரிகமும் மிகுந்தவர்கள் சுதேசிச் சரக்குகளை அதிகமாக விரும்பாததிலே ஆச்சரியம் இல்லை. அவற்றை அருந்துவது அகௌரவம் என்றுகூட நினைத்தார்கள். ஆனால் சீமைச் சரக்குகளை விரும்பினால் வாங்கிச் சாப்பிட வீட்டுக்கு எடுத்துப் போயாக வேண்டும். வீட்டிலே அந்த இன்பத்திலே குறுக்கிட எவ்வளவோ தொல்லைகள் இருந்தன. சௌகரியமும் வசதியும் எல்லோருக்குமே கிடைத்துவிடுமோ? 'நிம்மதியாக மாலையில் உட்கார்ந்து நாகரிகமாகப் பானங்கள் அருந்துவதற்கு ஒரு ஹோட்டல் இல்லாத ஊர் என்ன ஊர்? சென்னைக்குப் போய் விடலாமா என்று யோசிக்கிறேன்' என்று சொல்லிக் கொண்டிருந்தவர்கள் வெகு பேர். முக்கியமாகப் பெரிய மனிதர்கள் வீட்டு மைனர்ப் பிள்ளைகள், கிராமத்து மிராசுதாரர்கள் சிலர், சர்க்கார் உத்தியோகஸ்தர்கள் ஒன்றிரண்டு பேர், இவர்களுக்குத்தாம் கும்பகோணத்திலே உள்ள இந்தக் குறை மிகவும் பெரிய குறையாக இருந்தது.

தேவையை உணர்ந்து யாரோ ஒருவன் 1936ஆம் வருஷ ஆரம்பத்திலே, 'இந்துஹோட்டல் - பார் அட்டாச்டு' என்று ஒரு ஹோட்டல் ஆரம்பித்தான். கொஞ்ச காலம் அது செழிப்பாக வியாபாரம் செய்து நல்ல லாபம் தந்தது முதல் போட்டவனுக்கு. அதற்குப் பிறகு போட்டியாக இரண்டு மூன்று இந்து' அல்லாத ஆனால் 'பார் அட்டாச்டு' ஹோட்டல்கள் கிளம்பிவிடவே படுத்துவிட்டது.

ஆரம்ப காலத்திலிருந்தே அதனுடைய வாடிக்கைக் காரர்களில் ரங்காச்சாரியாரும் ஒருவர். அவர் அதிகமாக குடிக்க மாட்டார். ஆனால் பெரிய மனிதர்கள் போகிற இடங்களுக் கெல்லாம் தாமும் போயாக வேண்டும் என்கிற கொள்கையுடையவர். இல்லாவிட்டால் தம்முடைய பெரிய மனிதர் தன்மையை ஊராருக்கு ருசுப்படுத்துவது எப்படி?

நாளுக்கு நாள் ஊரிலே இந்து ஹோட்டல் போகிற பெரிய மனிதர்கள் அதிகரித்துக்கொண்டிருந்தார்கள். சோமசுந்தர முதலியார் தம்மைப்பற்றி பெரிய மனிதர் என்று ஒரு நாளும் சிந்தித்தது இல்லை. ஆனால் அவருக்குத் தேவை இருந்தது. வெகு நாட்களுக்குப்பின் புத்துயிர் பெற்று அவரை வாட்டிய தாகம் தணிய அவர் அடிக்கடி இந்து ஹோட்டலுக்குச் சென்று வரத் தொடங்கினார்.

மற்ற இடங்களில் சந்திப்பது போலவே பலரை ஹோட்ட லிலும் சந்திப்பார் முதலியார். அதிகமாக அவர்களில் யாருடனும் பேசமாட்டார். ஒதுங்கித் தனியாகவே இருக்க முயலுவார். ஆனால் ரங்காச்சாரியரை அடிக்கடி அங்கே சந்தித்து இரண்டொரு வார்த்தைகள் பேசுவார். அவர்களும் அறியாமலே ரங்காச்சாரியார் அறிவாரோ என்னவோ, முதலியார் அறியவே இல்லை - இருவரும் நெருங்கிக்கொண்டிருந்தார்கள். ஆனால் நட்பு என்று ஒன்றும் ஏற்படவில்லை ஆரம்பத்தில்.

ஆனால் ஒருநாள் மிகவும் நெருங்கிய நண்பர் போல ரங்காச்சாரியார் நடந்துகொள்ள ஆரம்பித்தார். தோள் மேல் கை போட்டு, "என்ன மிஸ்டர் முதலியார்?" என்று ஆரம்பித்துப் பல விஷயங்களைப்பற்றிப் பேச ஆரம்பித்தார். கைகோத்துக் கொண்டு அன்று மாலை நேரம் முழுவதும் முதலியார் பக்கத்தி லிருந்து அசையவே மறுத்துவிட்டார். ஆசாமி சற்று அதிகமாகக் குடித்துவிட்டார் என்று எண்ணிக்கொண்டே முதலியார் வழக்கம் போலவே மௌனமாகத் தாகசாந்தி செய்து கொண்டார்.

கடைசியில் ரங்காச்சாரியார் கேட்ட ஒரு கேள்வி அவரைத் திடுக்கிடச் செய்தது. "ஏன் ஸார், மிஸ்டர் முதலியார்? இந்த மதராஸ் என்ஜினீயரிங் கம்பெனிகளே இப்படித்தான். உங்கள் பங்களாவை

நாலு வருஷங்களாகக் கட்டிக்கொண்டிருப்பதாக சொல்லிக்கொண்டே இழுக்கடித்துக் கொண்டிருக்கிறார்களே!" என்றார்.

தம் பங்களா விஷயம் பிறருக்கும் தெரிந்த ரகசியம் என்பது அன்றுதான் முதலியாருக்குத் தெரியவந்தது. அவர் ஆச்சரியத்தால் திகைத்துப் போனார். அப்படி ஒன்றும் அதிகமாகக் குடித்து விடாமல், நிதானமும் இழந்துவிடாமலிருந்த ரங்காச்சாரியார் முதலியார் முகத்திலே தெரிந்த ஆச்சரியத்தைக் கண்டு மகிழ்ச்சியுற்றார் என்று சொல்வது தவறல்ல. இந்த மாதிரி ஆச்சரியங்கள் விளைவிப்பதுதான் அவர் வாழ்க்கை லட்சியம்.

ஏற்பட்ட ஆச்சரியத்திலும் திகைப்பிலும், உள்ளே போயிருந்த உயர்ந்த சரக்கின் உற்சாகத்திலும் சற்றே நிதானம் இழந்துவிட்டார் சோமசுந்தர முதலியார். அன்று மாலையில் அவர் ரங்காச்சாரியாரிடம் அந்தரங்கமான விஷயங்கள் பலவற்றைப்பற்றிப் பேசினார். முதலியாருடைய மனசை ஓரளவு அறிந்து அளந்துகொண்டு விட்டார் ரங்காச்சாரியார். அந்த ஒரு மணி நேர சம்பாஷணையிலே, அவரைவிடச் சிறந்த மனஸ் தத்துவ ஆராய்ச்சி நிபுணர் உலகிலே இல்லை என்றுதான் சொல்லவேண்டும்.

அதற்குப் பிறகு சோமசுந்தர முதலியாரும் ரங்காச்சாரியாரும் நாளடைவிலே பல இடங்களிலும் சந்தித்து ஆப்த நண்பர்களாகி விட்டார்கள். முதலியாருடைய மிகவும் அந்தரங்கமான விஷயங்கள் கூட ரங்காச்சாரியாருக்குத் தெரியும். அவர்களுடைய நட்பு நாளொரு மேனியும் பொழுதொரு வண்ணமுமாக வளர்ந்து முற்றியது.

தம் புது நண்பரை ஒருநாள் தம் வீட்டுக்கு அழைத்துப் போனார் ரங்காச்சாரியார். போன இடத்திலே நண்பருடைய மனைவி கோமளவல்லியைப் பார்த்தார் முதலியார் - அவ்வளவுதான்! அடுத்த விநாடியே உள்ளத்தை அவளிடம் பறிகொடுத்துவிட்டார். இரண்டு தடவைகள் போய் ரங்காச்சாரி யாருடனும் கோமளவல்லியுடனும் பேசிவிட்டு வருவதற்குள்ளே இரு மறுமலர்ச்சிக்காரர்களும் பரஸ்பரம் அன்பும் காதலும் கொண்டுவிட்டார்கள்.

பிறகு நண்பர் ரங்காச்சாரியார் வீட்டுக்கு அவர் அழைக் காமலே அடிக்கடி போய்வரத் தொடங்கினார் சோமசுந்தர முதலியார். இவ்விளைவை எதிர்பார்த்துத்தான் ரங்காச்சாரியார் முதலியாருடன் நட்பு வேண்டினார் என்று சொல்வது - ஊரார் பலர் சொன்னது போலச் சொல்வது - மனித சுபாவத்தையே அவமதிப்பது போலாகும். ஆகவே அப்படிச் சொல்ல வேண்டாம். இந்த விளைவைக்கண்டு அவர் ஆச்சரியப்பட்டு விடவில்லை என்று மட்டும் சொல்லிவிடலாம்.

இரவிலும் பகலிலும் அஸ்தமன வேளையிலும் முதலியாருடைய பேபி ஆஸ்டின் கார் ரங்காச்சாரியாருடைய வீட்டு வாசலிலே நிற்கத் தொடங்கியது. ரங்காச்சாரியார் வீட்டில் இருக்கும் போதும், இல்லாத போதும் நடமாடத் தொடங்கினார் முதலியார். ஒரு சமயம் ஏதோ அலுவலாக ரங்காச்சாரியார் அவசரமாகச் சென்னைக்குப் போனார். சென்னையிலே நான்கு நாட்கள் தங்கிவிட்டுத் திரும்பினார். அந்த நாலு இரவுகளும் பத்து மணிக்கு அவர் வீட்டு வாசலிலே வந்து நின்ற முதலியா ருடைய கார் காலையில் ஐந்தரை மணிக்குத்தான் கிளம்பியது என்று ஊரார், முக்கியமாக அந்தத் தெருவார், கவனித்து வைத்துக்கொண்டார்கள்.

ஊராருக்கு ரங்காச்சாரியாருடைய பழக்க வழக்கங்கள் நன்கு தெரியும். அதையும் விட நன்றாக அவர் மனைவி கோமள வல்லியம்மாளுடைய பழக்க வழக்கங்கள் தெரியும். அவர்கள் வேறு எதுவும் இந்த விஷயம் பற்றிப் பேசவில்லை. ஒரு விஷயம் பற்றி அவர்களுக்கு உண்மையிலேயே ஆச்சரியமாக இருந்தது. வீட்டிலே வளர்ந்த பிள்ளைக் குட்டிகளை வைத்துக் கொண்டு கோமளவல்லிக்கு இதெல்லாம் எப்படிச் சாத்தியமாக இருந்தது?' என்றுதான் அவர்கள் ஆச்சரியப்பட்டார்கள். எப்படியோ சாத்தியமாகத்தான் இருந்தது!

இது விஷயம் அறிந்த ஊர்க்காளைகள் கிழவனும் கிழவியும் என்று சொல்லிக் கேலி செய்தார்கள் சோமசுந்தர முதலியார் கோமளவல்லி நட்பை. ஆனால் அவர்கள் அதை எல்லாம் லட்சியம் செய்யவில்லை. அவர்களுடைய உள்ளங்களிலே மறுமலர்ச்சி ஏற்பட்டு ஊக்கியது. அவர்கள் இன்பத்தின் எல்லைகளை எட்டி எட்டிப் பிடிக்க முயன்று கொண்டிருந்தார்கள்.

ரங்காச்சாரியாருடைய நட்பால் இது ஒன்றுதான் முதலியாருக்குக் கிடைத்த லாபம் என்று சொல்வதற்கில்லை. எவ்வளவோ காரியங்களில் ரங்காச்சாரியார் முதலியாருக்கு வழி காட்டினார்.

ரங்காச்சாரியார் சொல்லித் தந்திராவிட்டால், முதலியார் ஊர்ப் பெரிய மனிதர்களுடன் சிநேகம் பிடித்துக்கொள்ள வேண்டும், அதனால் தமக்கும் தம் வியாபாரத்துக்கும் நன்மை யுண்டு என்று ஒரு நாளும் அறிந்திருக்கமாட்டார். அவசியம் நேர்ந்தால் - அதாவது இன்ஷ்யூரன்ஸ் கம்பெனி காரியமாக நேர்ந்தது போல் நேர்ந்தால் முதலியார் நிச்சயமாக ஆளைக் குல்லா போட்டுப் பிடித்துவிடுவார். ஆளைக் கவரப் பேசுவதிலே நிபுணர்தாம் அவர். ஆனால் சாதாரணமாக ஒரு காரி யமும் இல்லாமலே பெரிய மனிதர்களையோ மற்றவர்களையோ தெரிந்து வைத்துக்கொள்வது பின்னால் ஒரு காலத்தில் பிரயோசனப்படும் என்று அவர் எண்ணியதே

இல்லை. தவிரவும் அப்பெரிய மனிதர்களிடம் அவருக்கு மதிப்பும் அதிகம் இல்லை. அவர்களும் அவரைப் பெரியவராக மதிக்கவில்லை. இரண்டு தரப்பாருடைய அபிப்ராயங்களும் மாறுவதற்குக் காரணமாக இருந்தவர் ரங்காச்சாரியார்தாம்.

பணம் என்பது வாழ்க்கையிலே மிகவும் முக்கியமான தெய்வங்களில் ஒன்று என்று ரங்காச்சாரியார் ஒப்புக் கொண்டார். ஆனால் இன்பம், பதவி, மதிப்பு முதலியனவும் தெய்வங்கள் என்பதே அவர் கட்சி. பணம் என்கிற தெய்வத்தின் கோயிலிலே மட்டும் ஆராதனை செய்து விழுந்து கும்பிட்டுவிட்டு மற்றவற்றை ஒதுக்கிவிடுவது தவறு என்று அவர் எண்ணினார். நகர சமூகத்திலே தமக்கென்று ஒரு ஸ்தானம் ஏற்படுத்திக் கொள்ள வேண்டும் என்ற ஓர் ஆசையைச் சோமசுந்தர முதலியாருக்கு உண்டாக்கித் தந்தவர் ரங்காச்சாரியார்தாம்.

சோமசுந்தர முதலியார் சாத்தனூரிலே கடை வைக்க ஆரம்பித்த நாள் முதலாகத் தமிழ் தினசரிப் பத்திரிகை வாங்கி வழக்கமாகப் படித்துவந்தார். கும்பகோணத்திலே கடை ஏற்பட்ட நாள் முதல் ஆங்கிலத் தினசரி வாங்கிப் படித்து வந்தார். பிறருடன் பேச்சிலே கலந்து கொள்ளக்கூடிய வகையில் நாட்டு நடப்பெல்லாம் அவருக்கும் தெரியும். அதற்கு மேல் அந்த விஷயங்களிலெல்லாம் அவருக்கு ஈடுபாடு இல்லை. அரசியல் முதலியவற்றின் அந்தரங்கங்களை அறியாதவர் அவர். ரங்காச் சாரியாருடன் நட்பு ஏற்பட்ட பிறகு நாட்டிற்கு நன்மை தீமைகள் ஏற்படுவது பற்றியும், அரசியல் கட்சிகளின் தராதரங்கள் பற்றியும், ஒரு கட்சியிலேயுள்ள ஆட்களின் தராதரங்கள் பற்றியும், ஒரு காரியம் நடக்கும் போதே இது இப்படித்தான் முடியும், இப்படி முடிந்த பின் அதன் பலன்கள் என்ன என்ன என்றெல்லாம் சொல்லவும் கற்றுக்கொண்டார். உண்மை அறிவு உண்டோ என்னவோ, அறிவு உண்மையிலேயே உள்ளது போலப் பேசக் கற்றுக்கொண்டார். அந்தப் பேச்சு இன்றைய மனிதனின் ஜீவாதாரமான உரிமை என்று அறிந்துகொண்டார்.

ரங்காச்சாரியாரின் உபதேசத்தின் பேரிலே கதர் கட்டத் தொடங்கினார். சில சமயம், சில இடங்களுக்கு போவதற்கென்று 'சூட்' போடவும் 'ஹாட்' போடவும் கற்றுக் கொண்டார். சூட்டும் கோட்டும் கதரில் தாம்.

முதலியாருக்குச் சிகரெட் பழக்கம் செய்து வைத்தவரும் ரங்காச்சாரியார்தாம்.

இதெல்லாவற்றையும் விட முக்கியமாக இன்னொரு விஷயத்திலே ரங்காச்சாரியார் தம் புது நண்பருக்குப் புத்திமதி கூறி ஓர் ஏற்பாடு

செய்தார். அந்த ஏற்பாட்டின் காரணமாக தென்னிந்திய, வியாபாரிகள் (மளிகை) லிமிடெட், கும்பகோணம் என்று ஒரு வியாபார ஸ்தாபனம் உதயமாயிற்று. மாசம் ஆயிரம் ரூபாய்ச் சம்பளத்தில் அதன் மானேஜிங் டைரக்டரானார் சோமசுந்தர முதலியார். ரங்காச்சாரியார் கம்பெனி டைரக்டர்களின் தலைவரானார். சாத்தனூர் கோவிந்த பிள்ளையும், சிவசண்முகம் செட்டியாரும் சாதாரண டைரக்டர்கள் ஆனார்கள். இவர்களைத் தவிர கும்பகோணத்துப் பெரிய மனிதர்களிலே நாலைந்து பேரும் முதல் போட்டு டைரக்டர்கள் ஆனார்கள். பெரிய வியாபார ரீதியிலே கும்பகோணத்தில் மளிகை வியாபாரம் தொடங்கியது.

கம்பெனி முதலிலே முக்கால்வாசியும் சோமசுந்தர முதலியாருடையது தான். மற்ற டைரக்டர்கள் எல்லோரும் பெயர் தர இசைந்ததே பெரிது - பெயர் தந்தது மட்டும் அன்றி ஏதோ சொல்ப அளவில் முதலும் போட்டிருந்தார்கள். இரண்டொரு வருஷங்களுக்குள்ளாகவே சோமசுந்தர முதலியாருடைய பெயரும் கும்பகோணம் தென்னிந்திய மளிகைக் கம்பெனியின் பெயரும் தென்னிந்தியா பூராவும் ஒலிக்கத் தொடங்கிவிட்டன.

மானேஜிங் டைரக்டருக்கு மாசம் ஆயிரம் ரூபாய் சம்பளம் என்பது பதினாயிரமாகப் பெருகிற்று. அவர் இட்டதுதான் சட்டம். முதலில் பணம்தர பிகு பண்ணிக்கொண்ட டைரக்டர்கள் எல்லோரும் "நான் நான்" என்று போட்டியிட்டுக் கொண்டு கம்பெனி நிலைத்து ஏராளமான லாபம் தர ஆரம்பித்த வுடனே பணம் தர முன்வந்தார்கள். ஆனால் சோமசுந்தர முதலி யார் வியாபாரத் துறையிலே இறங்கி விட்டாரானால் சூரப்புலி. ஆரம்பகாலத்து நண்பர் கோவிந்த பிள்ளையும், புது நண்பர் ரங்காச்சாரியாரையும் தவிர டைரக்டர்களிலே வேறு யாரையும் அவர் மதிப்பதில்லை. காரியம் ஒப்பேற மற்றவர்கள் தயவு, பழக்கம் எவ்வளவு வேண்டுமோ அவ்வளவுதான் வைத்துக் கொள்வார். அதற்குமேல் வைத்துக் கொள்ளமாட்டார், தம் பிசகால் விரோதம் ஏற்படும்படியாகவும் விட்டுவிடமாட்டார்.

லிமிடெட் கம்பெனி ஸ்தாபனம் ஆனவுடனே - இதுவும் ரங்காச்சாரியாருடைய யோசனைப்படிதான் முதலியார் செய்தார் - அவர் ஒரு பெரிய ப்யூக்' கார் வாங்கிக்கொண்டார். பழைய பேபி ஆஸ்டின் காரை விற்றுவிடவில்லை. ஆபத்து சம்பத்துக்கு இருக்கட்டும் என்று அதையும் வைத்துக் கொண்டார்.

இவ்வளவும் நடந்த பிறகுதான் சோமசுந்தர முதலியாருக்குச் சாத்தனூர் மேட்டுத் தெருவிலிருந்து விடுதலை கிடைக்கும் போல் இருந்தது.

10

கிருகப் பிரவேசம்

சாத்தனூர் மேட்டுத்தெரு விடாப்பிடியாகத்தான் சோமசுந்தர முதலியாரைப் பிடித்துக்கொண்டிருந்தது என்று சொல்ல வேண்டும். அவர் ஆஸ்டின் காரும் ப்யூக் காரும் ஏறியோ, முதல் வகுப்புச் சீட்டு வாங்கிக்கொண்டு ரெயிலேறியோ, எவ்வளவு தூரம் வேணுமானாலும் போகலாம். எங்கே போய் என்ன? மேட்டுத் தெருவுக்குத் திரும்பி வந்துதானே ஆக வேண்டும்?

தவிரவும் அவர் மனசிலே மேட்டுத்தெருதான் ஆதிக்கம் செலுத்திக்கொண்டிருந்தது. அவர் நிறையப் பணம் சம்பாதித்திருந்தார். பிறர் மதிப்பைப் பெற்றிருந்தார். வேண்டுமானால் எங்கே இஷ்டமோ அங்கே ஒரு வீட்டை விலைக்கு வாங்கிக் கொண்டு குடியேறி விடலாம். அதாவது அவர் உடல் மட்டும் தான் குடியேறலாம். அவர் உள்ளம், மனசு, செத்தும் சாந்தி காணாத மனிதனின் ஆத்மாவைப்போல, பிசாசைப்போல, மேட்டுத் தெருவிலேதான் வட்டமிட்டுக்கொண்டிருக்கும். மனசிலே அவர் மேட்டுத் தெருவுக்கு அடிமைப்பட்டிருந்தார். தம் மனசு விடுதலை பெறும் நாள் எந்நாள் என்று காத்திருந்தார்.

இவ்வளவு நாட்களும் அவர் வீட்டிலேயே இருந்து அவர் வாழ்க்கையிலும் சுக துக்கங்களிலும் பங்கெடுத்துக்கொண்டு வாழ்ந்து வந்த பாப்பாத்தியம்மாள் ஒருநாள் அதிகாலையில் இறந்து வைத்தாள். அவள் இறந்த பின் தான் நடராஜனுக்குத் தெரியும் - அவள் தன்னைப் பெற்றெடுத்த தாய் அல்ல; தன் தகப்பன் பலாறிய மணந்து கொண்ட தாரம் அல்ல என்பது அவள் இறந்த பிறகுதான் அவனுக்குத் தெரியும்.

வித்தியாசம் சிறிதும் இல்லாமல் அவ்வளவு பிரியத்துடன் அவனிடம் நடந்து கொண்டிருந்தாள் பாப்பாத்தி. பாப்பாத்திக்குச் செய்யப்பட்ட கடைசிக் கருமங்களிலே முதலியார் பங்கு எடுத்துக்கொள்ளவில்லை; தம் மகனையும் பங்கு எடுத்துக் கொள்ள விடவில்லை. ஆனால் மூன்றாவது ஓர் ஆசாமியைக்கொண்டு எல்லாம் செய் வித்தார். மேளமும் கொட்டும் ஆர்ப்பாட்டமும் தடபுடலாக இருந்தன.

முப்பது நாற்பது வருஷங்கள் தம்முடன் இருந்து தமக்கு எல்லாச் சேவைகளும் செய்து உழைத்த பாப்பாத்தியம்மாள் இறந்ததைப்பற்றி முதலியார் சிறிதும் வருந்தவில்லை. அதற்கு மாறாகச் சந்தோஷமே பட்டார் என்று சொல்லவேண்டும். சாத்தனூர் மேட்டுத் தெருவுடன் தம்மைப் பிணைத்த கடைசித் தளை அறுந்து விழுந்துவிட்டது என்று எண்ணி அவர் சந்தோஷித்தார். இப்படி நினைப்பது பற்றி அவருக்கே வெட்க மாகத்தான் இருந்தது. ஆனால் அவர் உள்ளம் குதூகலித்தது.

பாப்பாத்தி இறந்ததற்கு ஏழெட்டு நாட்களுக்குப் பிறகு இன்னொரு காரியம் நடந்தது.

சாம்பமூர்த்தி ராயர் தஞ்சையிலிருந்து திரும்பிய பிறகு முன்னிலும் அதிக ஆடம்பரமாக,பூஜை,புனஸ்காரங்களிலும்,பஜனை,விருந்தோம்பல் முதலிய விஷயங்களிலும் ஈடுபட்டார். தம்முடைய ஆஸ்தி பூராவும் அழிந்துவிடவேண்டும் என்கிற ஒரே உத்தேசத்துடன் செய்பவர்போல் அவர் செய்தார். கடைசிக் குழி நிலம்கூட விற்றுத் தீர்ந்துவிட்டது ஒரு வழியாக. வீடு ஒன்று தான் பாக்கி. அதையும் விற்றுத் தான தருமம் செய்துவிடலாமா என்று அவர் எண்ணிக்கொண்டிருந்த சமயம் அவருடைய மகன் சுப்பிரமணிய ராவ், ஏதோ வியாபாரத் துறையிலே இறங்க நல்ல சந்தர்ப்பம் கிடைத்திருக்கிறது. இரண்டாயிரம் ரூபாய் வேண்டும்' என்று சென்னையிலிருந்து கடிதம் எழுதினான். வீட்டை உடனே விற்றுப் பணத்தை அனுப்பிவிட்டார். பிறகு தங்கு வதற்கும் இடமில்லாது போகவே காவேரிக்குப் போகும் வழியிலே இருந்த தோட்டத்திலே ஒரு சிறு சவுக்கண்டி அமைத்துக்கொண்டு அதிலே வசிக்கலானார். அந்தத் தோட்டத்திலேதான் ஒரு காலத்தில் ரங்கராயருடைய குதிரை லாயம் இருந்தது. அந்தத் தோட்டந்தான் சாம்பமூர்த்தி ராயருடைய கடைசி ஆஸ்தி. சவுக்கண்டி வாழ்வும் சில நாட்களில் அலுத்து விட்டது அவருக்கு. ஒருநாள் இரவு பண்டரிநாதன் வந்து தன்னைப் பண்டரிபுரத்திற்கு அழைப்பது போலக் கனவு கண்டார். மறுநாள் உதயத்தில் கிளம்பிவிட்டார்.

பாப்பாத்தியம்மாள் இறந்ததற்கு ஏழெட்டு நாட்களுக்குப் பிறகு, சாம்பமூர்த்தி ராயர் சோமசுந்தர முதலியாரிடமும் மற்றவர்களிடமும்

விடை பெற்றுக்கொண்டு கால்நடையாகவே பண்டரிபுரம் போவது என்று கிளம்பிவிட்டார்.

பாப்பாத்தியம்மாள் போய்விட்டதனால் தன்னைச் சாத்தனூர் மேட்டுத் தெருவுடன் பிணைத்த கடைசித் தளை அறுந்து விட்டது என்று எண்ணிய சோமசுந்தர முதலியார், சாம்பமூர்த்தி ராயர் போனதனாலே சாத்தனூருடன் தம்மைப் பிணைத்த கடைசித் தளை அறுந்து விழுந்துவிட்டது என்று எண்ணினார்.

சாத்தனூர் மேட்டுத் தெருவிலிருந்து, அப்பாடா ! கடைசியில் ஒரு வழியாக விடுதலை பெற்றாகிவிட்டது' என்று எண்ணி ஆனந்தப்பட்டார் அவர்.

இடையிலே கும்பகோணம் புது நகரிலே புது பங்களாவும் தயாராகி விட்டது. ஏழெட்டு வருஷங்களாகச் சிந்தித்து, நிர்மாணிக்க முதலியார் ஏற்பாடு செய்து கொண்டிருந்த அந்தப் பங்களா வேலை இந்தச் சமயத்தில் தான் பூர்த்தியாயிற்று என்பதும் ஒரு விசேஷமாகப்பட்டது முதலியாருக்கு. எல்லாமாகச் சேர்ந்து சோமசுந்தர முதலியாருடைய மனச் சஞ்சலத்தைப் போக்க உதவின.

பங்களாவுக்காக எண்பதினாயிரம் செலவழிக்கத் திட்டம் போட்டிருந்தார் முதலியார். கட்டி முடிந்தவுடன் கணக்குப் பண்ணிப் பார்த்தபோது கிட்டத்தட்ட இரண்டு மடங்கு ஆகியிருந்தது. அதைப்போல இன்னும் ஒரு மடங்காவது செலவு செய்து சோபாக்கள் முதலிய நாகரிக அலங்காரங்கள் செய்தால் தான் அந்தமாக இருக்கும் என்று அபிப்பிராயப்பட்டார் ரங்காச் சாரியார். கோமளவல்லியம்மாளும் அப்படித்தான் நினைத்தாள். மூவருமே சென்னை போய்த் தேவையான சாமான்களுக் கெல்லாம் ஆர்டர் கொடுத்துவிட்டு வந்தார்கள்.

எண்பதினாயிரம் திட்டம் போட்டது பன்மடங்காகப் பெருகி விட்டது பற்றி சோமசுந்தர முதலியார் கஷ்டப்படவில்லை. அவர் பணம் செலவழிக்கத் தயாராகவே இருந்தார். செலவழிக்கப் பணம் இருக்கவும் இருந்தது. இரு சிறு மளிகைக் கடைகளின் முதலாளியாக வந்ததைப்போல ஐம்பது மடங்கு, நூறு மடங்கு வருவாய் வந்து கொண்டிருந்தது அவருக்கு. தவிர 'தென்னிந்திய வியாபாரிகள் மளிகை லிமிடெட்டின் மானேஜிங் டைரக்டர் - அதாவது உண்மையில் சர்வாதிகாரி என்கிற பதவி வேறு இருந்தது.

அலங்காரங்கள் எல்லாம் முடிந்து பங்களா குடியேறலாயக்கானவுடனே போய் மறுபடியும் ஒரு தரம் சுற்றிச் சுற்றி வந்து பார்வையிட்டார் சோமசுந்தர முதலியார்.

பங்களா என்னவோ அற்புதமாகத்தான் அமைந்திருந்தது. கும்பகோணம் புது நகரிலும் சரி, பழைய நகரிலும் சரி அந்த மாதிரி பங்களா வேறு ஒன்றுமே இல்லை என்பது நிச்சயம். சென்னையிலேயே சிலதாம் இருக்க முடியும்.

நல்லநாள் ஒன்று பார்த்து அதிலே குடியேறினார் முதலியார். கிருகப்பிரவேச விழா நடத்தினார். அந்த மாதிரி விழா அதற்கு முன் சமீப காலத்திலே, அதாவது இந்தத் தலைமுறையின் ஞாபகத்திலே, கும்பகோணத்தில் நடந்ததே இல்லை என்றுதான் சொல்ல வேண்டும்.

சாத்தனூர்க்காரர்கள் பலர் வந்திருந்தார்கள். சாம்பமூர்த்தி ராயரும் இருந்திருந்தால் வந்திருப்பார்; வந்திருந்தால் அவர் தம்மிடம் என்ன சொல்வார் என்று சோமு முதலியார் யோசித்துக்கொண்டிருந்த போது, அவர் யோசனை முற்றுப் பெறுமுன், அவருடைய விருந்தாளிகளில் ஒருவர் குறுக்கிட்டுக் கலைத்துவிட்டார்.

கும்பகோணவாசிகளிலே பலர் வந்திருந்தார்கள். நாலு மனிதர்கள் கூடியுள்ள இடத்திலே நின்று பெரிய மனிதன் என்று பெயர் சொல்லக்கூடியவர்கள் எல்லாருமே வந்திருந்தார்கள். ஊரிலே ஒரு பெரிய மனிதன்கூட வராமல் இல்லை. அவர்கள் அப்படிச் சோமு முதலியாரை அங்கீகரித்து வந்திருந்ததற்குக் காரண பூதமாக இருந்தவர் ரங்காச்சாரியார்தாம்.

தஞ்சையிலிருந்தும், தென்னிந்தியாவிலே பல இடங்களி லிருந்தும் வியாபாரப் பிரமுகர்கள் பலர் வந்திருந்தார்கள்.

முதலியார் அழைப்புக்கிணங்கி சென்னையிலிருந்து கூடப் பல நண்பர்கள் வந்திருந்தார்கள். மளிகை மாணிக்கம் செட்டியார் வந்திருந்தார். இந்தச் சொல்ப வருஷங்களிலேயே மிகவும் கிழடு தட்டிவிட்டார் அவர். பாவம்!' என்று எண்ணினார் சோமசுந்தர முதலியார்.

கிருகப் பிரவேசத்துக்கு வந்திருந்தவர்கள் எல்லோரும் ஒரே ஒரு விஷயத்தைக் கவனித்தார்கள். புது பங்களாவின் சொந்தக்காரர் வீட்டைச் சேர்ந்த ஸ்திரீகள் யாரும் இல்லாததால், ரங்காச்சாரியாரின் மனைவி கோமளவல்லியம்மாள்தான் யசமானி ஸ்தானத்திலே இருந்து எல்லோரையும் வரவேற்று உபசரித்தாள். பங்களாவின் பெயரே "கோமள விலாசம்" தானே!

காற்றுவாக்கிலே இன்னொரு செய்திகூட இரண்டொரு நாட்களுக்குப் பிறகு ஊரிலே பரவியது. கிருகப்பிரவேச விழா அன்றிரவு கோமளவல்லி

தன் கணவனுடன் வீடு திரும்பவில்லை. இரவு சோமசுந்தர முதலியாருடன் கோமள விலாசத் திலேயே தங்கிவிட்டாள் என்று சொன்னார்கள் சிலர். அது உண்மையாகவும் இருக்கலாம். ஏனென்றால் அதற்குப் பிறகு ஒருநாள் இரவாவது முதலியார் கார் ரங்காச்சாரியாரின் வீட்டு வாசலிலே போய் நின்றிருந்ததில்லை. போகும், அம்மாளை அழைத்து வந்து கோமள விலாசத்திலே விட்டுவிடும்; மறுநாள் காலையில் அம்மாளை அழைத்துப்போய் வீட்டிலே விட்டுவிட்டு வந்துவிடும். இந்த ஏற்பாடு கிருகப்பிரவேச இரவு முதலே அமலுக்கு வந்துவிட்டதோ என்னவோ!

கிருகப் பிரவேசத்தன்று மாலையில் இனிய இசைக் கச்சேரி இருந்தது. அதற்குப் பிறகு தஞ்சாவூர் சகோதரிகள் பாலாம்பாள், கமலாம்பாள் என்று இருவர் நாட்டியமாடினார்கள்.

நாட்டியம் நன்றாக இருந்ததோ இல்லையோ? சகோதரிகள் பார்ப்பதற்கு மிகவும் நன்றாகத்தான் இருந்தார்கள் என்று கவனித்த உள்ளூர்ப் பெரிய மனிதர் ஒருவர், சமீபத்தில் தம் வீட்டில் நடக்க இருந்த ஒரு விசேஷத்தில் நாட்டியமாட ஒப்புக் கொள்ள வேண்டும் என்று அவர்களை ரகசியத்தில் அணுகிக் கேட்டுக்கொண்டார். ஆனால் அவர்கள் பணிவுடன் சோமு முதலியார் வீடு தவிர வேறு எங்கேயும் தங்களால் ஆட முடியாது என்று மறுத்துவிட்டார்கள். "ஓஹோ! அப்படியா?" என்று உள்ளூர்ப் பெரிய மனிதர் சகோதரப் பெரிய மனிதர்களிடையே விஷயத்தைப் பரவ விட்டு விட்டுச் சும்மா இருந்துவிட்டார்.

ஆனால் சோமசுந்தர முதலியாரோ தஞ்சைச் சகோதரி களோ அதை எல்லாம் பற்றிக் கவலைப்பட்டார்களா என்ன? கிருகப்பிரவேச தினத்துக்குப் பிறகு தஞ்சைச் சகோதரிகள் தஞ்சைக்குத் திரும்பவே இல்லை. கும்பகோணத்திலேயே சோமசுந்தர முதலியாருடைய பராமரிப்பிலேயே தங்கி விட்டார்கள். கோமள விலாசத்துக்குப் பக்கத்திலேயே ஒரு பங்களா ஏற்பாடு செய்து கொடுத்திருந்தார் முதலியார்.

கிருகப் பிரவேசத்தன்று இரவு வைதிகமான விருந்து ஒன்று ஏற்பாடாயிருந்தது. ஆனால் கிருகப்பிரவேசத்தை ஒட்டியே அதற்கு மறுநாள் இரவு பிரத்தியேகமாக அழைக்கப்பட்டிருந்த ஒரு நூறு பெரிய மனிதர்களுக்கு மதுவர்க்கங்களுடன் விருந்து ஏற்பாடு செய்யப்பட்டிருந்தது.

கோமள விலாசிலே இந்தப் பிரத்தியேக விருந்து நடந்து கொண்டிருந்த அதே சமயத்திலே, இதில் கலந்து கொள்ள அழைக்கப்படாத நடராஜன் - முதலியாரின் மகன் - இந்து ஹோட்டலில் தன் நண்பர்கள் சிலருடன் குடித்துக் கொண்டு உல்லாசமாக இருந்தான். அவன் மனசிலே ஒரே ஒரு கவலைதான் இருந்தது என்பது அவன் தன் ஆப்தர்களில் ஒருவனைக் கேட்ட கேள்வியிலிருந்து விளங்கும். "ஏண்டா ! இந்தக் கிழம் இன்னும் எவ்வளவு நாளடா இருந்து கொண்டு என்னை வதைக்கும் ?" என்று அவன் கேட்டுக்கொண்டிருந்தான்.

கிழம் என்றது சோமசுந்தர முதலியாரைத்தான் என்பதைச் சொல்லவேண்டிய அவசியமே இல்லை !

11

வாசகசாலையில்

ஆதிகாலத்தில் ரங்க ராவ் வீட்டு வேலைக்காரன் சோமுப் பயலுக்கு கார்த்வெயிட் ரீடரிலிருந்து ஆங்கிலம் சொல்லித்தந்த சுப்பிரமணிய ஐயர் இறந்து சற்றேறக்குறைய நாற்பது வருஷங்கள் ஆகிவிட்டன. அவருடைய மூத்த பிள்ளை நாராயணஸ்வாமி ஐயர் முப்பது முப்பத்தைந்து வருஷங்கள் ஏதோ சர்க்கார் இலாகாவிலே பொறுமையாகக் காரியம் பார்த்துவிட்டு நூறு ரூபாய் பென்ஷனுடன் சாத்தனூருக்குத் திரும்பி விட்டார். அவருடைய இரண்டு தம்பிகளும் வடக்கே எங்கேயோ இருந்தார்கள். சாத்தனூர் சர்வமானிய அக்ரஹாரத்திலே அவர்களுக்கு வீடு இருந்தது. முன்பு பள்ளிக்கூடம் இருந்த அதே மாடி வீடுதான். சுப்பிரமணிய ஐயருக்கு பிதுரார்ஜிதமான ஆஸ்தியும் ஏதோ சொல்பம் இருந்தது. சுப்பிரமணிய ஐயர் பணம் சேர்க்கவுமில்லை, அழிக்கவுமில்லை. ஏதோ அவர் பாட்டுக்கு வாழ்ந்து அவரால் ஆனதைச் செய்துவிட்டு இறந்து விட்டார். பென்ஷன் வாங்கிக்கொண்டு ரிடையர் ஆகும்போது கிடைத்த ரொக்கத்தையும், இன்ஷ்யூரன்ஸ் மற்றும் அதுபோன்ற பலவிதங்களில் கிடைத்த பணத்தையும் போட்டு நாராயண ஸ்வாமி ஐயர் இரண்டொரு வேலி நிலம் வாங்கியிருந்தார்; சௌக்கியமாகக் காலம் தள்ளிக்கொண்டிருந்தார் சாத்தனூர்க் கிராமத்திலே.

அவருக்கு ஒரே பிள்ளைதான். சாமா என்று பெயர். பி. ஏ. படித்து சுமாராகப் பாஸ் பண்ணியிருந்தான். ஆனால் ஒரு

வேலைக்கும் போகாமல் சும்மா இருப்பதே சுகம், சுதந்தரமே சிலாக்கியம்' என்று வீட்டோடு இருந்துகொண்டிருந்தான். பணம் என்றால் மிகவும் கேவலம் என்கிற ரீதியில் பேசுவான். 'பணத் துக்காக அடிமைப்படுவதா?' என்றெல்லாம் வீராப்புப் பேசுவான். கல்யாணம் செய்து கொண்ட பிறகு ஏதோ தகப்பனாருடன் மனஸ்தாபப்பட்டுக் கொண்டு தன் மனைவியுடன் கும்பகோணம் மடத் தெருவிலே ஒரு வீட்டை அமர்த்திக் கொண்டு குடியேறியிருந்தான். அவன் சாப்பாட்டிற்கே திணறிப் போவான் என்றுதான் எல்லோரும் எதிர்பார்த்தார்கள். ஆனால் கஷ்டமோ கஷ்டமில்லையோ எதையுமே காட்டிக்கொள்ளாமல் சாமர்த்தியமாகக் காலந்தள்ளிக் கொண்டிருந்தான் அவன். பத்திரிகைகளுக்கு எழுதுவதாகப் பெயர். ஆங்கிலப் பத்திரிகைகளிலும் சில தமிழ்ப் பத்திரிகைகளிலும் அவன் எழுதிக் கொண்டிருந்தான். அதிலே ஏதாவது கொஞ்சம் வரலாம். அது தவிர, சொல்ப அளவிலே புஸ்தக வியாபாரமும் நடந்துகொண்டிருந்தது. ஏதோ இரண்டொரு பத்திரிகைகளுக்கு ஏஜென்சி எடுத்து கமிஷனுக்கு விற்றுக்கொண்டிருந்தான். வீட்டிலேயே வாசகசாலை ஒன்றும் நடத்திக்கொண்டிருந்தான்.

சோமசுந்தர முதலியாருடைய கடைக்குப் பக்கத்திலேதான் இருந்தது சாமாவின் வீடு, கும்பகோணம் மடத் தெருவிலே. ஆரம்பத்தில் சாமா என்கிற சுவாமிநாதன் சாத்தனூரைச் சேர்ந்தவன் என்று தெரியுமே தவிர, முதலியாருக்கு அவன்தான் சுப்பிரமணிய ஐயருடைய பேரன் என்பது தெரியாது. தெரிந்து கொண்டபின் அடிக்கடி அவனைச் சந்தித்து பேசிப் பழகிக் கொண்டார். அவர் பேசுவதை எல்லாம் பொறுமையாகக் கேட்டுக்கொண்டிருப்பான் சாமா. எப்பொழுதாவது ஒரு வார்த்தை, மிஞ்சினால் ஒரு வாக்கியம் பதில் சொல்லுவான். பையனுக்கு எழுதத் தெரியுமோ என்னவோ, பேசத் தெரியாது என்று எதிரி தீர்மானிக்கிற சமயத்திலே வருகிற அந்த வார்த்தை, அந்த வாக்கியம் அர்த்த புஷ்டியாக இருக்கும். அவ்வளவு நேரமும் அவன் பேசாதிருந்த குறையைத் தீர்த்து விடும். "அடேயப்பா!" என்று சோமசுந்தர முதலியார் பல தடவை சாமாவினுடைய சாமர்த்தியத்தைக் கண்டு வியந்ததுண்டு.

சாமா மிகவும் சிரமப்பட்டுக்கொண்டுதான் வாழ்க்கை நடத்தியிருக்க முடியும். அவன் செய்த காரியங்களுக்கெல்லா மாகச் சேர்ந்து மாசத்தில் ஐம்பது ரூபாய் வந்தால் அதிகம் என்று சொல்ல வேண்டும். ஆனால் வந்தது முப்பதோ, ஐம்பதோ, 'மளிகைக்கடை முதலியார் வேண்டியவர்தாமே, கொடுப்பாரே' என்று அவரை அவன் கடன் கேட்டதில்லை. கடையில் சாமான்கூட அவ்வப்போது காசு கொடுத்துதான் வாங்குவான். காசு கொண்டுவந்து தருகிறேன்' என்று சொல்லி வாங்கிப் போய்விட்டு கொண்டுவந்து தந்தது கூட இல்லை.

சாத்தனூரிலே நாராயணஸ்வாமி ஐயரையே பார்த்து ஒருதரம் விசாரித்தார் சோமசுந்தர முதலியார். "பையன் தங்கமான பையனாகத்தானே இருக்கிறான். ஏன் இப்படி....? என்று தயக்கத்துடனே கேட்டார்.

ஆனால் நாராயணஸ்வாமி ஐயர் தயங்காமல், "பையன் தங்கமான பையன்தான் - சந்தேகம் இல்லை. ஏதோ கிரகக் கோளாறு - அது தீருகிறவரைக்கும் இப்படித்தான் இருக்கும், யார் என்ன செய்ய முடியும்?" என்றார்.

விசித்திரமான விஷயந்தான் என்று மேலே எதுவும் சொல்ல வகையறியாமல் திரும்பிவிட்டார் முதலியார்.

ஆனால் தம்முடைய பழைய உபாத்தியாயருடைய பேரனுக்குத் தம்மாலான உதவி செய்ய வேண்டும் என்ற ஆசை இருந்தது அவருக்கு. ஆகவே அடிக்கடி சாமாவின் வாசக சாலைக்குப் போவார். இரண்டொரு புஸ்தகங்கள் வாங்குவார்; பத்திரிகைகள் வாங்குவார்; வாசக சாலையிலே எதுவும் எடுத்துப் போவதில்லை என்றாலும் சந்தா கொடுத்து அங்கத்தினரானார். சுதந்தரம் என்கிற இல்லாத ஒரு தெய்வத்திடம் பக்தி பூண்டு பிடிவாதமாக எல்லாக் கஷ்டங்களையும் அனுபவிக்கத் தயாராக இருந்த வாலிபனிடம் அவருக்கு அளவு கடந்த அனுதாபம் இருந்தது. பொதுவாகப் பல விஷயங்களைப் பற்றி அவனுடன் சமயம் வாய்க்கும் போதெல்லாம் பேசுவார்.

தம்முடைய அனுதாபத்தைச் செயலளவிலே காட்டுவதற்கு ஒரு சந்தர்ப்பம் வாய்த்தது என்று 'தென்னிந்திய வியாபாரிகள் (மளிகை) லிமிடெட்' கம்பெனி ஆரம்பித்தபோது அவர் எண்ணினார். நூறு நூற்றைம்பது சம்பளம் போட்டுத் தரலாம். தமக்குக் காரியதரிசி என்று அவனை வைத்துக்கொண்டு, என்று அவர் எண்ணினார். இந்த உத்தேசத்துடன் அவர் அவனை அணுகிக் கேட்கவும் கேட்டார். மரியாதையாக, ஆனால் சிறிதும் தயக்கமே இல்லாமல் தன்னால் அந்த வேலையை ஒப்புக்கொள்ள முடியாது என்று தெரிவித்துவிட்டான் சாமா. அந்த வாலிபனுடைய பிடிவாதத்தையும் திராணியையும் கண்டு வியந்தார் சோமசுந்தர முதலியார். ஆனால் முப்பது நாற்பது கூட மாசம் வராமல் திண்டாடிக்கொண்டிருந்த அவன் நூறு நூற்றைம்பது கிடைத்திருக்கக்கூடிய ஒரு 'சான்ஸைத்' தவற விட்டுவிட்டது தவறு என்று அவர் எண்ணினார் - அசட்டுப் பயல் என்று எண்ணினார் - அனுபவம் இல்லாத முரட்டுப் பிடிவாதக்காரன் என்று எண்ணினார். ஆனால் எண்ணினால் என்ன? அவரும் அறியாமலே அந்த அசட்டுப் பயலிடம் அவருக்கு அபாரமான மதிப்பு விழுந்திருந்தது.

கோமள விலாசத்தில் நடக்க இருந்த கிருகப்பிரவேச விழாவிற்கு அவனை நேரில் கண்டபோது அவரே அழைத்தார். பிறகு எல்லோருக்கும் அனுப்பியது போல அழைப்புத் தாளும் அனுப்பினார். ஆனால் சாமா போகவில்லை.

கிருகப்பிரவேச விருந்தும் விழாவும் எவ்வளவோ சிறப்பாகத்தாம் நடந்தன. நூற்றுக்கணக்கான பெரிய மனிதர்கள் வந்து போனார்கள். ஆனால் அந்த அமர்க்களத்திலும் கூட முதலியார் சுவாமிநாதன் வரவில்லை என்பதைக் கவனித்து வைத்துக் கொண்டிருந்தார். அவன் தம்மை அலட்சியம் செய்கிறான் என்கிற மாதிரியிலே அவன் வராதது அவர் மனசிலே சுருக்கென்று தைத்தது.

கிருகப்பிரவேசத்திற்கு ஏழெட்டு நாட்களுக்குப் பிறகுதான் வாசகசாலைப் பக்கம் போனார் அவர். போய் சாமாவைப் பார்த்ததும், "என்னப்பா சாமா ? அன்னிக்கு நேரிலே கூடச் சொன்னேனே - வரப்படாதோ ?" என்றார்.

"வேறு ஏதோ வேலை, அவசரமாகக் கவனிக்க வேண்டி வந்துடுத்து" என்று பதில் அளித்தான் சாமா.

"என்ன காரியம் இருந்தாலும் வந்திருக்கணும் நீ" என்றார் சோமசுந்தர முதலியார்.

"வரணும்னு நினைச்சுண்டுதான் இருந்தேன். ஆனால்..." என்று வாக்கியத்தை முடிக்காமல் இழுத்து நிறுத்தினான் சாமா

"என்னவோ, நீ வல்லைன்னு எனக்கு வருத்தந்தான்" என்றார் முதலியார்.

இவ்வளவு தூரம் ஆனபிறகு ஒளிவு மறைவு எதற்கு என்று எண்ணியவன் போல சாமா, "தவிரவும் அங்கே என்னைப் போல் ஒத்தவாளுக்கெல்லாம் என்ன வேலைன்னு தோணித்து எனக்கு. அதான் பேசாமே இருந்துட்டேன்" என்று உண்மையைச் சொல்லிவிட்டான்.

இந்த உண்மையைச் சோமசுந்தர முதலியாரும் அங்கீகரிக்கத் தயாராகவே இருந்தார். ஆனால் சாமா அதை அப்படி அந்தக் குரலில் சொன்னது என்னவோ அவருக்குப் பிடிக்கவில்லை. "என்ன, நீ அப்படி நினைக்கலாமா ?" என்று சொல்லிவிட்டுச் சட்டென்று பேச்சை மாற்றினார். "நான் உங்கிட்டே ஒரு விஷயம் சொல்லணும்னு நினைச்சுண்டு வந்தேன். வேறு ஏதோ பேச்சிலே மறந்துவிட்டதே. அந்த வாரப் பத்திரிகையிலே வந்திருந்த உன் கதையைப் படிச்சேன். ரொம்ப

அற்புதமாக இருக்கு. ஆனால் எல்லோருக்கும் புரியுமாங்கிறதுதான் சந்தேகம்!" என்றார்.

"ஓ!" என்றான் சாமா. ஒரு விநாடி தயங்கிவிட்டு அவன், "நான்கூட உங்களுக்கு ஒரு விஷயம் சொல்றதுக்கு வச்சிருக்கேன். நம்ப ராயர், சாம்பமூர்த்தி ராயர், பண்டரிபுரம் போய்ச் சேர்ந்த அன்றைக்கே சுவாமி தரிசனம் செய்துவிட்டுக்களைத்துப்போய் கீழே விழுந்தவர், எழுந்திருக்கவே இல்லையாம். பண்டரிநாதர் காலடியிலேயே உயிர் துறந்துவிட்டாராம்! இன்றைத் தபாலில் தான் சுப்ரமணிய ராவிடமிருந்து கடிதம் வந்தது" என்றான்.

இவ்வளவு நேரமும் நின்று கொண்டே பேசிக்கொண்டிருந்த சோமசுந்தர முதலியார், விரித்திருந்த ஜமக்காளத்திலே உட்கார்ந்து ஒரு தூணில் சாய்ந்து கொண்டார். வெகு நேரம் அவர் ஒன்றும் பேசவில்லை. திடீரென்று காதில் விழுந்த அந்தச் செய்தி அவர் மனசைக் கலக்கியது. இனம் தெரியாத, உருவாகாத பல சிந்தனைகள் அவர் மனசிலே ஓடி விளையாடின. வெகு நேரம் அப்படியே நிலைத்துக் குத்திட்ட பார்வையுடன் உட்கார்ந்திருந்தார் அவர்.

அவருடைய மௌனத்தைக் கலைக்க சாமா முயலவில்லை.

சிறிது நேரம் கழித்து ஒரு டம்ளர் ஜலம் வாங்கிச் சாப்பிட்டு விட்டுச் சோமசுந்தர முதலியார் எழுந்தார். "சாமா, நான் அப்புறம் சாவகாசமா உன்னை வந்து பார்க்கிறேன். வரட்டுமா?" என்று கேட்டுக்கொண்டே கிளம்பினார்.

"நமஸ்காரம்!" என்று சொல்லி அவரை வழி அனுப்பி விட்டுத் திரும்பினார் சாமா.

சோமசுந்தர முதலியார் இறங்கிப் போவதற்கும் சாமாவுடைய ஆப்த சிநேகிதன் சிவராமன் உள்ளே வருவதற்கும் சரியாக இருந்தது. ஏதோ சிந்தனையில் ஆழ்ந்துவிட்டிருந்த சாமா, சிவராமன் வந்ததைக் கவனிக்கவில்லை. "ஆமப்பா, ரொம்ப ரொம்பப் பெரியவாள்ளாம் உன்னைத் தேடிண்டு வரச்சே, என்னைப் போல ஏழைகள் வந்தா உன் கண்ணிலே படத்தான் படாது" என்று பரிகாசமாக சிவராமன் சொன்னபிறகுதான் அவனைக் கவனித்தான் சாமா.

"வா! வா! சிவராமா, நீயா? இப்பத்தான் உன்னைப்பத்தி நினைச்சேன்" என்றான் சாமா.

"அப்படி என்னைப்பத்தி நினைக்கும்படியா என்ன வந்தது?"

“சித்த முன்னாடி வந்திருந்தாயானால் நீ கூட நம்ப சோமு முதலியார் கிட்ட அனுதாபம் காட்டும்படியான ஒரு சந்தர்ப்பம் நிகழ்ந்தது - அதைப் பார்த்திருப்பாய். அவ்வளவுதான், வேறு ஒன்றுமில்லை” என்றான்.

“பணப்பை உங்கிட்டக்கூட வந்து தன் வேலையைக் காட்ட ஆரம்பித்துவிட்டதா?” என்று கேலி செய்தான் சிவராமன்.

சாமா நடந்த விஷயத்தைச் சொன்னான். சோமசுந்தர முதலியாருக்கும் சாம்பமூர்த்தி ராயருக்கும் உள்ள சம்பந்தத்தை விவரித்துச் சொன்னான். “அப்படியே ஒரு நிமிஷம் உட்கார்ந்து போய்ட்டாரப்பா! பாவம்! நான் அப்படி திடுதிப்பின்னும் சொல்லியிருக்கப்படாதுதான்!” என்றான்.

சிவராமன் ஏதோ புஸ்தகத்தை எடுத்து புரட்டிப் பார்த்துக் கொண்டு உட்கார்ந்தான். பதில் எதுவும் சொல்லவில்லை.

சிறிது நேரம் கழித்து சாமாவே, “பெரியவன், சின்னவன், பணக்காரன், ஏழை என்கிறோம். ஆனால் கடவுள் இரண்டு பேரையுந்தான் படைச்சிருக்கான். பணத்திலே பணக்காரனாக இருப்பவன் மற்ற எவ்வளவோ விஷயங்களில் ஏழையாக இருப் பதை நாம் பார்க்கிறோம்; பெரியவனுக்கு பெரிய கஷ்டங்களும்...” என்றான்.

“ஆமாம். ஆமாம். சின்னவனுக்குச் சின்ன கஷ்டங்கள்; சரிதான், போதுமப்பா உன் தத்துவ விசாரம்” என்று குறுக்கிட்டான் சிவராமன். ஒரு விநாடி கழித்து, “தத்துவமில்லாத விஷயம் ஒண்ணு சொல்றேன் கேளு. நம்ப பணப்பையின் பிள்ளை இல்லை - அந்த நடராஜன் - அவனைப்பற்றி ஒரு விஷயம். அப்பனைப்போல பிள்ளை என்பார்களே அது உண்மையாகிக் கொண்டிருக்கிறதாம். பையன் குடித்துவிட்டுப் போதையில்லாத நாழிகையே கிடையாதாம்! பெரியவர் பணத்தை எங்கே பத்திரப்படுத்தி வைத்தாலும் தேடி எடுத்துக்கொண்டு போய் விடுகிறானாம். தஞ்சாவூரிலிருந்து கொண்டுவந்து கும்பகோணத்திலே குடியேற்றியிருக்கிற சகோதரிகளை ரகசியத்தில் சிநேகம் பிடித்துக்கொண்டு தகப்பனார் கிழம் எப்போ சாகும் என்று காத்துக்கொண்டிருக்கிறானாம்” என்றான்.

“ஐயோ பாவம்!” என்றான் சாமா.

சிவராமன் ஆச்சரியத்துடன் ஒரு விநாடி சாமாவைப் பார்த்தான். “உன்னை ஏதோ இரக்கப் பூச்சி வந்து கடித்துவிட்ட மாதிரித் தோன்றது எனக்கு. எனக்கு என்னவோ பிள்ளையின் கட்சிதான் நியாயம் என்று தோன்றது” என்றான்.

சாமா சிறிது நேரம் ஒன்றும் சொல்லாமல் இருந்தான். பிறகு, "முன் ஒருதரம் சாம்பமூர்த்தி ராயர் - அவரைத்தான் உனக்கும் தெரியுமே - சொன்னது எனக்கு ஞாபகம் வரது. ஒருநாள் ராத்திரி வழக்கம்போல நாங்கள் இரண்டு பேரும் வெகுநேரம் பேசிக்கொண்டிருந்தோம். பேசி முடித்துவிட்டு - முடித்துவிட்டு என்றும் சொல்றதுக்கு இல்லை. நாங்கள் பேசின விஷயங்களெல்லாம் பேசி முடியாத விஷயங்கள் தாம். - 'நாழியாறாது, நான் போகட்டுமா?' என்று கிளம்பினேன். அவர் சவுக்கண்டியிலே வசிக்க ஆரம்பித்த பிறகு நடந்ததுதான் இது. ராத்திரி ரொம்ப நேரம் ஆகிவிட்டால் வீடு திரும்புவதற்குச் சிரமமாக இருக்குமே என்று சீக்கிரமே கிளம்புவதாக தாத்பரியம். தோட்டத்துக் கதவுவரையில் வந்தார் என்னுடன் சாம்பமூர்த்தி ராயரும். நாங்கள் பிரியப் போகிற சமயம் 'கணீர் கணீர்' என்று கோயில் மணி அர்த்த ஜாம பூஜைக்கு ஒலித்தது காற்றிலே மிதந்து வந்தது. மணி அடித்து ஓயும் வரையும் இருவரும் அமைதியாகக் கேட்டுக்கொண்டே நின்றோம். அது ஓய்ந்த பிறகு வரட்டுமா?' என்று நான் கிளம்பினேன். இந்தக் கோயில் மணி அடிக்கிறதே அதன் அர்த்தம் உனக்குத் தெரியாதா சாமா?' என்று கேட்டார். 'நான் தினம் கேட்கிறேனே தவிர அதன் அர்த்தம் என்று சொல்லும்படியாக எனக்கு ஒன்றும் தெரியவில்லையே' என்றேன். கோயில் மணி அடிக்கும் போதெல்லாம், ஒவ்வொரு 'டங்' கும் காற்றிலே எழுந்து அலைவீசி ஓயும்போது என் பழைய நாளைய அனுபவங்கள் ஒவ்வொன்றாக வந்து என்னோடு பேசிவிட்டு, குசலம் விசாரித்து விட்டுப் போவதாகத் தோன்றும் எனக்கு' என்றார் சாம்பமூர்த்தி ராயர்" என்றான்.

"கோயில் மணியைப்பற்றி என்ன இப்போ?' என்று கேட்டான் சிவராமன்.

"ஒன்றுமில்லை. ஏதோ மனசிலே வந்தது சொன்னேன்" என்று முதலில் சொன்ன சாமா, அடுத்த விநாடி அதை மாற்றிச் சொன்னான்: "அதுகூட இல்லை. சோமசுந்தர முதலியார் விஷயத்திலே இது ஞாபகம் வந்தது. சாம்பமூர்த்தி ராயருக்குத் தோன்றியதுபோல, முதலியாருக்கும் தோன்றி, அவர் காதிலே கோயில் மணி அடிக்கத் தொடங்கி விட்டதானால்...? அப்படி அவர் காதிலே, உள்ளத்திலே கோயில் மணி அடிக்க அதிகநாள் இல்லை போல் எனக்குப் படறது" என்றான்.

"உன் மனசிலே ஏதோ தெளிவாக இல்லை. அதான் இப்படிக் குட்டையைக் குழப்பற!" என்றான் சிவராமன்.

“தெளிவாக என்னிக்கித்தான், எதுதான் இருந்தது என் மனசிலே?” என்று ஆதுரப்பட்டுக்கொண்டான் சாமா.

“அதுதான் உனக்கும் நமது மளிகைக்கடை சோமசுந்தர முதலியாருக்கும் வித்தியாசம். அவர் மனசிலே என்றைக்குமே, எல்லாமே தெளிவாகத்தான் இருக்கு. எதைப்பற்றியுமே அவர் சந்தேகப்பட்டதில்லை” என்றான் சிவராமன்.

“உண்மைதான். என்னைப்போல எதை எடுத்தாலும் சந்தேகப்பட்டுப்பட்டு குட்டை குழப்பிண்டிருந்தால் முதலியார் மளிகைக்கடை நெப்போலியன் ஆகியிருக்க முடியுமா?” என்று சொல்லிச் சிரித்தான் சாமா.

“நெப்போலியனா?”

“உன்னிடம் அந்த விஷயம் சொன்னதில்லையோ நான்? இரண்டு மூன்று வருஷங்களுக்கு முன் ஒருநாள் என்னைக் கண்டு பேசிக்கொண்டிருந்தபோது அகஸ்மாத்தாகப் பேச்சு வாக்கிலே நெப்போலியன் என்கிற பெயர் வந்தது. உடனே முதலியார் என்ன பண்ணினார் தெரியுமா? நெப்போலியன்தான் தம்முடைய ‘ஹீரோ’ என்றும் அவனுடைய குணாதிசயங் களெல்லாம் இப்படிப்பட்டவையாக்கும் என்றும் ஓர் அத்தி யாயம் படிக்க ஆரம்பித்துவிட்டார். கடைசியில் பிரிகிறபோது புதிதாக நெப்போலியனைப் பற்றி ஏதாவது புஸ்தகம் அகப் பட்டால் தரச் சொல்லிவிட்டுப் போனார். நெப்போலி யனைப்பற்றி நினைத்துக்கொண்டு சற்றுப் பெருமையாகவேதான் நடைபோட்டுக்கொண்டு போனார்” என்றான் சாமா.

“மளிகைக் கடை மெர்ச்செண்டுதான் என்றாலும் - ஒரு விதத்தில் இவரையும் நெப்போலியன் மாதிரி நினைக்கிறவர்கள் - அவரை விட்டுவிடு, அவர் நினைப்பது போகட்டும் - எவ்வளவோ பேர் இருக்கிறார்கள்” என்றான் சிவராமன்.

“எனக்கென்னவோ இந்த இரண்டு நெப்போலியன்களுமே அனாவசியம் என்று படறது. உண்மை நெப்போலியனும் தேவையில்லை. இந்த மளிகை நெப்போலியனும் தேவையில்லை மனிதகுலத்துக்கு என்றுதான் நான் நினைக்கிறேன்” என்றான் சாமா.

“நீ நினைத்தால் போதுமா? உலகத்திலுள்ள மற்றவர்கள் அப்படி நினைக்கவில்லையே!” என்றான் சிவராமன்.

“உலகத்திலே இன்னும் அதிகப்பேர் சாம்பமூர்த்தி ராயர் போன்ற ஆசாமிகள்தாம் அவசியம் என்று எனக்குப் படுகிறது” என்றான் சாமா.

"நீ ஒருத்தன் இருக்கே. அந்தமாதிரி ஆசாமி வேறு யாரையாவது பார்த்தால் உனக்குத் தெரிவிக்கிறேன். ஆனால் பார்க்கமாட்டேன்னுதான் நினைக்கிறேன்" என்று சொல்லிக் கொண்டே எழுந்தான் சிவராமன். "நாழியாறது வரட்டுமா? நான் கறிகாய் வாங்கிண்டு வந்துதான் சமையல் ஆகணும்னு அம்மா சொன்னா - நான் வம்பளந்துண்டிருந்தால்..." "நல்ல பிள்ளைதான்! போய்ட்டுவா, போய்ட்டு வா!" என்று விடை கொடுத்து அனுப்பினான் சாமா.

அவன் வெகு நேரம் சாம்பமூர்த்தி ராயரையும் சோமசுந்தர முதலியாரையும் பற்றிய சிந்தனைகளிலே ஈடுபட்டவனாக உட்கார்ந்திருந்தான்.

இடைவேளை

கோயில் மணி

1

மனிதனுடைய மனசிலே, உள்ளத்திலே, அந்தரங்கத்திலே விதவிதமான சக்திகள், நவ நவமான உணர்ச்சிகள் விநாடிக்கு விநாடி மூளுகின்றன - மூண்டு மூண்டு போராடுகின்றன.

இந்தப் போராட்டமே மனிதனுடைய வளர்ச்சிக்கு முக்கியக் காரணமாக அமைகிறது.

ஒரு சக்தி, ஓர் உணர்ச்சி வெற்றி பெற்று ஒரு விநாடி தலை தூக்கி நிற்கும். ஆனால் அடுத்த விநாடியே இன்னொரு சக்தி தோன்றி அதை வீழ்த்திவிட்டு ஆட்சி செலுத்தத் தொடங்குகிறது. ஆனால் இந்தச் சக்தியினுடைய ஆட்சி நீடிப்பதும் ஒரே விநாடிதான்.

இந்தப் போராட்டத்துக்கெல்லாம் பின்னணியாக மனிதன் உள்ளத்திலே ஒரு லட்சியத்தை, ஒரு தெய்வத்தைக் கற்பனை பண்ணிக்கொண்டு வாழ ஆரம்பித்து விட்டானானால் அவனைப் பாக்கியசாலி என்றே சொல்லவேண்டும்.

2

சோமசுந்தர முதலியார் பாக்கியசாலிதான். அவர் தொட்டதெல்லாம் துலங்கிற்று. அவர் எந்தக் காரியம் செய்தாலும் அது காரணமாகப் பாங்கியிலே பணம் ஏறிக்கொண்டே இருந்தது; மனிதர்களிடையே மதிப்பு ஏறிக்கொண்டே இருந்தது.

புதுப் புது துறைகளிலே ஈடுபடத் தெம்பும் வலுவும் இருந்தன அவருக்கு. உடல்வலுவுத் தெம்பு மட்டும் அல்ல, முக்கியமாக மன வலுவுத் தெம்பும் இருந்ததைத்தான் சொல்ல வேண்டும்.

கிரோஸின் ஏஜென்சி எடுத்தார்; பெட்ரோல் ஏஜென்சி எடுத்தார். செத்துக் கொண்டிருந்த ஒரு சங்கீத சபாவைப் புதுப்பித்து அதன் மூலம் தமக்கு லாபமும், ஊருக்குக் கலைஞானமும் வழங்கினார்.

அவருடைய பழைய வியாபாரங்கள் எல்லாம் ஓய்வில்லாமல் செழித்துக்கொண்டிருந்தன.

தென்னிந்திய வியாபாரிகள் (மளிகை) லிமிடெட் கம்பெனியிலே வியாபாரம் அமோகமாக நடந்தது. கும்பகோணம் நகரிலேயே ஆறு கிளை ஸ்தாபனங்கள் - கடைகள் இருந்தன. தஞ்சையில் ஒன்று, மாயவரத்தில் ஒன்று. சரக்குகள் வாங்குவதற்கென்று அங்கங்கே ஏஜெண்டுகளும் கிடங்குகளும் இருந்தன. அடிக்கடி ஊரெல்லாம் சுற்றி மேற்பார்வை பார்த்து வருவார் முதலியார்.

தஞ்சை ஜில்லாவிலே உள்ள கிராமங்களில் எல்லாம் கிளை ஸ்தாபனங்கள் - கடைகள் நிறுவத் திட்டம் போட்டு அமலுக்கு கொண்டுவர முயன்றுகொண்டிருந்தார் அவர்.

3

பணம் என்கிற தெய்வம், லட்சியம் முதலியாருடைய உள்ளத்தையும் மனசையும் ஆக்கிரமித்துக்கொண்டு அவருடைய சக்திகளை எல்லாம் ஒருமுகமாக இயக்கிக் கொண்டிருந்தது.

குழாய் வழியாக மில்லுக்குள்ளே பாய்ச்சப்படும் தண்ணீர், உள்ளே செய்யவேண்டியதை எல்லாம் செய்து விட்டு ஒரு வாய் வழியாக வெளியே வந்து ஊற்றிக்கொண்டே இருப்பதுபோல, பணம் முதலியாருடைய காலடியிலேயே மில் தண்ணீராக வந்து கொட்டிக் கொண்டிருந்தது.

4

ஆதிகாலத்தில் சிறு பிள்ளையாகச் சாத்தனூர்த் தெருக்களிலே நின்று நின்று வேடிக்கை பார்த்துக்கொண்டு திரிந்த நாட்களிலே சிந்திப்பதற்கு அவகாசமும் சக்தியும் நிறைய இருந்தன முதலியாருக்கு.

நடுவிலே கொஞ்ச நாட்கள் அவகாசம் இருந்தது. ஆனால் சிந்திக்கும் சக்தியை இழந்திருந்தார்.

இப்பொழுது அந்தச் சக்தி மீண்டும் தோன்றிவிட்டது. ஆனால் நல்ல வேளையாக அவகாசம் கிடைக்கவில்லை.

5

நல்ல வேளையாக என்பதிலே அர்த்தம் இருக்கத்தான் இருக்கிறது.

சிந்திப்பவன் தன் சிந்தனைகளின் பலாபலன்களைப் பற்றி நினைக்காதவனாக இருக்க வேண்டும். ஆனால் சிந்தனை தன்னை எங்கே கொண்டு போய் விடுமோ, என்ன செய்யத் தூண்டுமோ என்று பயப்படுகிறவன் சிந்திக்கச் சக்தி இல்லாமல் இருப்பதே நலம்.

6

தவிரவும் வாழ்க்கையிலே சிந்திக்கவேண்டியவற்றை எல்லாம் பற்றிச் சிந்தித்து, கூடுமானவரையில் முடிவு கட்டி விட்டுப் பிறகு வாழ ஆரம்பிப்பவனே கெட்டிக்காரன்.

பழைய காலத்துக் குருகுல வாழ்க்கைக்கு இதுதான் அர்த்தம் போலும். வாழ்க்கை வழிகள் குருகுலத்தை விட்டு வெளியேறு முன் திடமாகிவிட வேண்டும். இந்த வழி போகலாமா, அந்த வழி போகலாமா என்று வழி நெடுகிலும் யோசித்துக் கொண்டே போகிறவன் எங்குமே போய்ச் சேரமாட்டான் என்பது நிச்சயம்.

வேறு ஒன்றும் இல்லாவிட்டாலும் குறைந்தபட்சம் ஒவ்வொரு மனிதனும் அவன் போகிற திசையைப்பற்றியேனும் நிச்சயம் செய்துகொண்டுதான் ஆகவேண்டும்.

சிறுசிறு பிரச்சனைகளைக்கூட அவை எழும்போது, விநாடியிலே, தீர்த்துக்கொண்டு விடலாம் என்று எண்ணுவது பிசகு என்பதுதான் அனுபவ ரகசியம். அப்படித் தீர்த்துக் கொள்ள முடியவே முடியாது. சிந்தித்து முடிவு கட்டுவதற்குள் பிரச்சனைகளின் தன்மை தீர்ந்துவிடும். முடிவு கட்டிப் பிரச் சனையைத் தீர்த்து வைக்கும் வரையில் பிரச்சனைகள் பிரச்சனை களாகக் காத்திருக்க மறுக்கின்றன. '

தத்துவ ஞானிகளின் தோல்வி இங்கேதான் ஆரம்பமாகிறது.

7

எவ்வளவோ நாட்களுக்குப் பிறகு மீண்டும் சிந்திக்கும் சக்தியைப் பெற்றுவிட்டார் சோமசுந்தர முதலியார்.

அவருக்குச் சிந்திக்கவே இஷ்டமில்லைதான். ஆனால் அவர் இஷ்டத்தையும் மீறியே ஒரு சக்தி இந்த விஷயத்திலே அவரை ஆட்டிவைத்தது.

அவர் உள்ளத்திலே அலை மோதியது.

சிந்தனைகள் ஒன்றன்பின் ஒன்றாக ராட்சஸ ரூபங் கொண்டு எழுந்து அவர் இருதயத்தை மோதித் தகர்த்தன.

8

அவருடைய சிந்தனை மறுமலர்ச்சியின் ஆரம்பம் அவருக்கு நன்றாக ஞாபகம் இருந்தது.

கோமள விலாசத்திலே, கிருகப்பிரவேசம் ஆனபிறகு ஏழெட்டு நாட்கள் கழித்து அவர் சாமாவின் வாசகசாலைக்குப் போயிருந்தபோது அங்கே கேள்விப்பட்டார் - சாம்பமூர்த்தி ராயர் பண்டரிபுரத்திலே பண்டரிநாதர் சந்நிதியை அடைந்து அவர் காலடியிலேயே விழுந்து இறந்துவிட்டார் என்று சாமா சொல்லிக் கேள்விப்பட்டார்.

சாம்பமூர்த்தி ராயரையும் சாத்தனூரையும் மேட்டுத் தெருவையும் வள்ளிசாக எட்டு நாட்கள் மறந்துவிட்டிருந்த சோமசுந்தர முதலியாரின் இருதயத்திலே அந்தச் செய்தி புயலென கடும் மின்னலெனத் தாக்கியது.

சிந்தனை தாக்கிய வேகம் தாங்காமல் ஒரு நிமிஷம் முதலியார் கீழே உட்கார்ந்துவிட்டார்.

வேறு யாராவது சொல்லிக் கேட்டிருந்தால் கூட அச்செய்தி அவரை அவ்வளவு பாதித்திராது. சாமா வாயால் சொல்லக் கேட்டதுதான் புயலைக் கிளப்பியது. அதுவும் சாமா முந்திய விநாடியில், 'எனக்குக் கோமள விலாசத்திலே என்ன வேலை என்று எண்ணினேன்' என்று சொல்லிவிட்டு உடனே இந்தச் செய்தியைச் சொன்னான்.

சாம்பமூர்த்தி ராயரே நேரில் வந்து அதைச் சொன்னது போல இருந்தது சோமசுந்தர முதலியாருக்கு. கண்களை மூடிக் கொள்ள வேண்டும் போல இருந்தது. காதுகளைப் பொத்திக் கொள்ள வேண்டும் போல இருந்தது. ஆனால் மனசை, உள்ளத்தை, இருதயத்தை என்ன செய்வது?

9

இந்தச் சிந்தனை மறுமலர்ச்சியின் விளைவாக எழுந்தது தான் அவருடைய வியாபார மறுமலர்ச்சியும்.

சிந்திப்பதற்குத் தமக்குள் அவகாசமே இருக்கக்கூடாது என்று அவர் எண்ணினார்.

அவகாசம் இல்லாதிருக்க வேண்டும் என்கிற ஆசையிலே தான் அவர் ஒன்றன்பின் ஒன்றாகப் புதுப் புது முயற்சிகளிலே ஈடுபட்டார் - பணம் பண்ணுகிற வேகத்திலே மற்றதை எல்லாம் மறந்துவிடலாம் என்று அவர் ஆசைப்பட்டார்.

ஆனால் அது அவ்வளவாகப் பலிக்கவில்லை.

10

சோமசுந்தர முதலியாரை அடிப்படை விஷயங்களைப் பற்றிச் சிந்திக்கத் தூண்டிய விஷயங்களில் இரண்டாவது அவருடைய மகன் நடராஜனுடைய காரியங்கள் தாம்.

நடராஜன் சரியாக இருக்க மாட்டான் என்கிற சந்தேகம் அவருக்குப் பல வருஷங்களாகவே இருந்து வந்ததுண்டு. சந்தேகப்பட அவசியமே இல்லை என்பதை நாளுக்கு நாள் காட்டிக்கொண்டிருந்தான் அவன்.

கோமள விலாசத்துக்குக் குடிபோன பிற்பாடு இந்த விஷயம் மிகவும் தெளிவாகத் தெரிந்துவிட்டது முதலியாருக்கு.

தவிரவும் ஊரிலே அப்பனைப் போலத்தான் பிள்ளையும் என்று தன்னையும் அவனையும் சேர்த்து ஒரே எடையாக, ஒரே வாக்கியத்தில் பேசிக்கொண்டார்கள் என்பதும் முதலியாருடைய மனசிலே உறுத்தியது.

11

வெகு பாடுபட்டுச் சோமசுந்தர முதலியார் சாத்தனூர் மேட்டுத் தெருவை விட்டு வெளியேறியிருந்தார்; அதாவது வெளியேறிவிட்டதாகப் பாவித்துக்கொண்டிருந்தார்.

உண்மைதான். அவர் பணம் படைத்துவிட்டார்; மதிப்பும் பெற்றுவிட்டார்; ஊரிலேயே பெரிய மனிதராகி விட்டார்; மேட்டுத் தெருவிலிருந்து வெகுதூரம் வந்துவிட்டார் என்றுதான் தோன்றிற்று.

ஆனால் கறுப்ப முதலியும் மேட்டுத் தெருவும் சாத்தனூரும் அவரைப் பற்றியவரையில் அழியாமல் நின்று நிலைத்துவிட்ட உண்மைகள் என்று அவர் உணர்ந்தார் - தம் மகனைப் பார்க்கும் போதெல்லாம் உணர்ந்தார் - நடராஜன் அவன் செய்த ஒவ்வொரு காரியத்திலும் அவரை மீண்டும் மீண்டும் சாத்தனூர் மேட்டுத் தெருவிலே கொண்டு போய் நிறுத்திக் கொண்டிருந்தான்.

இந்தச் சமய சந்தர்ப்பத்திலே சிந்திக்க மறுப்பதால் லாபம் என்ன?

தோல்வியை ஒப்புக்கொண்டு சோமசுந்தர முதலியார் அவகாசம் ஏற்படுத்திக்கொண்டு சிந்திக்கத் தொடங்கினார்.

12

சாத்தனூரிலிருந்தும், மேட்டுத் தெருவிலிருந்தும் தமக்கு விடுதலை கிடைக்காது. என்னதான் செய்தாலும் எவ்வளவுதான் சம்பாதித்தாலும், எங்கேதான் ஓடினாலும் விடுதலை கிடைக்காது என்பதை உணர்ந்து கொண்டுவிட்டார் சோமசுந்தர முதலியார்.

விடுதலை பெறப் பிறந்தவர் அல்ல அவர்.

'அது ஏன்? எப்படி?' என்றெல்லாம் சிந்தித்துச் சிந்தித்து மனசைப் புண்ணாக்கிக்கொண்டார். கண்ட லாபம் வேறு ஒன்றும் இல்லை.

13

சற்றேறக்குறைய இதே சமயத்தில் தமக்கு இன்பத்தில் ஈடுபாடும் சக்தியும் குறைந்து கொண்டிருந்தன என்பதைக் கண்டார். திரும்பியிருந்த வாலிபம் மறைந்துவிட்டது - மறைந்தது - நடந்து போன அடிச்சுவடு தெரியாமல்.

திடுக்கிட்டுப் பணத்தின் உதவியையும், வைத்தியர்களின் உதவியையும் நாடினார்.

பணமும் வைத்தியமும் உதவா, போதா என்று கண்டபின் தான் அறிவு உதயமாயிற்று முதலியாருக்கு.

14

இதற்குள் யுத்தம் வந்துவிட்டது.

தென்னிந்திய வியாபாரிகள் (மளிகை) லிமிடெட் கம்பெனி போல நிறையச் சரக்கு ஸ்டாக் பண்ணி வியாபாரம் செய்தவர்களுக்கு ஆரம்பத்திலே ஏராளமான லாபம் கிடைத்தது. சாதாரணமாகப் பத்து வருஷங்களில் சம்பாதிக்கக் கூடியதை ஒரே வருஷத்தில் சம்பாதித்துவிட்டார் முதலியார்.

அந்த வருஷம் சம்பாத்திய வேகத்தினாலே சிந்தனை வேகம் சற்றுத் தடைப்பட்டது முதலியாருக்கு மிகவும் சௌகரியமாகவே இருந்தது.

இருந்த ஸ்டாக்கெல்லாம் தீர்ந்து, புது ஸ்டாக் வாங்க வேண்டிய அவசியம் நேரிட்டபோது சர்க்கார் பாதுகாப்பு விதிகளும், விலை நிர்ணயச் சட்டங்களும், கட்டுப்பாடும் அமலுக்கு வந்தன.

தென்னிந்திய வியாபாரிகள் (மளிகை) லிமிடெட்டுக்கு அது மிகவும் சௌகரியமாக இருந்தது.

15

இட்டத்தட்ட இந்தச் சமயத்தில் ஒருநாள் இரவு சோமசுந்தர முதலியார் நித்திரை பிடிக்காமல் படுக்கையிலே புரண்டு புரண்டு படுத்துக்கொண்டு கிடக்கும் போது, அவர் காதிலே தெளிவாக விழுந்தது சாத்தனூர் கோயில் மணி ஓசை

அந்த மணிச் சப்தத்தை அவர் காதில் வாங்கியே ஏறக் குறைய நாற்பது வருஷங்கள் இருக்கும்.

சாத்தனூர் கோயில் மணி ஓசைதான் அது. சந்தேகமே இல்லை. சிறுவயசிலே எவ்வளவோ தரம் கேட்டுப்பழகியிருந்த மணி ஓசைதான் அது.

ஆனால் அது எப்படி அந்த நேரத்தில், நேரமில்லாத நேரத்தில், அந்த இடத்தில், இடமில்லாத நேரத்தில், கேட்டது என்பது தான் முதலியாருக்கு ஆச்சரியமாக இருந்தது. சாத்தனூர்க் கோயில், கும்பகோணம் புது நகரிலிருந்த கோமள விலாசத்தி லிருந்து எட்டு மைல் தூரத்தில் இருந்தது. ஒருக்காலும் அவ்வளவு தூரம் ஒலிக்காது அந்த மணி! தவிரவும் அர்த்தஜாமப் பூஜை எல்லாமாகி எவ்வளவோ நேரம் இருக்குமே. மணி ஒன்றுக்கு மேல் ஆகியிருந்தது. பின் எப்படி?

எழுந்து ஜன்னலண்டை போய் நின்று பார்த்தார்.

வெளியே நிர்மலமாக நிலவு பெய்து கொண்டிருந்தது.

நிச்சப்தமாக, நிச்சலமாக, நிம்மதியாக இருந்தது.

கோயில் மணிச் சப்தம் வெளியேயிருந்து வரவில்லை.

அவருடைய உள்ளத்திலேதான் எழுந்து ஒலித்து அலை மோதி அடங்கிக்கொண்டிருந்தது.

16

இந்த அனுபவத்திற்குப் பிறகு அவர் உள்ளத்திலே அந்தக் கோயில் மணி அடிக்கடி ஒலிக்கத் தொடங்கிவிட்டது.

ஆனால் அப்படி அது ஒலிப்பதன் அர்த்தத்தைக் கண்டு கொள்ள அவருக்குச் சில நாட்கள் பிடித்தது.

17

சாத்தனூர்க் கோயில் மணியை வார்த்து உருவாக்கி அதிலே அந்த ஒலியை ஏற்றிவைத்தவன் மகான், கலைஞன்; சந்தேகமே இல்லை.

அந்த ஒலி மனிதனுடைய உள்ளத்திலே புகுந்து என்றென்றும் நிலைத்துத் தேவையாகிற போதெல்லாம் அலை எழுப்பக் கூடிய சக்தி வாய்ந்தன.

தனி ஒரு மனிதனுடைய உள்ளத்திலே எழக்கூடிய சக்திகளையும் உணர்ச்சிகளையும் போராட்டங்களையும் ஆட் கொண்டு தானே தனி ஆட்சி செய்ய வல்லமையுள்ளது.

அந்தத் தனி ஆட்சியின் விளைவுகள் என்ன ஆகும் என்பது அவரவர்களுடைய உள்ளங்களையும் தன்மைகளையும், தரங்களையும் பொறுத்தது.

18

மளிகை மெர்ச்செண்டு சோமசுந்தர முதலியார் அரிசிக் கட்டுப்பாட்டு விதிகளில் ஒன்றை மீறிவிட்டார் என்று அவர் மேல் வழக்குத் தொடர்ந்துவிட்டது சர்க்கார்.

ஆமாம். தெரிந்தோ தெரியாமலோ சோமசுந்தர முதலியார் தம் வியாபாரத் துறையிலேயே ஒரு தவறு செய்து விட்டார். அவருடைய லட்சியம் ஆட்டங் கொடுத்துக் கொண்டிருந்தது.

19

தெய்வத்திற்கென்று ஏற்பட்ட பீடத்திலே வியாபாரம் என்கிற ஆணையும், பணம் என்கிற பெண்ணையும் அர்த்த நாரீசுவரத் தெய்வமாக ஏற்றி வைத்து இவ்வளவு நாட்களும் பூஜித்து வந்தார் சோமசுந்தர முதலியார், பணத்தாலும் வியா பாரத்தாலும் ஏற்படக்கூடிய, கிடைக்கக்கூடிய பலாபலன்களைச் சில்லறைத் தெய்வங்களாகப் போற்றி வந்தார்.

சமீப காலத்திய சிந்தனை அலைகள் இந்தப் பிரதான தெய்வத்தைப் பீடத்தோடு ஆட்டிகம்கொண்டிருந்தன.

சில்லறைத் தெய்வங்களெல்லாம் கோரத் தாண்டவமாடின. கைகோத்துக்கொண்டு கெக்கலி கொட்டிக் கேலித் தாண்டவ மாடின.

20

வழக்கு விசாரணைக்கு வருவதற்கு முதல் நாள் இரவுதான் சோமசுந்தர முதலியாருக்கு ஊரெல்லாம் பரவியிருந்த விஷயம் தெரியவந்தது.

தம் மகன் நடராஜன், தம் வைப்புக்களான பாலாம்பாள், கமலாம்பாள் இருவருடனும் பாரபட்சமில்லாமல் சல்லாபித்துக் கொண்டிருப்பதை அவரே நேரில் கண்டுவிட்டார்.

அவர் கண்கள் இருட்டின. அவருடைய காதுகளிலே ஓயாமல் ஒலித்தது கோயில் மணி.

21

மறுநாள் அதிகாலையிலிருந்து கோர்ட்டுக்குப் போகும் வரையில் ஒரு விநாடி கூட ஓய்வில்லாமல் உழைத்தார் சோமசுந்தர முதலியார்.

கோவிந்தப் பிள்ளையையும் ரங்காச்சாரியாரையும் டிரஸ்டி களாகப் போட்டு தம் ஆஸ்திகள் எல்லாவற்றையும் சாத்தனூர்க் கோயிலுக்கு எழுதிவைத்துவிட்டார்.

கோவிந்தப் பிள்ளையை மானேஜிங் டைரக்டராக ஏற்றுக் கொண்டு கம்பெனியை நடத்தலாம் என்று மற்ற டைரக்டர்களுக்குச் சிபாரிசு செய்தார். கம்பெனியிலே தம் பங்கு முதலிய வற்றை எல்லாம் பணமாகத் திரட்டி டிரஸ்டிகள் கோயிலுக்குச் சேர்த்துவிட வேண்டும் என்று உத்தரவிட்டார்.

மேட்டுத் தெரு கறுப்பனுடைய பேரன் நடராஜனுக்கு மேட்டுத் தெரு வீட்டையும், சாத்தனூரிலிருந்த சிறிய மளிகைக் கடையையும் எழுதி வைத்தார்.

வேறு தனி ஷரத்துக்களின்படி பாலாம்பாள், கமலாம்பாள் முதலியவர்களுக்கெல்லாம் ஏதோ கொஞ்சம் கொஞ்சம் ரொக்கமாகக் கொடுக்க ஏற்பாடு செய்தார்.

சாத்தனூர் சாம்பமூர்த்தி ராயரின் மகன் சுப்பிரமணிய ராயருக்கு ஒரு பதினாயிரம் எழுதி வைத்தார்.

தம்முடைய பழைய உபாத்தியாயர் சுப்பிரமணிய ஐயரின் பேரன் சாமாவுக்கும் ஏதோ கொஞ்சம் எழுதி வைத்தார். ஆனால்

அவன் ஏற்றுக்கொள்ள மறுத்தால், அவனை அதிகமாக வற்புறுத்த வேண்டாம் என்று பிரத்தியேகமாக கோவிந்தப் பிள்ளையிடமும், ரங்காச்சாரியாரிடமும் சொல்லி வைத்தார்.

இப்படி 'திடுதிப்' பென்று எல்லாம் ஏற்பாடு செய்வது பற்றியும், திரண்ட ஆஸ்திகளைக் கோயிலுக்கு எழுதிவைப்பது பற்றியும், அவர் நண்பர்கள் அவரிடம் எவ்வளவோ சொல்லிப் பார்த்தார்கள். ஆனால் அவர் திடமாக, உறுதியாக இருந்தார். அவர் மனசை அவர்களால் மாற்ற முடியவில்லை.

எப்படி முடியும்?

சோமசுந்தர முதலியாருடைய உள்ளத்துக் கோயிலிலே சபாஷ்! சபாஷ்!' என்று சாத்தனூர்க் கோயில் மணி அடித்துக் கொண்டிருந்தது.

அந்த மணியின் சபாஷுக்கு எதிராகக் கேவலம் நண்பர்கள் என்ன சொல்லி என்ன செய்ய முடியும்?

22

உயில் அன்றே ரிஜிஸ்தராவதற்கான ஏற்பாடுகள் செய்யப் பட்டன.

ஆனால் இதற்குள்ளாகவே எப்படியோ சோமசுந்தர முதலி யாருடைய உயில் விஷயமும் மற்ற விஷயங்களும் பலருக்குப் பரவிவிட்டன போலும்.

கோர்ட்டிலே ஒரே கூட்டம் - சோமசுந்தர முதலியாரைப் பார்க்க ஏகப்பட்ட பேர் வந்து கூடியிருந்தார்கள்.

அரிசி விதிகளில் ஒன்றின்படி தாம் குற்றவாளியே என்று முதலியார் கோர்ட்டிலே ஒப்புக்கொண்டார். அவருக்கு ஏழு மாசம் சிறைவாசமும், இரண்டாயிரம் ரூபாய் அபராதமும் விதிக்கப்பட்டன.

பணம் கையில் கொண்டுவந்திருந்த கோவிந்துப் பிள்ளை அபராதத்தை அங்கேயே கோர்ட்டில் கட்டிவிட்டார்:

சோமசுந்தர முதலியார் அங்கே கூடியிருந்தவர்களிடம் விடைபெற்றுக்கொண்டு சிறை புகத் தயாரானார்.

23

சிறைவாசலில், கதவு திறக்கக் காத்திருக்கையிலே தான் சாத்தனூர் மேட்டுத் தெருவிலிருந்து விடுதலை பெற்றுவிட்டது போன்ற ஓர் உணர்ச்சி சோமசுந்தர முதலியாருக்கு ஏற்பட்டது.

விடுதலை பெற்றது உண்மையோ அல்லவோ அந்த உணர்ச்சி உண்மையானதுதான்; ஆனந்தமானதுதான் என்று எண்ணிச் சந்தோஷித்தார் முதலியார்.

சிறைக் கதவு திறந்துவிட்டது. அவரை உள்ளே விட்டுப் பூட்டினார் வார்டன். அவன் வாய் ஏதோ முணுமுணுத்துக் கொண்டிருந்தது. ஆனால் அதைக் காதில் வாங்கவே இல்லை அவர்.

அவர் காதுகளிலே சாத்தனூர்க் கோயில் மணி இன்பநாதம் பொழிந்து கொண்டிருந்தது.

24

கோயில் மணியின் ஒலி பின்னணிக் கீதமாக ஒலிக்க, சோமசுந்தர முதலியார் சிறையிலே ஏழு மாசங்கள் இன்பச் சிந்தனைகளில் ஈடுபட்டிருந்தார்.

சிந்தனைகளின் பலாபலன்களைப்பற்றி எண்ணி பயப்பட அங்கு அவசியம் இல்லை.

முக்கியமாகத் தம் தகப்பன் கறுப்ப முதலியையும், தாய் வள்ளியம்மையையும், தம் யசமானர் ரங்க ராவையும், தம் யசமானருடைய மருமகன் சாம்பமூர்த்தி ராவையும், தம் சேர்மான மனைவியான பாப்பாத்தியம்மாளையும், கடைசியாக தம் உபாத்தியாயர் பேரன் பிள்ளை சாமாவையும் பற்றிய இன்பச் சிந்தனைகளில் ஈடுபட்டு நாட்களைக் கழித்தார். சகோதரக் கைதிகள் அவரை நெருங்கிவரப் பயந்தார்கள் - அவர் வெளியிலே பெரிய மனிதராக இருந்தவர் என்று கண்டு ஒதுங்கிப் போகப் பார்த்தார்கள்; அவர்களுடன் நெருங்கிப் பழகுவதிலேயும் அவர்களுடைய சுக துக்கங்களிலே பங்கெடுத்துக் கொள் வதிலேயும் இன்பம் இருப்பதைக் கண்டார் அவர்.

சாத்தனூர் மேட்டுத் தெருவைப் பற்றி கூட வெறுப்புடன் நினைப்பதை நிறுத்திவிட்டார்.

ஒன்றும் இல்லாவிட்டால் இருக்கவே இருந்தது காதை விட்டகலாத அந்தக் கோயில் மணி. அந்த ஓசை இன்பத்தை அள்ளிப் பருகிக்கொண்டே - கல்ப கோடி காலம் சும்மா கிடக்கலாமே என்று தோன்றிற்று அவருக்கு.

25

ஏழு மாசங்கள் ஏழு வாரங்களாக, ஏழு நாட்களாக, ஏழு விநாடிகளாகக் கழிந்துவிட்டன.

அவருடைய விடுதலை தினம் வந்துவிட்டது.

அன்று காலையில் அவர் பெயரைச் சொல்லி விசாரித்துக் கொண்டு காருடன் சிறைக்கூடத்துக்கு வெளியே ஒருவர் வந்து காத்திருப்பதாக வார்டன் வந்து முதலியாரிடம் சொன்னான்.

ஏழு மாசங்கள் முதலியாருடன் பழகி அவரிடம் பிரியமும், மதிப்பும் வைத்திருந்தவன் அந்த வார்டன். அந்த வார்டனுடைய பிரியத்தையும், மதிப்பையும் உபயோகித்துக்கொள்ளத் தீர்மானித்தார் சோமசுந்தர முதலியார்.

தமக்கு மறுநாள்தான் விடுதலை என்று அவரிடம் போய்த் தெரிவித்துவிட்டு வரச் சொல்லி வார்டனை ஏவினார். தான் செய்கிற காரியம் இன்னதென்று வார்டனுக்கே தெரியாது. போய் அவர் சொன்னபடியே சொல்லிவிட்டான்; காரும் போய்விட்டது.

அன்று நண்பகலில் சோமசுந்தர முதலியாரை விடுதலை செய்துவிட்டார்கள்.

26

சிறைக்கூடத்திலிருந்து வெளியே வந்தபோது சோமசுந்தர முதலியாரிடம் இருந்த ஆஸ்திகள் இவைதாம் - இடுப்பிலே கட்டியிருந்த நாலு முழக் கதர் வேட்டி; தோளிலே போட்டிருந்த மூன்று முழத் துண்டு; உள்ளத்திலே கனிந்திருந்த சிந்தனைகள்; வயசால் துவண்டு விட்ட உடல் - இவ்வளவுதாம்.

27

இவற்றிலே கூட ஓர் ‘ஜடம்’ அதிகம் என்று எண்ணியவர் போலச் சோமசுந்தர முதலியார் இரண்டு கல் நடப்பதற் குள்ளாகத் தோளிலே போட்டிருந்த துண்டை எடுத்து காற்று வாக்கிலே வீசி எறிந்து விட்டார்.

இடுப்புத் துணியை வரிந்து கட்டிக்கொண்டு கிழக்கு நோக்கி நடக்க ஆரம்பித்தார்.

மூன்றாம் பகுதி

இருள்

சாலையோரத்திலே செத்துக் கிடந்தான் சோமுப்பண்டாரம்.

தண்ணீர் முதலியன எடுத்துக் கொடுத்துக் கூட இருந்து, அவனுடைய கடைசி விநாடிகளைச் சுலபமாக்கிய இரு பண்டாரங்கள் அங்கிருந்து கிளம்பத் தயாராகிக்கொண்டிருந்தார்கள்.

ஒரு பண்டாரம், "இந்தப் பண்டாரம் வேடிக்கையான பண்டாரமாயிருந்தான். நம்ம கிட்டே குடுக்கை, கந்தைத் துணி, கஞ்சா உண்டை ஏதாவது இருக்கு. இவங்கிட்டே அதுகூடக் கிடையாது! என்ன பண்டாரங்கறேன்!" என்றான்.

மற்றவன், "போகலாம் கிளம்பு. ஊரு பக்கத்திலேருக்கு. யாராவது இதைப் பார்த்து சேக்கற இடத்திலே சேத்து கோவிந்தாப் போட்டுச் சுட்டுடுவான். நாம்ப போகலாம். இன்னஞ் சித்தெப்போனால் கும்பி கொதிக்கும். நாலு இடம் பாத்தாத்தானே சோறு கிடைக்கும் என்றான்.

"நேத்து ராத்திரி ஒரு விஷயம் சொன்னான் இந்தப் பண்டாரம்" என்றான் முதல் பண்டாரம்.

"சொல்லு" என்று கூறிக்கொண்டே அங்கிருந்து நகர்ந்தான் இரண்டாவது பண்டாரம்.

முதல் பண்டாரமும் கிளம்பினான். இருவரும் பேசிக் கொண்டே சிறிது தூரத்துக்கப்பால் கூரைகள் தெரிந்த திசை நோக்கி நடந்தார்கள். முதல் பண்டாரம், "நேத்தி ராத்திரி தெயவம் [illegible]தான்னு நான் இந்தப் புதுப் பண்டாரத்

துக்கிட்டெச் சொன்னேன். ஏதோ பேசிட்டிருக்கச்சே சொன் னேன். இந்தப் பண்டாரம், இல்லே. தெய்வம் ஒண்ணுமட்டும் இல்லை. எத்தனையோ உண்டு' அப்படின்னான். 'முப்பத்தி முக்கோடின்னு சில புராணம் சொல்லுது அது தப்புன்னேன்' நான். 'தப்புத்தான்'னான் அவன். 'முதல்லே அப்படிச் சொன்னே, இப்ப இப்படிச் சொல்றயேடான்னு நான் கேட்டேன். தெய்வங்கள் முப்பத்து முக்கோடி மட்டுமில்லே முப்பத்து முக்கோடி முப்பத்து முக்கோடியா எத்தனையோ முப்பத்து முக்கோடி தெய்வம் இருக்குன்னான். எப்படிடா தெரிஞ்சுச்சு உனக்குன்னு நான் கேலியா கேட்டேன். உலகம் பொறந்த நாள் முதல் இன்னி வரையில் எவ்வளவு விநாடி உண்டோ அவ்வளவு தெய்வமும் உண்டு - இனி இருக்கப்போற விநாடிக்கும் விநாடிக்கொரு தெய்வம் உண்டு'ன்னான் அந்தப் பண்டாரம். எனக்கு புரியவில்லை. பின்னாடி கேட்டுக்கலாம்னு விட்டுட்டேன்" என்றான்.

"என்ன எழவோ ! அது போகட்டும். அதோ வராரே அவரு கிட்டே இந்த ஊருக்குப் பேரு என்னான்னு விசாரி" என்றான் இரண்டாவது பண்டாரம்.

"இந்த ஊர் சாத்தனூர்" என்று பெயர் தெரிவித்தார் எதிரே வந்தவர்.

ஆனால் அது கும்பகோணத்திற்கு மேற்கே நாலாவது மைலில் காவேரிக் கரையில் இருந்த சாத்தனூர் அல்ல. கும்பகோணத்துக்குக் கிழக்கே பல மைல்களுக்கப்பால் இருந்த வேறு ஒரு சாத்தனூர்.

அந்தச் சாத்தனூரிலும் ஒரு மேட்டுத் தெரு இருந்தது.

ஆனால் இதெல்லாம் தெரியாது சோமுப் பண்டாரத்துக்கு. அவன் சாலையோரத்திலே செத்துக் கிடந்தான் !

www.ingramcontent.com/pod-product-compliance
Ingram Content Group UK Ltd.
Pitfield, Milton Keynes, MK11 3LW, UK
UKHW041630190726
13854UKWH00006B/2402

9 789388 860680